கிருஷ்ணனின்

ஆயிரம் நாமங்கள்

போகன் சங்கர்

இதுவரை மூன்று கவிதைப் புத்தகங்களும் இரண்டு சிறுகதைப் புத்தகங்களும் எழுதி உள்ளார். சுகாதாரத் துறையில் வேலை. மனைவி, இரண்டு குழந்தைகளுடன் நாகர்கோவிலில் வசித்து வருகிறார்.

கிருஷ்ணனின்
ஆயிரம் நாமங்கள்

போகன் சங்கர்

கிழக்கு

கிருஷ்ணனின் ஆயிரம் நாமங்கள்
Krishnanin Aayiram Naamangal

Kizhakku First Edition: November 2017
200 Pages

ISBN: 978-81-8493-819-7
Kizhakku 1041

Kizhakku Pathippagam
177/103, Ambal's Building, Lloyds Road
Royapettah, Chennai 600 014.
Ph: +91-44-4200-9603

Email : support@nhm.in | Website : www.nhm.in

kizhakkupathippagam
kizhakku_nhm

Author's Email: boganath@gmail.com

Author's Website: ezhuththuppizhai.blogspot.com

Kizhakku Pathippagam is an imprint of New Horizon Media Private Limited

ஜெயமோகனுக்கு...

உள்ளே

முன்னுரை

‘கிருஷ்ணனின் ஆயிரம் நாமங்கள்’ சிறுகதைத் தொகுப்பின் இரண்டாவது பதிப்பு இது. முதல் பதிப்பு உயிர்மை பதிப்பகம் மூலமாக வந்தது. இந்தத் தருணத்தில் இப்புத்தகத்துக்கு இந்த ஓராண்டில் கிடைத்த எதிர்வினைகளை நினைத்துக்கொள் கிறேன். உலகின் எதிர்பாராத மூலைகளிலிருந்து எதிர்பாராக் குரல்கள், அழுகைகள், வியப்புகள். அவர்களுக்கெல்லாம் என் நன்றி.

இந்த இரண்டாவது பதிப்பின்போது வழக்கம்போல எனது அப்பாவை நினைத்துக்கொள்கிறேன். அப்பா இந்தத் தொகுப்பில் உள்ள சிறுகதைகள் ஒவ்வொன்றிலும் ஏதோ ஒரு வடிவில் வருகிறார். ஏதோ ஒரு பாத்திரமாக, குரலாக, குணவிசித்திரமாக.

தந்தை எனும்போது வண்ணதாசனின் நினைவும் நூல்பிடித்து வந்துவிடுகிறது. தந்தை கைபிடித்துக்கொண்டு பள்ளியில் சென்றுவிடுவது போல என்னை எழுத்துலகுக்குள் கொண்டு விட்டவர். ஒரு தந்தையின் மீது மகனுக்கு இருக்கும் அத்துணை உதாசீனமும் புகார்களும் அதேசமயம் அன்பும் எனக்கு அவர் மீது உண்டு. எல்லாவற்றையும் சகித்துக் கொண்டு அவர் காட்டுகிற கவனம் முக்கியமானது. அது

எங்கோ கணினியில் பின்னால் இயங்கும் செயலி போலத் தொடர்ந்து இயங்கி என்னைச் செலுத்திக்கொண்டிருக்கிறது என்பதை அகங்காரப் பனி மூட்டம் அதிகம் மூடாத நாட்களில் கண்டுகொள்ள முடிகிறது.

அதேபோல் கலாப்ரியாவையும், சுகுமாரனையும், இப்போது மாறுபாடுகள் கொண்டிருந்தாலும் மனுஷ்யபுத்திரனையும், சுகாவையும் நினைத்துக்கொள்கிறேன். நண்பர்கள் ஹரன் பிரசன்னா, அனீஸ் கிருஷ்ணன் போன்றவர்களையும்.

ஜெயமோகனுக்கும் எனக்குமான உறவு பெரிய ஏற்றத் தாழ்வுகள் கொண்டது. மலைப்பாதை போன்றது. இந்தத் தொகுப்பில் இருக்கும் 'பூ' அவரது தளத்தில் வெளியானது. நிஜமாகவும் நிழலாகவும் அவரது தாக்கம் இந்தத் தொகுப்பில் உள்ள சில கதைகளில் உண்டு. அவருக்கு இந்நூலை சமர்ப்பிக்கிறேன்.

30.10.2017

போகன் சங்கர்
நாகர்கோவில்
காலை நடை செல்லும் முன்பு...

1

பூ

கிருஷ்ணன்

அவனும் லலிதாவும் எல்லா வேலைகளையும் அரை குறையாக, அவசரமாக முடித்துவிட்டு சரியாக ஆபீஸ் கிளம்பும்போது, கக்கத்தில் ஒரு பெரிய பலாப் பிள்ளை போலத் தொங்கும் பையோடு ஊரிலிருந்து அவர் வந்தார். ‘நான் கேசவன். உங்க அப்பா ஊர்ல இருந்து வரேன். உங்களுக்கு உறவும்கூட. உங்ககிட்டே பேசணும்.’

லலிதா எரிச்சலை மறைத்துக்கொள்ளாத கண்ணுடன் அவனைப் பார்த்தாள். அவளுக்கு ஏழே முக்காலுக்கு பஸ். அங்கிருந்து ஒரு மணிநேரம் பயணம் செய்து ஆபீஸ் போகவேண்டும். அதைவிட்டால் அவளது அதிகாரி அவளது தலையைத் தின்றுவிடுவான்.

அவன் சங்கடமாய் உள்ளே பார்த்தான். வீடு மிக அமைதியாக இருந்தது. கழுவிவிட்ட ஈரத்தரை காய்வதற்காக முழுவீச்சில் சுழலும் மின்விசிறியின் சத்தம் மட்டும் உள்ளிருந்து கேட்டது. நல்லவேளையாக விஜய் தூங்கிவிட்டிருந்தான். மருந்தின்

வேகம். ஆனால் எல்லா நாட்களிலும் இப்படி இருக்காது. மருந்து எல்லா நாட்களிலும் ஒரே மாதிரியாக வேலை செய்வதில்லை. வேலைக்காரி - வேலைக்காரி என்று சொல்லக்கூடாது, லலிதாவின் உறவுக்காரி - ஆளையே காணோம். புறவாசலில் நின்றுகொண்டு பின் வீட்டுக்காரி யுடன் பேசிக்கொண்டிருக்கக்கூடும். சட்டென்று ஒரு கணம் கோபம், பாட்டில் திறக்கப்பட்டதுபோலப் பொங்கி வந்தது. ஆனால் முடியாது. இவளையும் விட்டுவிட்டால் விஜயைப் பார்த்துக்கொள்ள ஆள் கிடைக்காது. 'ஒரு நாளைக்கு முப்பது தடவை குண்டி கழுவி பீத்துணி மாத்த நம்மால முடியாது.'

இவளோடு சேர்த்து ஆறாவது நபர். இவளும் போய்விட்டால் லலிதா வேலையை விடவேண்டும். லலிதா வேலையை விட்டால் வாங்கியிருக்கிற கடன்களுக்கு வாழ்க்கையையே விட்டுவிட வேண்டியதுதான்.

அவர் லலிதாவைப் பார்த்துச் சிரித்து, 'நிண்ட பார்யா அல்லே? ஆபிசுக்கு கிளம்பறாப்போல் இருக்கு. மன்னிக்கணும். நான் நேத்தே மெட்ராஸ் வந்துட்டேன். இவன் நம்பருக்கு போன் அடிச்சுட்டே இருந்தேன். இவன் எடுக்கவே இல்லை' என்றார். கடன்கொடுத்த வங்கிக்காரன் என்று நினைத்து அவன் எடுக்காமல் இருந்துவிட்டான்.

பிறகு அவளைப் பார்த்து மறுபடியும், 'நான் கேசவன். கிருஷ்ணனின் அப்பா ஊர்ல இருந்து வந்திருக்கேன்' என்றவர், 'என்ன ஆபீஸ் போறியா? அதுக்கெல்லாம் தேவையே இல்லை. கோடிக்கணக்குல அங்கே கொட்டிக் கிடக்கறப்ப இப்படி ஏன் அலையணும்?'

லலிதா உறைந்துபோனவள்போல நின்றாள். 'உன் பையனுக்கு எதோ அசுகம்னு கேள்விப்பட்டேன். நம்மூர்ல அதுக்குன்னே ஜனிச்ச ஆசான்மார் உண்டு. வெளிநாட்டில இருந்தெல்லாம் வராங்க. செத்தவனை எழுப்பிக் கையில கொடுத்துடுவான்லா? இங்கிட்டு உள்ளவனுங்களுக்கு என்ன தெரியும்?'

லலிதா தோள் பையைக் கீழே வைத்துவிட்டாள்.

அப்பாவின் ஊர் திருவட்டார் அருகே. தீயிடுகாலை என்று சொல்வார்கள். அப்பாவைத் தீயிட்ட ஊர் அதுதான். அநாதை

மாதிரி வேறு யாரோ தீயிடச் செத்துப் போனார். அம்மை தன்னைத்தானே தீயிட்டுக்கொண்டாள்.

உண்மையில் அவர் இறந்த செய்தியே ஒரு வாரம் கழித்துத்தான் கிடைத்தது.

கடைசியாக ஊர்ப்பக்கம் போய் இருபது வருடங்களுக்கு மேல் இருக்கும். குழித்துறை கோர்ட்டில் நடந்த கேஸ் வாதத்துக்காகப் போனது. 'பையன் வந்து கச்சேரில பேசணும். அப்பத்தான் கேசில ஒரு சூடு இருக்கும். வந்து, 'இது எனது தகப்பனுக்க சொத்து'ன்னு கண் கலங்கி நிக்கணும். அப்படின்னா ஒருக்கால் ஒரு தெளிவு கிட்டும். மத்தபடி நம்ம கேசு ரொம்ப வீக்கு. அனந்தராமன் வக்கீலுக்கு வக்கீல். அவனுக்குத் தெரிஞ்ச கோடதி நியமங்கள் ஜட்ஜுக்கே தெரியாது, பாத்துக்கிடும்.'

கல்பாலத்தடி இசக்கி அம்மனைத் தொழுதுவிட்டு கோர்ட் வாசலில் கடம்ப மரத்தின் அடியில் இருந்த கடையில் ரசவடையும் சாயாவும் சாப்பிட்டுக்கொண்டிருந்தபோது பெரியப்பா தங்க சரிகை நேரியலின் ஒரு நுனியைக் கையில் பிடித்துக்கொண்டு கடைக்குள் ஏறி வருவதைப் பார்த்தான். ஏறிவந்தவர், இரு புறமும் கை வைத்துக்கொண்டு கடையை ஒருமுறை சுற்றிப் பார்த்தார். சிறகு விரித்து நிற்கும் ஒரு சேவல்போல அவனுக்குத் தோன்றிற்று. அவரைப் பார்த்ததும் மாமாவின் முகம் கருத்தது. 'அவன் பக்கம் பார்க்காதே' என்றார்.

கல்லாவில் இருந்தவனிடம், 'கழிக்க ஏதேனும் உண்டோ ஆசானே?'

ஆசான் சிரித்து, 'உண்டு. ஆப்பக் கல்லும் அடுப்புக் கரியும்.'

'அதை நீ கழிச்சுக்கோ. எனக்குக் கடலைக் கறியும் தோசையும் கொடு.'

'பீஃப் வேணோ?'

'அ... ஒரு காரியமாட்டு கச்சேரிக்குள்ள போறேன். ஜெயமானா பீஃப், அரிஷ்டம், சக்கைப் பிரதமன் எல்லாம் உண்டு. உனக்கும் சேர்த்து.'

‘அ... அனந்தராமன் ஜெயிக்காத கார்யம் உண்டோ?’

கடைக்காரனும் அவரும் ரொம்பச் சிநேகம் என்று தெரிந்தது. மாமா எழுந்து அவனைக் கையில் பிடித்துக்கொண்டு கல்லாவில் காசு கொடுக்கப் போகையில்தான் அவர் அவர்களைப் பார்த்தார். அவரது புன்னகை ஒருகணம் நிறுத்தப்பட்டதுபோல உறைந்தது. கிருஷ்ணனைக் கண்டதும் அவர் கண்கள் ஒருகணம் நுட்பமாக மாற்றம் அடைந்தன.

கடைக்காரன் சொன்னதுபோல அன்றைக்கும் அனந்தராமன்தான் ஜெயித்தார். பத்திரத் தெளிவுகள் மிகத் துல்லியமாக அவர் பக்கம் இருந்தன. வக்கீல் சொன்னதுபோல கிருஷ்ணனின் சோகம் தட்டிய முகம் நீதிபதியின் முகத்தில் எந்த மாற்றத்தையும் ஏற்படுத்தவில்லை.

அப்பாவுக்குக் கொள்ளியிடக்கூட அவன் வரவில்லை என்ற தகவல் சரியான நேரத்தில் சரியான தொனியில் அவருக்குச் சொல்லப்பட்டது. ஜட்ஜ் அவனையும் மாமாவையும் ஒரு பூச்சியைபோல அப்போது பார்த்தார்.

தீர்ப்பைச் சொல்லிவிட்டு அவர் பெரியப்பாவைப் பார்த்து லேசாகச் சிரித்ததாக மாமா சொன்னார். ‘அவன் எல்லாத்தியும் விலைக்கு வாங்கியிருப்பான்.’

அப்படிப்பட்ட அனந்தராமன் இன்று ஆள்மேல் ஆள் அனுப்புகிறார்.

மாமா இருந்திருந்தால், என்ன செய்வது என்று அவரிடம் கேட்டிருந்திருக்கலாம். இறக்கும்வரை அவன் வாழ்வின் எல்லா முடிவுகளையும் அவர்தான் எடுத்தார். எடுக்க அவன் அனுமதித்தான். பெரியப்பாவின் நேர் எதிர் அவர். பெரியப்பா ஓர் இடி முழக்கம். மாமா ஒரு சிறிய முணுமுணுப்புத்தான். எனினும் அவன் மறுத்துப் பேச முடியாதபடி அதில் ஏதோ ஒரு சக்தி இருந்தது. ஒழுக்கத்தின் சக்தி என்று மாமா ஒரு தடவை சொன்னார். காந்தி பற்றி ஒருதடவை பேசும்போது இவ்விதம் சொன்னார், ‘காந்தியிடம் என்ன சக்தி இருந்தது, அவரது ஒழுக்கத்தைத்தவிர?’

அம்மையை திருவட்டார் ஆற்றில் கரைத்த அன்று ஆற்றங் கரையில், ‘நீ இந்த ஊர்ல இருந்தது போதும். என்னோட

ஊருக்கு வந்துடறியா?' என்றதும் மறு பேச்சு பேசாமல் அவனது சட்டை, கால் சட்டைகள் இரண்டு, சில பாடப் புத்தகங்கள், அம்மையுடன் அருமனை ஸ்டூடியோவில் எடுத்துக்கொண்ட மங்கிய புகைப்படம் ஒன்று என எல்லாவற்றையும் ஒரு சிறிய பெட்டியில் வைத்துக்கொண்டு மறுநாள் அவர் புறப்படும்போது மௌனமாக அவர்முன் வந்து நின்றான். அவரே எதிர்பார்த்திருக்கவில்லை என்பது அவர் கண்களில் தெரிந்தது.

வீட்டுக் காரியம் பார்க்கும் குடும்ப வேலைக்காரன் நாராயணன் குட்டிதான், 'கொச்சு மோனே, இதென்ன கார்யம்? பெட்டியை இறக்கணும்' என்று பதைபதைத்தான். அவன் கண்களில் தெரிந்த உறுதியைப் பார்த்துவிட்டு உள்ளே ஓடிப்போய் அப்பாவைக் கூட்டி வந்தான். அப்பா போதையில் நிலை அழிந்துபோய் அவிழும் வேஷ்டியைத் தூக்கிப் பிடித்தவாறே வந்தார். வந்தவர் நின்று கிருஷ்ணனையே உற்றுப் பார்த்தார். நாட்டு வாற்றின் மரமரப்புக்குப் பின்னர் அந்தக் கண்களில் தெரிந்தது என்ன? பிறகு புரிந்துகொண்டு ஏதோ தோன்றியவர் போலச் சட்டைப் பையைத் துழாவ, வேஷ்டி நழுவி விழ, நாராயணன் குட்டி அதைத் தாங்கிப் பிடித்தான். அப்பா வெடித்தழுது, 'நாராயணா, உன்கிட்டே பைசா எதுவும் உண்டா? என் பையன் போறானே. என்கிட்டே அவனுக்குக் கொடுக்க ஒண்ணும் இல்லியே!' அவனும் அவரை கட்டிப் பிடித்துக்கொண்டு அழுதான். அதற்குள் தெருவில் கூட்டம் சேர்ந்துவிட, ஒருவர் வாசல் ஏறிவந்து, 'எடா சங்கரா, வாதில்ல நின்னு இது என்ன பெகளம்? அகத்த போ!' என்றார்.

இதற்குள் சத்தம் கேட்டு அடுத்த வீட்டிலிருந்து பெரியப்பா இறங்கி வந்து, 'இதென்ன கதக்களி இங்கே? மனுஷன் ஒரு கண் உறங்கான் வழியில்லையே?'

நாராயணன் குட்டி, 'கொச்சு மோன் ஊருக்குப் போறேன்னு நிக்கான்.'

அவர் திரும்பி மாமாவைப் பார்த்தார், 'என்ன இது?' என்பது போல.

மாமா பல்லைக் கடித்துக்கொண்டு, துணிச்சலை வரவழைத்துக் கொண்டு 'கிருஷ்ணனை நான் ஊருக்குக் கூட்டிட்டுப் போறேன்.'

அவர் விழித்து, 'எதுக்கு? உங்க பாண்டித்தனத்தை அவன்கிட்ட ஏத்தறதுக்கா? அவன் இங்கே கிடப்பான். அவனாவது குண்டில உறப்பு உள்ளவனா வளரட்டும். நான் அவனை நட்டல் எலும்புள்ளவனா வளர்ப்பேன்' என்று ஒரு முறை அப்பாவைப் புழுபோலப் பார்த்தார். 'டேய் சங்கரா, அவன அகத்தே இழுத்துப் போடுடா!'

மாமா ஆஸ்த்மா வந்தவர்போல மூச்சு விட்டுக்கொண்டு, 'பாவத்துக்கு அஞ்சாத உங்க நெஞ்சுரப்பு அவனுக்கு வேண்டாம். என் தங்கச்சி கதி இவனுக்கும் வரவேணாம். அவன் என்கூட வருவான்.'

பெரியப்பா அதைக் காதில் வாங்காமல், 'போடே மயிரே. வல்லாத பாவ புண்ணியம் கண்டுட்டான். அவனது திருநெல்வேலிப் பிள்ளைமார் புத்தி. கண்ணு, புத்தி, மனசு எல்லாம் சோகை' என்றவர் திரும்பி, 'சங்கரா, புத்தியோட செவியும் போயோ? மோனை உள்ளே இழுத்துப் போடணும்.'

அப்பா தடுமாறியபடியே, கேட்காததுபோல நிற்க, பெரியப்பாவே முன் நகர்ந்து கிருஷ்ணனைப் பிடித்து உள்ளே தள்ள முயல அவன் கீழே விழுந்தான். அதற்குள் நாராயணன் குட்டியின் மனைவி உள்ளிருந்து ஓடிவந்து, 'ஐயோ! இது எந்த களியானு? நீங்கள் எல்லாம் மனுஷப் பிறவியா? அம்மை இல்லாக் கொச்சுவை எல்லாரும்...' என்று தூக்கினாள்.

மாமா ஏதோ பேச வாயைத் திறக்க, பெரியப்பா, 'நீங்கள் இப்ப இண்ட ஸ்தலம் விடணும்' என்றார். மாமா வாயை மூடிக்கொண்டு எழுந்து போக முயலும்போதுதான் கிருஷ்ணன் கையை விடுவித்துக்கொண்டு, 'நான் போறேன்' என்றான் தீர்க்கமாக. 'இங்கே இருந்தா நான் எங்க அம்மையை மாதிரியே செத்துப் போவேன்.'

அன்று அந்த இடம் விட்டு வந்தது. அம்மையை, அப்பனை, ஆதிகேசவனை, பரலி ஆற்றை, அதன் கரையில் நிற்கும்

நாகலிங்கப் பூ மரத்தை, அங்கு எப்போதும் இருக்கும் பச்சை வாசனையை, எல்லாவற்றையும்.

விட்டு வந்து மதுரையின் மையத்தில் புழுதியும் புழுக்கமும் பறக்கும் சூழலில் ஏறக்குறைய இருபது வருடங்கள்.

மாமாவுக்கு மதுரா மில்லில் வேலை. அதன்பிறகு அப்பாவைப் பார்க்கவே இல்லை. ஆனால் சில வருடங்கள் ஒவ்வொரு கோடை விடுமுறையிலும் அவனை வந்து பார்ப்பதாக எழுதுவார். வரவே இல்லை. ஒரு நாள் மாமா, 'உங்க அப்பாவைப் பார்க்கணும்னு உனக்குத் தோணவே இல்லியா?' என்றார்.

கிருஷ்ணன் யோசித்தான். பிறகு இல்லை என்று தலை அசைத்தான். ஆனால் அம்மாவின் நினைவு ஆறாத புண்போல எப்போதுமே இருந்தது. அவள் தீக்குளித்த அன்று தக்கலை அரசு ஆஸ்பத்திரியில் ஓலைப்பாயில் மீன்பொதிபோலச் சுருட்டி வைக்கப்பட்டிருந்த அவள் உடம்பில் மெட்டி அணிந்த கால்கள் மட்டும் வெளியே நீண்டுகிடந்தது நினைவுக்கு வந்துகொண்டே இருந்தது.

முகம் முழுக்கக் கருகிவிட்டது என்று காட்டவில்லை. 'ச்சே! என்னவொரு சுந்தரமான முகம்! இப்படி ஆச்சே' என்று யாரோ கசந்து சொன்ன நினைவு இருக்கிறது.

அம்மாவுக்கு அன்பு மிதக்கும் மிகப்பெரிய கண்கள். அவள் கண்களில் எப்போதுமே அன்பின் ஒளி இருக்கும். அந்த ஒளி அணைந்து அவன் பார்த்ததே இல்லை. எப்போதும் எரிந்து கொண்டிருக்கும் அணையாவிளக்குபோல அவளுள் அந்த அன்பு இருந்தது. மிருகங்கள்கூட அவள் அன்புக்கு கட்டுப் படுவதை, அமைதி ஆவதை அவன் கண்டிருக்கிறான். அவர்கள் வீட்டில் நிறைய மாடுகள் இருந்தன. அதில் சண்டி மாடு ஒன்று உண்டு. பேரே சண்டிதான். மற்ற மாடுகளைச் சினையுறுத்த வைத்திருந்தார்கள். சில நேரங்களில் வெளியூரிலிருந்துகூடக் கூட்டிப் போவார்கள். ஆனால் அதற்கு முணுக்கென்றால் கோபம் வந்துவிடும். எல்லோரும் தன்னை மரியாதையாக நடத்தவேண்டும் என்ற எதிர்பார்ப்பு அதற்கு இருந்தது. அதற்குக் குறைவு வந்துவிட்டது என்பதுபோல் தோன்றிவிட்டால் அவ்வளவுதான். இரண்டு

மூன்று பேரை முட்டி வயிற்றைக் கிழித்திருக்கிறது. தொழுவத்தில் நிற்கும்போதுகூட கால் மாற்றி கால் மாற்றி அமைதி இன்றியே நிற்கும். ஆனால் அது அம்மாவுக்கு மட்டும் கட்டுப்படும். அவள் கொட்டகைக்குள் வந்துவிட்டால் அப்படியே மின்சாரம் செலுத்தப்பட்டதுபோலத் துடிக்கும். அதன் முதுகுத் தசைகள் தளர்வதைப் பார்த்திருக்கிறான். அவள் அருகில் வந்து அதன் முதுகை நீவிக் கொடுத்துக் கொண்டே நிற்பாள். அது இன்னும் கொஞ்சம் என்னை தடவிக் கொடேன் என்பதுபோல அவள் கண்களைப் பார்த்துக் கொண்டே நிற்கும்.

அதேபோல காய்கறியும் உப்பும் வள்ளிக்கிழங்கும் மீனும் விற்க வரும் மனிதர்கள்கூட வியாபாரததை மறந்து அவள் முகத்தையே பார்த்தபடி கிறங்கி நிற்பதைப் பார்த்திருக் கிறான். பேரமே பேசாமல், 'நீ கொடுக்கிறதக் கொடு தாயே' என்றுவிடுவார்கள். 'உங்க அம்மைகிட்ட எப்பவும் ஒரு குளிர்ச்சி உண்டு பார்த்துக்க. திருவந்திரத்தில ஒரு தரம் ஒரு ஹோட்டலில் ஐஸ் பெட்டி கிட்டே உட்கார்ந்திருந்தேன். அதே மாதிரி ஒரு குளிர்ச்சி. சில சமயம் அவ கிட்டே வந்தாலே வேலை எல்லாத்தியும் விட்டுட்டு கையைக் கவட்டைக்குள்ள விட்டுட்டு கொச்சுப் பிள்ளைகள்மாதிரி தூங்கணும்போலத் தோணும்' என்பான் நாராயணன் குட்டி. 'உனக்குத் தோணிருக்கா?'

அவ்வாறு மற்றவர்கள் பேசும்போதெல்லாம் அவனுக்குப் பெருமையாக இருக்கும். 'எங்கம்மா' என்பான். 'உங்க தோட்டத்தில பெரிய புஷ்பம் நிண்ட அம்மா' என்பான் நாராயணன்.

அம்மாவுக்குப் பூக்கள் என்றால் ரொம்ப இஷ்டம். திருவனந்த புரம் கரமணையில் தோட்டம், பூ இவற்றுக்கெல்லாம் இடமே இருந்ததில்லை. பூசலார்போல மனத்துக்குள்ளேயே வளர்த்துக்கொள்ள வேண்டியதுதான். ஆதியில் திருநெல்வேலி மேட்டுத் தெருவில் இருந்த சந்துவீட்டிலும் அதே கதைதான். விடிகாலையில் கைரேகை தெரியாத இருட்டில் எழுந்து வாய்க்காலுக்கு குளிக்கப் போகும்போது லேசாக விரிகிற உலகம். அல்லது அப்பாவுக்கு மத்தியானம் சாப்பாடு

கொடுக்க மார்க்கெட்டுக்குச் செல்கையில் தெரிகிற உலகம். ஆனால் அது உலகம் அல்ல. சந்தை.

ஆகவே திருவட்டாரில் பெரிய காடுபோல வீட்டின் பின்னால் கிடக்கும் இடத்தைப் பார்த்துவிட்டதும் அவளுக்கு சந்தோசத்தில் அழுகையே வந்துவிட்டது என்று ஒரு தடவை சொன்னாள். நாராயணன் குட்டியிடம் சொல்லி விதம் விதமாய்ப் பதியன்கள் வாங்கி தோட்டத்தில் நட்டுக்கொண்டே இருந்தாள். சில சமயம் செருவாரக் கோணம், அருவிப்புறம், கன்னியாகுமரி என்று அவனைச் செடி வேட்டைக்கு அனுப்பி விட்டுக் காத்திருப்பாள்.

அம்மா தோட்டம் முழுக்கவும் பூக்களாய் வளர்த்தாள். அப்பா ஒருநாள் பார்த்து 'கொஞ்சம் மலைக்கறி இட்டா கடைக்கு ஆவும்' என்றார். கடை என்றால் சாப்பாட்டுக் கடை. மார்த்தாண்டத்தில் சரஸ்வதி விலாஸ் என்று அப்போதிருந்த பிரபலமான ஒரே ஒரு சாப்பாட்டுக் கடை. 'பூவில என்ன இருக்கு? ஒரு ஆள் எத்தினி பூவு வச்சுக்க முடியும்?'

அம்மா பதில் பேசாது குனிந்திருப்பாள். 'கொச்சு ஏமான் மண்டை முழுக்க தோசையும் சம்பந்தியும்தான் அடைக்க உண்டு. வேறு எதுக்கும் அங்க இடமில்லை' என்றான் நாராயணன் குட்டி. 'ஏட்டத்தி, மனசிலாக்கேண்டா' என்றான்.

உண்மையில் அவன் வயசுக்கு அம்மா சிறு பெண். ஆனாலும் அவன் அப்படித்தான் அவளை ஏட்டத்தி என்று விளிப்பான். 'கன்யாகுமரில அரைப் பாவாடை கட்டிட்டு நிற்கிற கல்யாணம் ஆகாத சிறு பெண்ணை அம்மேன்னு கும்பிடலியா? அது மாதிரிதான்' என்பான்.

ஆனால் அம்மாவுக்கு பிடித்த பூ அவள் தோட்டத்தில் இல்லை. அவளுக்குப் பிடித்த பூ நாகலிங்கப் பூ.

ஆதிகேசவன் கோயிலுக்கு எதிரே ஆற்றங்கரையில் நின்றிருந்த மரத்திலிருந்து தினம் ஒரு பூ கொண்டுவருவாள். ஒருமாதிரி நெடி அடிக்கும் மணம் உடையது அது. அவனுக்கு அந்தப் பூ ஒரு பூச்சி மாதிரி இருப்பதால் சற்றே பயம் உண்டு. கொண்டுவந்த பூவை பூஜை அறையில் இருந்த சிறிய

பாணலிங்கத்தின் காலடியில் வைத்துவிட்டுத்தான் அவள் நாளே தொடங்கும். 'சிவனுக்கு ரொம்பப் பிடிச்ச பூடா இது.'

'அது இருக்கட்டும். உனக்கு ஏம்மா பிடிச்சிருக்குது?'

அவள் தலை சாய்த்து யோசித்து, 'எனக்கு சிவன் பிடிக்குமே' என்று சிரித்தாள்.

நான்

பரக்குன்று என்ற அந்த ஊரில் காளியாசான் என்ற வைத்தியரின் வீட்டு வாசலில் கைகளில் நீட்டமாய் விஜயைக் கிடத்திக்கொண்டு காத்திருக்கையில்தான் நினைவு வந்தது. நான் அம்மாவுடன் இங்கு வந்திருக்கிறேன். மார்த்தாண்டத்தில் ரயிலில் இறங்கி நேராக இங்கு வந்துவிட்டோம். அப்புறமாய் ஊருக்குப் போனால் போதும் என்று சொல்லிவிட்டாள் லலிதா.

ஒரு தடவை மாமரத்தில் ஏறி விளையாடும்போது கீழே விழுந்து கை முறிந்துவிட்டது. தொடர்ச்சியாக இரண்டு மாதங்கள் கட்டுப்போட்டு, கட்டுப்பிரித்து, கையில் முறிவு எண்ணெய் தடவி என்று இங்கு வந்து போய்க்கொண்டிருந்தேன். அம்மாவை மிக நெருக்கமாக அறிந்த நாட்கள் அவைதான். என்னுடைய வலியிலிருந்து கவனத்தைத் திருப்புவதற்காக அவள் பேச ஆரம்பித்தாள். அவள் பேசுவதை ஓரளவு புரிந்துகொள்ளும் வயது வந்துவிட்டது என்று அவள் நினைத்திருக்கவும் கூடும். வைத்தியர் வீட்டில் ஒரு பெரிய கொன்றை மரம் உண்டு. கனி கொன்னு என்று இந்தப்பக்கம் சொல்வார்கள். அந்த மரத்தின் பூக்கள் எனக்கு ரொம்பப் பிடிக்கும். ரொம்ப ஆடம்பரமான ஒரு நகைபோல அது இருக்கும். அது எனக்கு நினைவு இருக்கிறது. அங்கு போகும் ஒவ்வொரு நாளும் ஒவ்வொரு பூவுடன் திரும்பி வருவேன். 'உனக்கு நாகலிங்கப் பூ மாதிரி எனக்கு இந்தப் பூ' என்பேன்.

இப்போது அந்த மரத்தைக் காணவில்லை. வெட்டி விட்டார்களா, பட்டுப் போய்விட்டதா தெரியவில்லை. சற்று ஒருமாதிரி இருந்தது. ஒரு இழப்புபோல. அம்மாவின் ஞாபகங்களுடன் இணைக்கும் இன்னொரு சங்கிலி. நான் வைத்தியரின் முகத்தை நினைவுக்குக் கொண்டுவர

முயன்றேன். அப்போதே அவருக்கு நல்ல வயதிருக்கும். நரைத்த புருவங்களுடன், மீசையுடன், மார்பு முழுக்க நரை மயிருடன் ஒரு பனிக்கரடிபோல் இருப்பார். அவர் இன்னும் இருக்க வாய்ப்பில்லை என்று நினைத்துக்கொண்டிருக்கும் போதே, நெஞ்சுக் கூடு வரை ஏற்றிக் கட்டிய முண்டுடன் அவர் வந்து, 'என்ன?' என்றார்.

நான் எழுந்து, 'வைத்தியம் பார்க்கணும்.'

அவர் லலிதா கையில் இருந்த விஜயைப் பார்த்துவிட்டு 'உம்' என்றார். 'மகன் வருவான். தொடுவட்டிவரை மூலிகை வாங்கப் போயிருக்கான்' என்று சொல்லிவிட்டு உள்ளே போனார்.

நான் பேச நினைத்து அடக்கிக்கொண்டேன்.

ஆனால் சற்றுநேரத்தில் அவரே உள்ளிருந்து வந்தார். புதர் போன்ற புருவங்களுக்கு அடியிலிருந்து என்னை உற்றுப் பார்த்தார். 'முன்பு இங்கிட்டு வந்துட்டுண்டோ?'

நான் ஆம் என்று தலை அசைத்தேன்.

'ஸ்தலம் எவிட?'

நான், 'தீயிடுகாலை' என்றேன்.

அவர் முகம் இப்போது மாறியது. 'காந்திமதி அம்மையோட மோன் இல்லே?'

நான் மறுபடி தலை அசைத்தேன்.

அவர் எனது மகனைப் பார்த்து 'எந்தா இது?'

நான் கண்ணீரை அடக்கிக்கொண்டு, 'பிறந்ததிலிருந்து இப்படியே இருக்கான்.'

'ஆயுதக் கேசோ?'

'ஆமா.'

'வயசென்ன?'

'அஞ்சு.'

அவர் முகம் தளர்ந்தது. கண்களை மூடிக்கொண்டு. 'பகவதி இதுவென்ன?' என்றார். பிறகு 'உள்ளே வா' என்றார்.

மகனைத் தூக்கிக்கொண்டு உள்ளே போகும்போது கூடத்தின் நுழைவாயிலில் சினாய் வனாந்தரத்தில் ரத்தக் கண்ணீருடன் ஜெபிக்கும் ஏசு கிறித்துவின் படம் ஒன்று கண்டேன். எனக்கு நினைவிருக்கிறது, முன்பு அந்த இடத்தில் ஒரு பெரிய காளி படம் இருந்தது. அவர் அதைக் கவனித்து, 'மக்கமார் ஜீவிக்கிற லோகம் வேற. பகவதி பகவான் ஆகி பரம பிதாவும் ஆயாச்சு' என்றார்.

பிறகு பையனை பெஞ்சில் கிடத்தச் சொல்லிப் பரிசோதித்தார். 'தலை நிக்கவே இல்லை, இல்லியா?'

லலிதாவிடம் சில கேள்விகளைக் கேட்டார்.

கண்களைத் தூக்கி, கால்களை நீவ விஜய் முனகினான்.

பிறகு என்னைப் பார்த்து, 'நான் இப்போ வைத்தியம் பார்க்கறதில்லை. எல்லாம் மகன் பால்ராஜ்தான் பண்றான். கொஞ்சம் கஷ்டமான கேஸ்தான். ஒருவருஷம் உள்ளே மருந்தும் கொடுத்து தொக்கனமும் பண்ணனும். ஓரளவு தேத்தி எடுக்கலாம்' என்றார்.

அப்போது மோட்டார் சைக்கிளில் அவர் மகன் வந்து சேர்ந்தான். வைத்தியம் பண்ணிக்கொண்டிருக்கும் அவரைச் சற்று வியப்புடன் பார்த்தான். அவர், 'பழைய கேஸ். இருபது வருஷம் முன்னால இவனுக்குக் கை கட்டியிருக்கேன். இவன் அம்மை ஒரு தேவ ஸ்திரீயாக்கும்' என்றார். 'தீயிடுகாலை ஊர்.' அவன் முகம் சுருங்க, 'போனவாரம் வந்து கத்திட்டுப் போனாரே, அந்த ஊர்தான். இவன் அவருக்குத் தம்பி மகன்.' 'ஓ' என்றான். 'அந்த எரிவு கேசு. என்னா பெகளம். மருந்து பாட்டிலை எல்லாம் வீசி எறிஞ்சிட்டுல்லா போனாரு.'

அவர், 'அந்த எரிவு தீராது. அது ரோகமில்லே. கன்மம். இவன் அம்மைக்கு அவரு செஞ்ச கன்மம். அவ மனசு ஆறும்போது தான் அவர் மேனி அனலும் அடங்கும்.'

'முந்தாநேத்தி மூலச்சல் வைத்தியர்கிட்டே நின்னதாக் கேள்விப்பட்டேன்.'

அவர், 'எங்க போனாலும் தீராது' என்றார். பிறகு என் பக்கம் திரும்பி, 'உள்ளுக்குக் கொடுக்க ஒரு மருந்து தரேன்.

மூலிகைக் கிருதம். கொஞ்சம் குமட்டும். சுடு வெள்ளத்தில சேர்த்தோ பாலில சேர்த்தோ கொடுக்கணும். வாரம் ஒரு தடவை தடவலுக்கு வரணும்.'

நான் சந்தேகமாய், 'மாற்றம் வருமா?' என்றேன். லலிதா 'ப்ச்' என்று கண்ணால் கண்டித்தாள். அவளுக்குள் இருக்கும் தாய்மனம் நம்பத் துடிக்கிறது என்பது தெரிந்தது. அது எனக்கு ஆயாசத்தைத் தந்தது. இவை எல்லாமே தவிர்க்கவே முடியாத ஒரு நாடகத்தின் அலுப்பூட்டும் காட்சிகள். நாடகத்தின் முடிவு ஏற்கெனவே தீர்மானிக்கப்பட்டுவிட்டது என்று தோன்றியது. அவளுடைய நம்பிக்கையின் ஊற்றுதான் என்ன?

அவர் என்னை உற்றுப் பார்த்து, 'ஏழு தாதுல கடைசி தாது வரைக்கும் மருந்து ஊடுருவிப் போகணும். கொஞ்சம் சமயம் ஆகும். முதல் அடியிலேயே பாறை உடைஞ்சுடுதா என்ன? அடிச்சுகிட்டே இருக்கணும்.'

பால்ராஜ் அதற்குள் மருந்துடன் வந்து, 'விசுவாசமும் வேணும். மருந்து பாதி, விசுவாசம் பாதி. விசுவாசக் குறைவுதான் பெரிய பாவம்.'

வைத்தியர் சற்றே எரிச்சலுடன், 'ஏலே விசுவாசி, இந்தப் பையனோட வியாதி காரணம் இவனோட விசுவாசக் குறைவா, இவங்க அப்பனோட விசுவாசக் குறைவா?'

பால்ராஜ் அதைக் கேட்காததுபோல என் கண்களைப் பார்த்து, 'இதுக்கு நிறையச் செலவாகும். அப்பா சொன்னாரா? இப்பல்லாம் மூலிகை விலை கூடிப் போச்சி.'

நான் தளர்ந்து, 'எவ்வளவு ஆகும்?' என்றேன்.

ஏற்கெனவே அவனது மருத்துவச் செலவுகள் தாங்க முடியாத அளவு ஆகிவிட்டிருந்தது. நடுவில் வீட்டுக் கடன் வேறு. வீடு கட்டி முடித்து இரண்டு மாதம் கழித்துப் பிறந்தான். வீடு பூசி, தளம் எல்லாம் இட்டு, வர்ணம் எல்லாம் பூசி, பால் காய்ச்சுவதற்கு ஒரு வாரம் முன்னால் ஒரு மதியம், மொசைக் தரையில் விரிப்பு எதுவும் விரிக்காமல் வீட்டை வியந்து பார்த்தபடி நானும் லலிதாவும் தனித்துப் படுத்துக்கிடந்தோம். வாழ்க்கை அப்போது எவ்வளவு நம்பிக்கை ஊட்டுவதாகத் தோன்றியது!

புதிய வீடும் ஒரு புதிய உயிர்போலவே தோன்றியது. இதை நாமா செய்தோம் என்ற ஒரு பிரமிப்பு தோன்றியது.

'இனி இந்த வீட்டில்தான் நமது வாழ்க்கை' என்றேன். 'நமது குழந்தைகள் இந்த வீட்டில்தான் தவழ்ந்து, ஓடி, சிரித்து, அழுது, விளையாடப் போகின்றன. நாம் ஒரு பெரிய சங்கிலியைத் தொடங்குகிறோம் லலிதா' என்றேன் சற்றே நாடக பாணியில்.

லலிதா பெரிய வயிற்றுடன் நகர்ந்து நகர்ந்து வந்து என்னை இழுத்து உச்சி முகர்ந்து அணைத்துக்கொண்டாள். 'கவிஞுண்டா நீ!'

மருத்துவச் செலவுகள் என்றில்லை. ஓரிடத்திலிருந்து இன்னோரிடத்துக்கு அவனைக் கொண்டுசெல்வதற்குக்கூட நிறையச் செலவு செய்யவேண்டியிருந்தது. பேருந்தில் முடியாது. ரயிலில்கூடக் கடினமாகிவிட்டது. அவனுக்கு அடிக்கடி வலிப்பு வரும். ஒரு தடவை ரயில் பயணத்தில் அவ்வாறு வந்து கஷ்டம் ஆகிவிட்டது. கூடப் பிரயாணம் செய்தவர், 'இந்த மாதிரிக் குழந்தைகளை ரயிலில் கொண்டுவரவே கூடாது' என்பதுபோலச் சொன்ன அன்று லலிதா ரொம்ப உடைந்து அழுதாள். அன்று இரவுதான் கருணைக் கொலை பற்றியெல்லாம் பேசினாள். நான் அன்று அவளை மிகக் கடுமையாகப் பேசி மனம் நோக வைத்தேன். தாய்மை என்பதுதான் உலகின் மிகப்பெரிய பொய் என்று அவளிடம் சொன்னேன். தாய்மை, குழந்தைப் பேறு, வளர்ப்பு எல்லாம் வெறும் உயிரியல் செய்கைகள், நிர்பந்தங்கள்; பெண்கள் சாமர்த்தியமாக அதை ஒரு பெரிய கனவுபோல ஆண்கள் மனத்தில் வளர்த்துவிட்டார்கள்; ஆண்களைத் தங்கள் பிடியில் வைத்திருக்க அவர்கள் செய்த நுட்பமான தந்திரம் அது என்றெல்லாம் சொன்னேன். லலிதா ஒருவாரம் முழுக்கப் பேய் அறைந்ததுபோல இருந்தாள். சரியாக என்னிடம் பேசவே இல்லை. ஒருநாள் இரவு, 'நிஜமாகவே நீ என்னைப் பற்றி இப்படித்தான் நினைக்கிறாயா?' என்று கேட்டாள். நான் பதில் சொல்லவில்லை.

ஆனால் நான் அழுதது இன்னொரு சமயம். பகலில் விஜயைப் பார்த்துக்கொள்ள ஆள் வேண்டியிருந்தது. அதற்கான

சிறப்புப் பயிற்சி பெற்ற ஆட்கள், அதற்கான மையங்கள் சில இருந்தன. ஆனால் அவை லேசான குறைபாடுள்ள குழந்தை களை மட்டுமே கவனித்துக்கொண்டன. ஐயர் பங்களா பக்கம் விஜய் போன்ற அதிகக் குறைபாடு உள்ள குழந்தைகளையும் சேர்த்துக்கொள்வார்கள் என்று சொன்னார்கள் என்று போனேன். காசு அதிகம். போகட்டும் என்று முதல் நாள் கொண்டுவந்து சேர்த்துவிட்டு வந்தேன். முதல் நாள் பையனை சிறப்புத் தாதியிடம் விட்டுவிட்டு வரும் வழியில், பக்கத்தில் இருந்த பள்ளிக்கு போக ட்ராபிக் சிக்னலில் வரிசையாக நிற்கும் மாணவர்களைப் பார்த்து நானும் லலிதாவும் கலங்கி நின்றது இன்னும் நினைவுக்கு வருகிறது. என் மகனும் இப்படிப் பள்ளி போகவேண்டியவன்தானே என்று.

அன்று மாலை நண்பரிடம் விஜயின் புதிய பள்ளி பற்றிச் சொன்னபோது அவர் 'ஐயோ! அங்கே குழந்தைகளை அடிப்பாங்க கிருஷ்ணன்' என்றதும் பதறிப்போய் எல்லா வற்றையும் அப்படியே விட்டுவிட்டு பள்ளிக்கு ஓடினேன். பள்ளியில் விஜய் ஏங்கி ஏங்கி அழுதுகொண்டிருக்க அருகில் பிரம்புடன் ஓர் ஆசிரியை நின்றிருந்தாள். அதன் முனைகள் பிய்ந்திருப்பதை கவனித்து அங்கேயே உடைந்து அழுதேன். 'சரியாய் அழக்கூடத் தெரியாத பிள்ளைங்க... எப்படி அடிக்கறீங்க?' அவள் என் வேகத்தைப் பார்த்ததும் பின்வாங்கி, 'அடிக்க மாட்டோம். சும்மா பயமுறுத்தறதுக்கு...' என்றாள். பிறகு கோபமுற்று, 'இந்தக் குழந்தைகளைக் கவனிக்கிறது அத்தனை எளிதில்லை' என்றாள். நான் அப்படியே விஜயை அணைத்தவாறே தூக்கிக்கொண்டு ஓடி வந்துவிட்டேன். அன்றிரவு பிள்ளையின் உடல் முழுவதும் சிவந்திருந்த இடங்களை தடவித் தடவி மூவரும் அழுதோம். விஜய் அழுவதுகூட சிரமப்பட்டுத்தான். ஒரு மாதிரி மயில் அகவுவது போலக் கூவி அழுவான். பல நேரங்களில் மூச்சுத் திணறி வெறுமனே கண்ணீரும் எச்சிலும் மட்டுமே வழிந்து கொண்டிருக்கும். மூவரும் விஷம் தின்று இறந்து போகலாம் என்றுகூட லலிதா சொன்னாள்.

எவ்வளவு கண்ணீர்!

என் கண்களைப் படித்துவிட்ட வைத்தியர், பால்ராஜை அதட்டி, 'செலவெல்லாம் பாத்துக்கலாம். எலேய் பால்ராஜ்!

இது எனக்க ஸ்பெசல் கேசாக்கும். நீ பாட்டுக்குப் போ' என்றவர் கனிந்து, 'அதெல்லாம் நோக்க வேண்டாம் பிள்ளே. நீ போய்ட்டு வா' என்றார்.

நாங்கள் அங்கிருந்து ஓர் ஆட்டோ பிடித்து ஊர் நோக்கிப் புறப்பட்டோம்.

போகப் போக ஊர் ஒரு புகைமூட்டத்திலிருந்து ஒளிப் புள்ளி போலத் தெளிந்துவந்தது. நாங்கள் போவதற்கு எதிர்த்திசை யில் சக்கடா வண்டி ஒன்றில் கை முறிந்த என்னைக் கிடத்திக் கொண்டு அம்மா எதிர்வருவதாகத் தோன்றி திடுக்கிட்டேன்.

லலிதா ஆவமாய் பார்த்துக்கொண்டே வந்தாள். அவள் இங்கே வந்ததே இல்லை. 'எவ்வளவு பச்சை!' என்றாள்.

ஆட்டோ நின்றது.

நான் இறங்கி, இருபது வருடங்களுக்கு முன்பு எனது அம்மை தீயிட்டு எரிந்துபோன வீட்டின்முன்பு நின்றேன்.

அது தூசு துடைத்த ஓர் ஓவியம்போல எழுந்துவந்தது.

ஒரு கருப்பு வெளுப்புப் புகைப்படத்தில் மெல்ல வண்ணங்கள் சேர்வதுபோல நினைவுகள் பொருந்திக்கொண்டு துலங்கின.

அந்த இருண்ட நாளன்று கடைசியாக அவளைப் பார்த்த கணத்தை நான் திரும்பத் திரும்ப நினைவுபடுத்திப் பார்த்திருக்கிறேன். அது சட்டென்று ஒரு கத்திக்குத்துபோல மீண்டும் நினைவுக்கு வந்தது.

அன்று நடக்கப் போவதன் சாயல் எதுவும் அவளிடம் இருந்ததா என்று நான் பலதடவை என்னிடம் கேட்டுக் கொண்டிருந்திருக்கிறேன்.

வழக்கமாய் சாலைவரை வந்து வழி அனுப்புகிறவள், அன்று ஆலமரத் திருப்புவரை வந்தாள்.

நான் வெட்கமடைந்து, 'நீ போ, நான் போய்க்கறேன். நீ போ' என்று சொல்லிக்கொண்டிருந்தேன். எப்போதுமே அப்படித் தான் சொல்வேன். ஏனோ அம்மையின் அதீத அன்பு என்னை நாணம் கொள்ளவைத்தது. மற்ற பிள்ளைகள் என்னை ஓர்

ஆணாய் மதிக்க மாட்டார்கள் என்று நினைத்தேன். அன்பை வெளிப்படுத்துவது பெண்டுகள் காரியம் என்று ஏனோ நினைத்தேன். ரொம்ப அன்பில் தோய்கிறவன் பெண்ணாகி விடுவான்.

அவள் மெல்ல, 'இரு, அந்த விளைவரைக்கும், ஆலமூடு வரைக்கும்' என்று என் பின்னாலேயே வந்துகொண்டிருந்தாள்.

ஆலமூடு வந்ததும், 'போய்டுவியா' எனும்போது நான் திரும்பிக்கூடப் பார்க்கவில்லை என்பதை ஒவ்வொரு தடவையும் பதட்டத்தோடு மறக்க முயல்வேன்.

ஆனால் மற்றபடி அன்றைய நாளில் நான் வேறெந்த வித்தியாசத்தையும் உணரவில்லை.

மதிய உணவுக்கு பிந்தைய பீரியடில் எல்லோரும் உறக்கக் கலக்கத்தில் இருந்தபோது நாராயணன் குட்டி பள்ளிக்கே வந்து பதட்டத்துடன் என்னை அழைத்துப்போனான். 'கொச்சுமோனே வரணும், சீக்கிரம்.' சைக்கிளில் என்னை வைத்துக்கொண்டு ஏறக்குறையப் பறந்தான். 'ஏன் இத்தனை வேகம் நாராயணன் குட்டி? மெதுவாப் போ. எங்கே போறே? வீட்டுக்குப் போலியா?' 'ஒரு அபத்தம் பத்திப் போயி. உடனே கொச்சுமோனை அம்மை பார்க்கணும்' என்றான் அவன் திரும்பாமல், நுரை தப்ப சைக்கிளை அழுத்திக்கொண்டு.

நான் விளங்காமல், 'அம்மை எங்கே? வீட்டில் இல்லையா?'

அவன் ஒருகணம் சைக்கிளை நிறுத்தி என்னைத் திரும்பப் பார்த்து, 'ஐயோ, இல்லியே' என்று வெடித்து அழுதான்.

அம்மையின் கடைசிக் கணங்களில் என்னை அவளிடம் காட்டவேண்டும் என்று அவன் நினைத்ததாய்ப் பின்னால் சொன்னான். 'உன்னை அவகிட்ட காமிக்கணும்னு நினைச்சேன். காமிச்சா எல்லாம் சரியாயிடும்னு ஒரு தோணல்.'

ஆனால் எதுவும் சரியாகவில்லை. அம்மையின் முகத்தைக் கூட என்னால் பார்க்க முடியவில்லை. ரொம்பக் கோரமாக இருக்கிறது என்று சொல்லிவிட்டார்கள்.

ஆனால் என்னால் அம்மாவை மன்னிக்கவே முடியவில்லை. அம்மா ஏன் அப்படிச் செய்தாள்? என்னைத் தனியாக

விட்டுவிட்டுப் போக அவளுக்கு எப்படி மனம் வந்தது? என்ன மனத் துயரம் ஆனால் என்ன? எனக்காக அவள் அதை எல்லாம் சகித்துக்கொண்டு இருந்திருக்கக்கூடாதா? தான் என்பதுதானே அவளுக்கு முக்கியமாய்ப் போயிற்று? 'அம்மா, நான் உன்னை வெறுக்கிறேன்' என்று எத்தனையோ இரவுகள் எழுந்து கத்தியிருக்கிறேன். 'நான் உன்னை மறந்து போவேன்' என்று அலறுவேன். 'நீ என்னை மறந்துபோனது போல.'

நாராயணன் குட்டி எழுந்து என்னை அணைத்துக்கொள்வான். 'அப்படில்லாம் பேசக்கூடாது. உங்கம்மாவுக்குப் பிடிச்ச பூவே நீதாண்டே!' 'பொய். பிறகு ஏன் அவ அப்படிச் செய்தா?'

நாராயணன் குட்டி தத்தளிப்பான். 'பின்னால உனக்குப் புரியும். இப்பப் படு, அம்மையை வெறுக்காம.'

ஆனால் பின்னாலும் எனக்குப் புரியவில்லை.

யாருமே அதைச் சொல்லவில்லை. பேச மறுத்தார்கள். வளர்ந்தபிறகுகூட மாமா அதைப் பற்றிப் பேச விரும்பியதில்லை. பெரியப்பா அதில் சம்பந்தப்பட்டிருப்பது மட்டும் தெரிந்தது. அல்லது எனக்குப் புரிந்தது. நான் நம்ப மறுத்தேன்.

ஆனால் இப்போது எதற்கு இந்த ஊருக்கு வந்திருக்கிறேன்? அந்தக் கேசவன் சொன்னதுபோல, வாக்களிக்கப்பட்ட சொத்து காரணமா? அல்லது நான் இங்கு வந்தது அம்மாவைத் திரும்பவும் மீட்டெடுக்கவா? அம்மா, அம்மா, ஏன் இறந்து போனாய் என்னை விட்டு?

பழைய கேரளபாணி ஓடும் மரமும் சேர்ந்து கட்டப்பட்ட ஓட்டு வீடு எங்களது. நடுவில் யாரோ கொஞ்சம் புதுப்பிக்க முயன்று கைவிட்டிருப்பது தெரிந்தது. அப்பாவின் உறவினர்கள் யாரோ அங்கு சில காலம் இருந்து, பிறகு சில காரணங்களால் போய்விட்டதாகக் கேசவன் சொன்னார்.

நடுவில் இருந்த நீண்ட சுவருக்கு அப்பால் பெரியப்பாவின் வீடு. என் கைகள் நடுங்கின. நீண்ட கூரை உள்ள தாழ்வாரம் கொண்ட வீடு. தாழ்வாரத்தில் உள்ள ஈசி சேரில் முன்பு

போலவே பெரியப்பா கால் மேல் கால் போட்டபடி அமர்ந்திருந்தார்.

தாத்தாவுக்கு இளைய தாரத்து மகன் பெரியப்பா. தாத்தா நெடுநாட்கள் குழந்தை இல்லை என்று இன்னொரு மலையாளப் பெண்ணைக் கட்டிக்கொண்டார். கட்டிய மறு வருடமே பெரியப்பாவும் ஆறு மாத இடைவெளியில் அப்பாவும் பிறந்ததாகச் சொல்வார்கள்.

அப்போதே இரண்டு வீட்டுக்கும் சண்டை ஆரம்பித்து விட்டது. தாத்தா இறந்தபிறகும் அது தொடர்ந்தது. நடுவில் கொஞ்சநாள் பாண்டி-மலையாளி சண்டையாகவும் அது ஆனது. ஒரே ஒரு தடவை நான் அந்த ஆச்சியைப் பார்த்திருக்கிறேன். நினைவிருக்கிறது. மஞ்சள் நிறத்தில் ஒரு பூசணிப் பழம்போல இருப்பாள். செம்பருத்திச் செடிக்கு அருகில் நின்றுகொண்டிருந்த என்னை, சுவரின் அடுத்த பக்கத்திலிருந்து பார்த்துக்கொண்டிருந்தார். நான் சிரித்ததும் சட்டென்று கீழே துப்பிவிட்டு உள்ளே போய்விட்டார்.

அப்பாவுக்குக் கல்யாணம் ஆகும் முன்பே பெரியப்பாவுக்குக் கல்யாணம் ஆகிவிட்டது. ஆனால் கல்யாணம் ஆன மூன்றாம் மாதமே பெரியப்பாவைத் தாங்க முடியாமல் அந்தப் பெண், வீட்டுக்குத் தெங்கு பறிக்கவரும் நாடாருடன் ஓடிப் போய் விட்டதாகச் சொல்வார்கள். அவர்களைத் தேடி பெரியப்பா வெறியுடன் பாண்டி, வடகேரளம், கர்நாடகா என்று அலைந்தார் என்று சொல்வார்கள். அவர்களைப் பிடிக்கவே முடியவில்லை. சிலர் அவர் அவர்களைக் கொல்லூர் பக்கம் எங்கோ கண்டு வெட்டிப் புதைத்துவிட்டதாகவும் சொல்வார்கள்.

பெரியப்பா தமிழ்நாடு போலீசில் இருந்தார். ஆனால் அவருக்குத் தமிழர்கள்மேல் ஓர் இகழ்ச்சி இருந்தது. திருநெல்வேலி லூர்துநாதன் கலவரத்தின்போது அவர் அங்கே பணிபுரிந்தார். அப்போது அவர் மிக முரட்டுத்தனமாக நடந்துகொண்டார் என்பார்கள். 'நட்டல் எலும்பு இல்லாத எரப்பாளிகள்' என்று அவர் அடிக்கடி சொல்வார். அவர் எப்போதும் காலையில் நானும் அம்மாவும் ஆற்றுக்குக் குளிக்கப் போய்விட்டு வரும் வேளைகளில் காக்கி ட்ரவுசருடன் தாழ்வாரத்தில் ஷூவைத் துடைத்தபடி இதேபோல உட்கார்ந்திருப்பதைக் கவனித்திருக்கிறேன்.

அப்போதெல்லாம் அவர் கண்கள் எங்களைப் பின்தொடர்வதைப் பார்த்திருக்கிறேன். ஒரு தடவை, 'என்ன இருந்தாலும் பாண்டிக்காரிங்க குண்டி மாதிரி நம்ம ஸ்திரீகளிடம் இல்லை' என்று உள்ளே யாரிடமோ சிரித்தவாறே சொன்னார்.

அம்மா என்னை இறுக்க அணைத்தபடியே வீட்டுக்குள் வேகமாய் இழுத்துச் சென்றுவிட்டாள்.

அப்பாவுடன் அவர் பேசுவதே இல்லை. அல்லது எதையாவது ஏவும் தொனியில் பேசுவார். அப்பாவுக்கு அவர்மேல் அச்சம் இருந்தது. அவருக்கு எதன்மீதுதான் அச்சம் இல்லை?

ஒரு தடவை அப்பா ஹோட்டலில் தினம் தினம் சாப்பிட்டு விட்டு காசு கொடுக்காமல் போன ஒரு சட்டாம்பியிடம் அடிவாங்கி கிழிந்த சட்டையுடனும் உதட்டுடனும் வந்தார். என்ன ஏது என்று யாரிடமும் சொல்லாமல் முகட்டைப் பார்த்தவாறே ஒரு வாரம் ஹோட்டலுக்குப் போகாமல் படுத்துக் கிடந்தார். ஒருவாரம் கழித்து விபரம் தெரிந்து கொண்ட பெரியப்பா வாசலில் இருந்தவாறே, 'உனக் கெதுக்குடே வேஷ்டியும் மீசையும்? ராத்திரியான பொண்டாட்டி பிண்டையை மோந்து பார்த்துகிட்டே கிடந்தா மட்டும் ஆம்பிள்ளையா?' என்று துப்பினார். 'என்னைக் கண்டேோ? ஒரு பய தெருவில எதிர்த்து ஒரு பார்வை பார்ப்பானா? அப்படி ஜீவிக்கணும்டே. இதுவென்ன ஜீவிதம். செருப்புக் கீழே தேயற பீபோல.'

அப்பா சுருங்கிப் போனார். அதன்பிறகுதான் அவர் நிறையக் குடிக்க ஆரம்பித்தார் அவர் கண்கள் எப்போதும், பேசும் நபருக்குப் பின்னால் யாரையோ பார்ப்பதுபோல அலைய ஆரம்பித்தன.

அம்மா அவரை எவ்வளவோ நிலைப்படுத்த முயன்றாள்.

ஒருதடவை குடிக்கிற இடத்தில் யாரோ அவரை அடித்து விட்டார்கள். நினைவின்றிக் கிடந்தவரை யாரோ தூக்கி வந்து வீட்டு முற்றத்தில் போட்டார்கள். 'ஏய் குட்டி, இதோ உண்ட பர்த்தாவு. பொறுக்கிக்கோ.'

அவர் உடம்பெல்லாம் அடிபட்டிருந்தது. சட்டையெல்லாம் சிறுநீர் நாற்றம். முகம் கன்றிப்போயிருந்தது. அப்பாவை

அப்படியே கிணற்றடிக்குக் கூட்டிப்போய் நாராயணன் குட்டி உதவியுடன் அம்மை குளிப்பாட்டி வீட்டுக்குள் தூக்கிப் போனாள். எல்லாவற்றையும் வாசலில் அமர்ந்து பார்த்துக் கொண்டிருந்த பெரியப்பாவின் கண்களை அப்பா ஒரு கணம் பார்த்து அதிர்ந்து மீண்டார். பெரியப்பா சரேலென்று எழுந்து 'தூ' என்று காறித் துப்பியவாறு உள்ளே போனார்.

கிருஷ்ணன்

அன்றிரவு உள் அறையில் அப்பா வலி தாங்காது முனகிக் கொண்டே இருந்தார். அவன் அந்த முனகலைக் கேட்டவாறே படுத்துக்கொண்டிருந்தான். அடிபட்ட ஒரு மிருகத்தின் முனகல்போல் இருந்தது அது. மெல்ல அதைக் கேட்டவாறே அவன் தூங்கிப்போனான். நடுவில் எப்போதோ விழித்த போது கட்டிலில் அப்பா படுத்திருப்பதும் அம்மா அவர் கால்களை அழுதவண்ணம் முத்தமிட்டுக் கொண்டிருப்பதும் பூ விளக்கு வெளிச்சத்தில் மெலிதாய்த் தெரிந்தது. அவர் தனது நடுங்கும் கைகளால் அவள் தலையை வருடியவாறே தாழ்ந்த குரலில் ஏதோ சொல்லிக்கொண்டிருந்தார். அவர்களிடையே அந்தரங்கமான தருணம் என அதைத்தான் அவன் சொல்வான். ஏனோ கண்ணீர் கசிய அவன் அதை அங்கிருந்தவாறே பார்த்துக்கொண்டிருந்தான்.

அதற்கு அடுத்த வாரம்தான் அப்பா திடீரென்று காணாமல் போனார். வழக்கம்போல ஒரு நாள் ஹோட்டலுக்குப் போகிறேன் என்று சொல்லிப் போனவர் வரவே இல்லை. நாராயணன் குட்டி எங்கெங்கோ தேடிப் பார்த்தான். ஹோட்டல் ஸ்தம்பித்து நின்றுபோனது. நாராயணன் குட்டிக்கு அதன் காரியங்கள் பிடிபடவில்லை. அதில் வேலை பார்த்துக் கொண்டிருந்தவர்கள் அப்பாவைப் பெரிதாக மதிக்கவில்லை என்று ஒருநாள் மனம் வருந்திச் சொன்னான். அவர்கள் அவரைத் தொடர்ந்து ஏமாற்றிவந்திருக்கிறார்கள். ஓநாய்க் கூட்டத்துக்கு நடுவே ஓர் ஆடுபோல அவர் இருந்து வந்திருக்கிறார் என்று அவன் சொன்னான். அம்மா அதை உதடு துடிக்கக் கேட்டவாறு அமர்ந்திருந்தாள். ஒரு பலவீன மான தருணத்தில் அம்மா முதன்முறையாக பெரியப்பா வீட்டுப் படியேறி அப்பாவைக் கண்டுபிடித்துத் தரும்படிக் கேட்டாள்.

பெரியப்பா இகழ்ச்சியுடன், 'அவனொரு பொட்டன். தானா திரிச்சி வருவான்' என்றார். பிறகு திரும்பி, 'அவனுக்கு நின்னை வச்சு ஜீவிக்கத் தெரியலை. பட்டி கையில கிட்டின தெங்குபோல. வரெல்லிங்கில் பூர்வ புண்யம்னு விடு. உன்னிட ஜீவிதத்தை ஓர்த்து கரயண்டாம். இவிட ஆள் உண்டு.'

அம்மா விடுவிடுவென்று ஓடி வந்துவிட்டாள். அன்றிரவு முழுவதும் அவள் உடல் அதிர்ந்துகொண்டே இருந்தது.

நாராயணன் குட்டி மிக அரிதாகக் கோபமடைந்து, 'ஏட்டத்தி, அவிட ஏன் போய் நின்னது? அவனொரு மனுசனே அல்ல. என்னிடம் ஒரு வார்த்தை மிண்டாமே. ச்சே! ஏட்டத்திக்குத் தன்னோட சுயம் மனசிலாகணும். தேவ ஸ்திரீகள் ஒருபோதும் இன்னொரு கால் சென்னு தாழறது' என்று கத்தினான்.

அதன்பிறகு பெரியப்பாவின் போக்கில் ஒரு மாற்றம் ஏற்பட்டது. முன்பு இல்லாதவகையில் அவர் அம்மாவை வழியில் காணும்போதெல்லாம் பேச முயன்றார். ஒரு தடவை கிருஷ்ணனை அழைத்து, 'இந்தா உன்னோட அம்மைக்க நாட்டில இருந்து லாலா பலகாரம். அவ கிட்டே கொடு' என்று கொடுத்தார். அம்மை அதைத் தூர எறிந்துவிட்டாள்.

ஒருநாள் இரவு. ஆடி மழை அடைக்கப் பெய்து கொண்டிருந்தது. குளிர் ஒரு ரகசியம்போல எல்லாவற்றையும் போர்த்தியிருந்தது. நாராயணன் குட்டி மார்த்தாண்டத்தில் ஹோட்டலிலேயே தங்கிவிட்டான். அம்மா கொஞ்சநேரம் தணிந்த குரலில் தேவாரம் படித்துக்கொண்டிருந்தாள். அந்த ஒலி குளிரைக் குறைப்பதுபோல ஒரு பிரமை ஏற்பட்டது. பிறகு விளக்கின் திரியைக் குறைத்துவிட்டு அவனருகில் வந்து படுத்தாள். அவள் உடம்பிலிருந்து நாகலிங்கப் பூவின் வாசம் அடித்தது. 'இந்தப் பூவை இனித் தொடாதேம்மா' என்றான். 'ஏம்டா? இந்த வாசனை பிடிக்கலையா? நல்ல வாசம்டா.' 'இல்லே, ராத்திரி எல்லாம் ஆத்துல இருந்து ஏறி பாம்பு பாம்பா வீட்டுக்குள்ள வருகிற மாதிரி கனவில வருது.' அவள், 'ச்சீ. உனது கற்பனையும் நீயும். தூங்கு' என்று அவனை அணைத்துக்கொண்டாள்.

மரக் கூரையின்மீது மழை தட்டும் ஓசையைக் கேட்டவாறே அவர்கள் கண்மூடும் நேரத்தில் முன்கதவின் வளையத்தை

யாரோ இழுத்துத் தட்டும் ஓசை கேட்டது. அம்மா அலுப்புடன் எழுந்து, 'நாராயணன் குட்டியா இருக்கும். காபிப் பொடி வாங்கித்தரச் சொல்லிக் கேட்டிருந்தேன். காலைல காபி இல்லேன்னா தலை வலிக்குது. வாங்கிட்டு வந்திருப்பார். ஆமா இந்நேரம் வண்டி ஏது?' என்று ஒரு பூவிளக்கை ஏற்றிக்கொண்டு போனாள்.

கிருஷ்ணன் படுக்கையில் கிடந்தவாறே மழை பொழியும் நடுமுற்றத்தைச் சுற்றிக்கொண்டு அம்மா போய் ஒரு கையில் விளக்குடன் கதவைத் திறப்பதைப் பார்த்தான். ஒருநிமிடம் அவள் கண்களில் திகைப்புடன் பின்வாங்குவதைப் பார்த்தான். பிறகு சட்டென்று கதவை அடைத்து அடி தண்டாவைப் போடுவதைப் பார்த்தான். அம்மா திரும்பி அவனை நோக்கி ஏறக்குறைய ஓடி வந்தாள். கிருஷ்ணன் எழுந்து என்ன என்றதற்கு அம்மா பதில் சொல்லவில்லை. 'கிருஷ்ணா, இன்னிக்கு நீ தூங்கக்கூடாது, சரியா?' என்றாள். பிறகு அப்படியே சரிந்து உட்கார்ந்து முழங்கால்களைக் கட்டிக் கொண்டாள். அவள் உடல் அதிர்வதிலிருந்து அவள் அழுகிறாள் என்று தெரிந்தது.

கிருஷ்ணன் எழுந்து சற்றே சுற்றிப் பக்கவாட்டு அறைக்குப் போய் சாவித் துளை வழியே வெளியே பார்த்தான். தாழ்வாரத்தில் பெரியப்பா தனது காக்கி ட்ரவுசரும் முண்டா பனியனுமாக உலவிக்கொண்டிருந்தார். அவர் கண்கள் சிவந்திருந்தன. பீடியை இழுத்து இழுத்துப் புகைத்துக் கொண்டிருந்தார். சற்று நேரத்துக்கு ஒரு தடவை திரும்பி வந்து கதவு நாராங்கியை எழுப்பித் தட்டிக்கொண்டிருந்தார். மழை அடித்துப் பெய்துகொண்டிருந்தது. கிருஷ்ணன் திரும்பி வந்து சற்று நேரம் அம்மாவையே பார்த்துக்கொண்டிருந் தான். இப்போது அவள் உடம்பிலிருந்து நாகலிங்கப் பூவின் மணம் அதிகமாக எழும்பிவருவதுபோல் இருந்தது. ஏனோ அந்த மணம்தான் எல்லாப் பிரச்சினைகளுக்கும் காரணம் என்று தோன்றியது. அந்தப் பூவின் அபாரமான நெடி பாம்பு களை இழுத்துவரும் என்று நாராயணன் குட்டி சொல்வதுண்டு. எதோ நினைத்தாற்போல் பூஜை அறைக்குச் சென்று அந்தப் பூவை எடுத்துக் கொண்டுபோய் நடுமுற்றத்தில் விழுந்து கொண்டிருந்த மழைத் தண்ணீரில் விட்டான். அது சுழித்துக்

கொண்டு மடை வழியாக வெளியே போனது. பிறகு மறுபடியும் சாவித்துளை வழியே வெளியே பார்த்தான். பெரியப்பா போயிருந்தார்.

ஒரு மாதம் கழித்து அப்பாவை யாரோ குருவாயூரில் யானைத் தாவளத்தில் யானைப் பாகர்களுக்கு எடுபிடி வேலை செய்துகொண்டிருப்பதாகச் சொல்ல, நாராயணன் குட்டி போய் அழைத்துவந்தான். வரும்போதே அவர் போதையில் தான் வந்தார். வரும்போதே, 'இடத்தோட்டு வலத்தோட்டு கால் குத்தி இரி, எழி' என்று உரக்கப் பிதற்றிக்கொண்டே வந்தார். எல்லாம் யானைகளைப் பழக்கும் சொற்கள் என்று நாராயணன் குட்டி சொன்னான்.

நாராயணன் குட்டி அவரை ஏறக்குறையத் தூக்கிக்கொண்டு வந்தான். சரியாக வாசல் ஏறும்போது பெரியப்பா டூட்டிக்குப் போவதற்காய் வெளியே வந்தார். அப்பாவைப் பார்த்ததும் நின்று ஒரு கணம், 'எடே, இப்போ இங்கோட்டு வந்ததன்ன? பொண்டாட்டி குன்னைக்க மணம் ஓர்மை வந்தோ?' என்றார். அப்பாவின் கண்கள் மிக அபூர்வமாய் எழுந்து அவரை நோக்கின. ஒருவேளை உள்ளிறங்கி இருந்த மதுவாய் இருக்கக் கூடும். சட்டென்று சன்னதம் வந்ததுபோல 'இடத்தோட்டு' என்று கத்தினார். 'பின்னோட்டு!' பெரியப்பா ஒருகணம் அஞ்சிப் பின்வாங்குவதை கிருஷ்ணன் கண்டான். அப்பாவுக்குப் பெரியப்பா அஞ்சிய ஒரே தருணம்.

அதன்பிறகு அப்பா அடிக்கடி காணாமல் போவதும் பின் வருவதுமாக இருந்தார்.

●

ஆட்டோ சத்தம் கேட்டு வீட்டினுள்ளிருந்து வெளுத்து மெலிந்த ஓர் அம்மா வந்தார். மலையாள சேலையும் நெற்றியில் நீறும் அணிந்திருந்தார். 'கிருஷ்ணன் அல்லே? வரு.'

கிருஷ்ணன் தயங்கினான். அவர் புன்னகைத்து, 'நான் வலியம்மை. நீ என்னைப் பார்த்ததில்லை' என்றார்.

கிருஷ்ணன் குழம்பினான்.

இது எந்த வலியம்மை?

அவள் புரிந்துகொண்டதுபோல உள்ளே பார்த்து, 'கேசவா' என்றார்.

கேசவன் உள்ளிருந்து முகத்தைத் துடைத்துக்கொண்டே வந்து, 'ஹா. வரணும் வரணும்' என்றார். பிறகு தாழ்ந்த குரலில், 'உங்க பழைய வீட்டைச் சுத்தம் பண்ணி வச்சிருக்கேன். அங்கே தங்கலாமா? அல்லது... தொட்டு அடுத்து என்னோட வீடு. அங்கே தங்கலாமா?'

லலிதா பழைய வீட்டில் தங்க விரும்பவில்லை என்பதைக் கையைப் பிடித்து இழுத்து உணர்த்தினாள்.

கிருஷ்ணனுக்குமே அது தயக்கமாய் இருந்தது.

கேசவனின் பழைய வீடு திருத்தப்பட்டு நவீனமாக்கப் பட்டிருந்தது. வாசற்படியின்மீது பெரிய புன்னகையுடன் நாராயணன் குட்டியின் போட்டோ இருந்தது. கிருஷ்ணன் அதன் முன்பு சற்று நேரம் நின்றான். கேசவன் பின்னால் வந்து 'ஓர்மைகள் மரிக்குமோ' என்று பாடினார் மெல்லிதாக. அதற்குள் கேசவன் குட்டியின் மனைவி வந்து, 'வரணும்' என்று லலிதாவின் கையைப் பிடித்து இழுத்துப் போனாள்.

அவர்களுக்குத் தனி அறை தரப்பட்டது. விஜய் வழக்கத்தை விட அமைதியாக இருந்தான். அதுவே பயமாக இருந்தது. அவனுக்குப் பெரிய உடல்கேடுகள் வருவதற்கு முன்பெல்லாம் அப்படித்தான் இருப்பான். அவனைக் கிடத்திவிட்டு லலிதா கிட்ட வந்து, 'என்ன ரொம்ப அமைதியாகிட்டீங்க. கவலைப் படாதீங்க. எல்லாம் சரியாயிடும். அதான் வைத்தியர் சொல்றாரே. சீக்கிரமா இந்தச் சொத்து விவகாரமும் முடிஞ்சிட்டா நமக்கு என்ன கவலை?'

கிருஷ்ணன் ஒன்றுமில்லை என்று தலை அசைத்தான். அவன் மனம் அவள் சொல்லும் விபரங்களிலேயே இல்லை. ஊருக்கு வந்ததும் சட்டென்று அம்மாவின் எண்ணங்கள் நீரில் அழுத்தப்பட்ட பந்து மீண்டும் மேலே வருவதுபோல வரத் தொடங்கியிருந்தன. அது அவனுக்கு மிகுந்த அசௌகரி யத்தைத் தந்தது. பெரியப்பாவின் கண்களில் இன்னமும் தெரிந்த விலகல் அச்சமூட்டியது.

என்ன நடக்கிறது இங்கே? நான் இங்கு என்ன செய்கிறேன்?

இரவு உணவு முடிந்ததும் கேசவன் அறைக்கு வந்து, 'கொஞ்சம் வெளியே போகலாமா?' என்றார்.

நான்

இரவு ஒரு பெரிய பனித்திரைபோல பூமியின்மீது இறங்கியிருந்தது. இவ்வளவு குளிர் அனுபவித்து நாளாயிற்று. கர்க்கடக மாசத்தில் இந்தப் பகுதிகளில் மழைக் குளிர் தலையைத் துளைத்துக்கொண்டு இறங்கும். ஓடும் மரமும் ஓடும் அந்த வீடு மட்டப்பா போட்ட மற்ற வீடுகளைவிடக் குளிருக்கும் வெயிலுக்கும் இதமாகவே இருக்கும். எனினும் குளிர் இருக்கத்தான் செய்யும். அய்மா ஆடிக் கஞ்சி என்று தினமும் ஒன்று தருவாள். தொற்று நோய்கள் தீண்டாதிருக்க வழக்கம். 'இப்போ இங்கேயும் எல்லோரும் ஓட்ஸ் கஞ்சிதான்' என்று சிரித்தார் கேசவன்.

சுவர்க் கோழிகள் கூட்டு சேர்ந்துகொண்டு ஒரு பெரிய ஃபிலார்மொனிக் குழுபோல இசைத்துக்கொண்டிருந்தன. எங்கோ ஒரு பூ மிக அண்மையில் பூத்திருந்தது. 'கேசவன் மூச்சை இழுத்துக்கொண்டு 'நிஷாகந்தி!' என்றார். பிறகு அவர் சுருக்கமான சொற்களால் பெரியப்பாவின் வாழ்க்கையைப் பற்றிச் சொன்னார். உம் கொட்டியவாறே கதை கேட்கும் குழந்தைகள்போல சீரிகைப் பூச்சிகளின் சத்தம் மட்டும் விட்டுவிட்டு எங்களைத் தொடர்ந்தது.

நாங்கள் போனபிறகு பெரியப்பா அருமனையிலிருந்து இப்போது இருக்கும் வலியம்மையைக் கட்டிக்கொண்டார். அவர்களுக்கு ஒரு பெண் பிறந்தாள். வத்சலா என்று அழைக்கப்பட்ட அந்த வத்சு எனது அம்மையின் சிறு அச்சு என்று கேசவன் சொன்னார். நான் திடுக்கிட்டு 'அது எப்படிச் சாத்தியம்?' என்றேன். 'எனது அம்மாவை நீங்கள் கண்டிருக்க வாய்ப்பே இல்லை.'

கேசவன் சிரித்து, 'எனது அப்பா உங்கள் அம்மையைச் சொல்லிச் சொல்லி எங்களைப் பார்க்க வைத்திருக்கிறார்' என்றார்.

எனக்கு அந்த அவதானம் சற்று அசூயை அளித்தது. சம்பந்தமே இல்லாது ஏதோ உளறுகிறார் என்று நினைத்தேன்.

நாராயணன் குட்டியின் மனைவி நான் பிறப்பதற்கு முன்பே அவள் தாயின் ஊருக்குப் போய்விட்டாள். குட்டி அம்மையை ஏறக்குறைய ஆராதிப்பதுபோல நடந்துகொண்டது அவளுக்குப் பிடிக்கவில்லை என்று கேள்வி. சண்டை என்றில்லை. மாதத்துக்கு ஒருமுறை குட்டி அங்கு சென்று அவர்களின் கைக் கார்யத்துக்குக் காசு கொடுத்துவிட்டு வருவார். அம்மை அவர்களைப் பற்றி அவ்வப்போது விசாரிப்பதை நான் கேட்டிருக்கிறேன். ஒருதடவை அம்மா குட்டியிடம், 'குட்டி போய்க் குடும்பத்தோட இருக்கணும்' என்றதற்கு அவர் ஒன்றுமே சொல்லவில்லை. கேசவனை நான் பார்த்த நினைவே இல்லை. அவர் என்று அம்மையைக் கண்டார் என்பதும் சந்தேகமாகவே இருந்தது. ஆனால் அவர் எதனால் இருவரையும் சம்பந்தப்படுத்திக்கொண்டார் என்று தெரிந்தபொழுது நடுங்கிப் போனேன்.

வத்சலா இருக்கும் இடம் எல்லாம் ஒளி இருந்தது. காலை வெயிலில் பொலியும் மலர்போலவே அவள் எப்போதும் இருந்தாள். நாராயணன் குட்டி மட்டுமல்ல, அந்த வீட்டுக்கு வருகிற எல்லோருமே அவள் அவளது கொச்சம்மையைப் போல இருப்பதாகச் சொன்னார்கள். 'அனந்தராமன் அதை விரும்பவில்லை. ஒரு தடவை அவ்விதம் சொன்ன ஒரு கூடைக்காரியை மிகக் கடுமையாகக் கண்டித்தார். 'அப்படியே ஆசாரிக்க தீயில இட்ட சொர்ணம் மாதிரில்லா மின்னுறா' என்பார் அப்பா. 'அப்பா அவளுக்க பூசாரியாவும் ஆகிப் போனார்' என்றார் கேசவன். 'ஆனா அப்பா சொன்னதில உண்மை உண்டும். அவ மனுசப் பெண்ணே இல்லை. என்னைவிடப் பத்து வயசு கிட்ட சின்னவ அவ. ஆனா என்னால அவ கண்ணைப் பார்க்கவே முடிஞ்சதில்லை. நான் கொஞ்சம் தமிழ் படிச்சிருக்கேன். சிலப்பதிகாரம் படிச்சப்ப வத்சலாவுக்குக் கொஞ்சம் கண்ணகிக்க சாயல் உண்டுன்னு தோணிருக்கு. உங்க அம்மைக்கும் அந்த சாயல் உண்டும்பார் அப்பா. கண்ணகியோட கண்ணு. பதிமூணு வயசில கோவலனோட கல்யாணம் ஆகிப்போற அன்னிக்கு இருந்த கண்ணு. ரொம்பச் சுத்தமான ஒரு பொருள் அவ, நாம அழுக்குத் துணி அப்படிங்கிற மாதிரி. ஒரு தடவை, ஒரே ஒரு தடவை அவளோட வெறும் தோளைப் பார்த்தேன். உயிர்

போறாப்ல ஆயிடுச்சு. பரிசுத்த நிர்வாணம். சொன்னாச் சிரிப்பா இருக்கும் உனக்கு. எனக்குக் காய்ச்சல் வந்திடுச்சு.'

உண்மையிலேயே நான் சிரித்தேன். 'நெசம்மாவே உங்க அப்பாவோட புள்ளதான் நீங்க.'

'வத்சு பிறந்தப்புறம் அனந்தராமனே ஒரு பூசாரியாப் போனார், தெரியுமா? அவர் மூஞ்சில எப்பவுமே இருக்கற இளக்காரம், ஆங்காரம் எல்லாம் போயிடுச்சு. ஒரு கர்வச் சிரிப்புதான் இருந்தது இப்போ. எங்களுக்கு எல்லாம் ஆத்தாமையாக்கூட இருந்தது. இந்தாளுக்கு இப்படி ஒரு பொண்ணா? கோட்டி நாய் கையல கிடைச்ச பொருள் போல...' என்றார். 'ஆனா பாரு, தெங்கு எப்பவுயே நாய்ங்க கையிலத்தான் கிடைக்குது. அதுவும் கோட்டி நாயிங்க கையில. அது எதுவும் விதியோ என்னவோ. வத்சலா வளர்ந்து பெரிசாகி அருமனை ஸ்கூலுக்குப் போனா. அவ வயசுக்கு வந்த அன்னிக்கு இங்க ஒரு பெரிய உத்சவமே நடத்தினாரு உங்க பெரியப்பா. வழக்கமா இங்கே அப்படிப் பண்றதில்லை. அது ஒரு பாண்டிப் பழக்கம். இருந்தாலும் அனந்தராமன் அதைப் பண்ணார். வத்சலாவுக்கு படிப்பு அவ்வளவு சரியா வரலை. எல்லாத்திலயும் ஆவரேஜ்தான். ஆனா மத்த விசயங்கள்ல சுட்டி. அவளுக்கு விளையாட்டுலகூட ஆர்வம் இருந்தது. ஒருபக்கம் முழுப் பெண்மை. இன்னொரு பக்கம் கொஞ்சம் அச்சுறுத்தும் பௌருஷம். ரெண்டுமே அவகிட்டே இருந்தது. அவளுக்குக் கோபம் வரும்போது கண்ணு லேசாக விரிஞ்சு தாடை சதுரமாகும்போது கொடுங்களூர் பகவதி மாதிரிதான் இருக்கும். நீ கொடுங்களூர் போயிருக்கியா?'

நான் போகலை என்று தலையசைத்தேன். 'போகணும்' என்றார். பிறகு நின்று பையிலிருந்து எடுத்து எதையோ வாயில் போட்டு அதக்கிக்கொண்டார். புகையிலை. எனக்குச் சட்டென்று நாராயணன் குட்டியின் நினைவு வந்தது. அவரும் புகையிலை போடுவார். கும்பகோணம் புகையிலை. அதன் பன்னீர் வாசனை சட்டென்று என்னை அமைதி இழக்க வைத்தது. 'எனக்கு ரொம்ப டயர்டா இருக்கு சார்' என்றேன்.

அவர் நின்று, 'அப்போ போயிடலாமா? நாளைக்குப் பேசிக்கலாம். மறந்தே போயிட்டேன். ரொம்ப தூரப் பிரயாணம்.'

திரும்பும்போதுதான் நான் அந்த இடத்தைக் கவனித்தேன். ஆலமூடு. அம்மை என்னை, நான் அம்மையைக் கடைசியாகப் பார்த்த இடம்.

சீரிகைப் பூச்சிகள் எங்களைத் தொடர்வதை நிறுத்தியிருந்தன.

ஆலமரத்தின் விழுதுகள் மெல்ல அசைந்து எங்களைத் தொடுவதுபோல நீண்டன. முதுகு சொடுக்கியது. நான் சற்றே பதட்டத்துடன், 'போவோம்' என்றேன்.

நாங்கள் திரும்பி வீட்டுக்கு வந்தோம். கேசவனின் மனைவி, நிஷாகந்தியின் மணத்தோடு புன்னகைத்தவாறே வந்து கதவைத் திறந்தாள். 'அவங்க எப்பவோ உறங்கியாச்சு.'

எனக்கு ஒரு கணம் பொறாமை அடிவயிற்றிலிருந்து ஒரு கேவல்போல எழுந்தது. எவ்வளவு நிம்மதியான நிதானமான வாழ்க்கை இவர்களுடையது. பூசாரிகளின் வாழ்க்கை. தொழுபவர்களின் வாழ்க்கை. அவர்கள் தொழுகிற தெய்வங்களின் வாழ்க்கை எவ்வளவு தனிமையானது, உக்கிரமானது, அலைக்கழிப்புக்கு உள்ளானது என்று அவர்கள் அறிவார்களா?

அறையில் கொசு வலைக்குள்ளே விஜயும் லலிதாவும் உறங்கிக்கொண்டிருந்தார்கள். சத்தம் கேட்டு அவள் ஒரு கண்ணை மட்டும் சுருக்கித் திறந்து, 'இந்த பேனை ஆப் பண்ணிடுங்க. ஜன்னலையும் சாத்துங்க. எப்படி குளிருது இங்கே! தவிர எதோ கடுமையான ஒரு நெடி அடிக்குது இங்கே.'

எனக்கு எந்த நெடியும் அடிக்கவில்லை.

விஜயின் நெஞ்சு பெரிய சத்தத்தோடு எழுந்து எழுந்து தாழ்ந்துகொண்டிருந்தது. அவனுக்கு வீங்கிய இதயமும்கூட இருந்தது. ஆகவே ஒவ்வொரு மூச்சும் அவனுக்கு ஒரு பிரயாசைதான். இவனுக்கு எப்படி குணமாகக் கூடும்?

'விசுவாசம் வேணும், விசுவாசக் குறைவு பாவம்' என்று வைத்தியர் மகன் சொன்னது நினைவு வந்தது.

ஒரு கணம், அவன் சீக்கிரமே இறந்துவிட்டால் நல்லது என்று தீவிரமாகத் தோன்றியது. நான் அந்த எண்ணத்தின் சுயநலத்தை, கொடூரத்தை எண்ணித் திடுக்கிட்டேன். மனம் கசந்தது.

பெருமூச்சுடன் ஜன்னல் பக்கம் போனேன். நிலவொளியில் எனது வீடும் பெரியப்பாவின் வீடும் உறைந்த ஓவியங்கள் போலத் தெரிந்தன. முனைகளில் பனி சொட்டும் ஓவியங்கள். ஒரு பெரிய மௌனம். யாரோ சக்கரத்தை நிறுத்திவிட்டாற் போல. யாரோ நான் எதோ பேச எதுவோ செய்யக் காத்திருந்தாற்போல.

நான் திரும்பவந்து விஜயை முத்தமிட்டுவிட்டு படுக்கையில் படுத்தேன். எழுந்தபோது மறுநாள் உச்சி ஆகியிருந்தது.

வீட்டில் யாரையும் காணவில்லை. மது உண்டவன்போல உறங்கியிருக்கிறேன். தள்ளாடி, அவிழ்ந்துகிடந்த வேஷ்டியை முடிந்துகொண்டு வெளியே வந்தேன். பின்னால் தோட்டத்தில் சத்தம் கேட்டது. அருவிபோலப் பொழியும் ஒளியில் கேசவன் எதையோ கொத்திக்கொண்டிருந்தார். சத்தம் கேட்டு நிமிர்ந்து பார்த்து, 'ஹ, முழிச்சோ?' என்றார். 'அவங்க எல்லோரும் கோயில் போயிருக்காங்க. இன்னிக்கு ஆடி ஒடுக்கத்து வெள்ளி விசேசமா இருக்கும்' என்றார். 'உங்க வலியம்மையோட...'

நான் தயங்கி, 'பெரியப்பா கோயிலுக்குப் போறதில்லையா?'

கேசவன் சிரித்து, 'அது ஒரு யட்சி கோவில். அவர் கிட்ட நெருங்க மாட்டார்' என்றார். 'நான் நேத்து கதை முழுசாச் சொல்லலே இல்லியா... அது இருக்கட்டும். நீ போய் பல்லு விளக்கி வா. நல்ல ஒன்னாம்தரம் கேரளத்துச் சாயா தராம்.'

அடுப்பு மூட்டி அவரே ஒரு பெரிய போணியில் சாயா போட்டு எடுத்து வந்தார். உடம்பைத் துடைத்துக்கொண்டே, 'வல்லாத விசர்ப்பு. இன்னிக்கும் மழை உண்டுன்னு தோணுது.'

சாயா உண்மையிலே நன்றாக இருந்தது.

பிறகு அவர் வத்சலாவின் மீதி சரித்திரத்தைச் சொன்னார்.

வத்சலா அருமனை மேனேஜ்மென்ட் பள்ளியில் படித்தாள். படிப்பு சுமார்தான். ஆனால் பள்ளி சார்பாக நிறைய விளையாட்டுப் போட்டிகளில் கலந்துகொண்டாள். தடகளம், கோக்கோ இரண்டிலுமே அவள் பிரகாசித்தாள். அனந்தராமனுக்கு அவளது விளையாட்டு ஆர்வங்கள்மீது கர்வம் இருந்தது. 'பாண்டி ஸ்திரீ அல்ல என் பெண். அவளுக்கு நட்டல் எலும்புண்டு. அவளை நான் போலீஸிலோ ராணுவத்திலோ சேர்ப்பேன்' என்று சொல்லிக்கொண்டிருந்தார். நிறைய கோக்கோ போட்டிகளுக்கு அவளைக் காணவென்றே அவர் போயிருக்கிறார். அந்த மாதிரி ஒரு போட்டியில்தான் வத்சலா அந்த காணிப் பையனைச் சந்தித்திருக்கவேண்டும். அவன் அவள் பள்ளியில் படிக்கவில்லை. பெரும்பாலும் நாயர்களும் வெள்ளாளர்களும் மட்டுமே படிக்கிற பள்ளி அது. பத்து காணியில் அவர்களுக்கு என்றே ஒரு சிறப்புப் பள்ளி இருந்தது. அதிலிருந்து வந்த பையன். நான் அவனை ஒரே ஒருமுறை பார்த்திருக்கிறேன். வத்சலாவுக்கு நேர் எதிர் நிறம். எண்ணெய்க் கருப்பு. கண்ணின் வெள்ளைகள் மட்டுமே சங்கு வெள்ளை. ஆனால் மார்புப் படங்கள் விரிந்து தட்டையாக எழுதியதுபோல இருந்தது. பெரிய உயரம் இல்லை. முக லட்சணமும்கூட இல்லை. மாடன் சாமிமாதிரி மாட்டுச் சாயல் கொண்ட ஒரு முகம்.

வத்சலா அவனிடம் என்ன கண்டாள் என்று தெரியவில்லை. காணிகள் மந்திரவாதத்தில் பேர் பெற்றவர்கள். அவன் அவளை ஏதோ இடுமருந்து தின்னக் கொடுத்து மயக்கிவிட்டான் என்று சொன்னார்கள். எனக்கு விசுவாசம் இல்லை. ஸ்திரிகளின் மனம் பற்றிச் சொல்ல முடியாது. அவர்கள் எதன்மீது படருவார்கள் என்று சொல்ல முடியாது. வெகு சீக்கிரமே அவர்கள் பழக்கம் பள்ளி முழுவதும் பேசப்படும் காதல் காவியம் ஆகிவிட்டது. பள்ளியிலிருந்து தப்பித்து அவள் அவனுடன் வனப் பகுதிகளில் உலவுவதாகச் சொன்னார்கள். ஒருதடவை அவர்கள் இருவரும் ஆடையின்றி சுனையூற்று ஒன்றில் குளித்துக்கொண்டிருந்த தாகக் கிழங்கு கொண்டுவருகிற கிழவி வந்து சொன்னாள்.

அப்போது அனந்தராமன் தூத்துக்குடியில் இருந்தார். அடிக்கடி ஊருக்கு வரமுடியாத பணி நெருக்கடி. வலியம்மை வாசல் விட்டு வெளியே இறங்காதவள். ஆகவே ஆரம்பத்தி லேயே தடுக்க முடியவில்லை. மேலும், விஷயம் தெரிந்தால் அவர் என்ன செய்வாரோ என்ற அச்சத்தில் யாரும் சொல்லத் துணியவில்லை. ஆனால் பள்ளி நேரத்தில் வத்சலாவும் அவனும் பேச்சிப்பாறை அணையில் சுற்றுவதை நேரில் பார்த்துவிட்டு பள்ளித் தாளாளர் அனந்தராமனிடம் சொல்லிவிட்டார். அவர் அனந்தராமனின் நண்பர்.

அனந்தராமன் அவரிடம் ஒன்றும் சொல்லவில்லை. வீட்டிற்கு வந்த அவளிடம் விசாரித்தார் வத்சலா பயப்பட வில்லை. ஆம் என்று நெஞ்சு நிமிர்ந்து சொன்னாள். தான் அவனுடன் அவன் வசிக்கும் மலைக் காட்டில் வசிக்கப் போவதாகச் சொன்னாள். அனந்தராமன் ஒன்றும் சொல்ல வில்லை. அவளைப் பள்ளிக்குப் போகவேண்டாம் என்று இல்செறித்து வைத்தார். வத்சலா அமைதியாகவே இருந்தாள். அந்த நாட்களில் ஒருநாள் அறையில் அவள் பாட்டு பாடிக் கொண்டிருப்பதைக்கூடக் கேட்டிருக்கிறேன். காணிகள் பாடும் மலைப்பாட்டு.

மூன்றாம் நாள் இரவில் அந்தப் பையன் அவளைத் தேடி வீட்டுக்கே வந்துவிட்டான். நள்ளிரவில் சிறுநீர் கழிக்க எழுந்த அனந்தராமன் மகள் அறையில் சத்தம் கேட்டு உள்ளே போனார். அங்கே அவள் படுக்கையில் அந்தக் காணிப் பையன் இருந்தான். அனந்தராமன் வெறி பிடித்ததுபோல ஆகிவிட்டார். அவனைக் கட்டிவைத்து அடி அடி என்று அடித்தார். யார் சொல்லியும் கேட்கவில்லை. வத்சலா குறுக்கே விழுந்து பார்த்தாள். அவளை இழுத்துத் தள்ளிவிட்டு மறுபடி மறுபடி அவன் ரத்தம் கக்கும்வரை அடித்தார். யாராலும் அவரைக் கட்டுப்படுத்த முடியவில்லை. ஒரு கட்டத்தில் உள்ளிருந்து துப்பாக்கியை எடுத்துவந்து அவனைச் சுட ஆயத்தமானார். சுட்டிருப்பார். வத்சலா மட்டும் அதைச் செய்திருக்காவிடில்' என்று நிறுத்திவிட்டு என்னைப் பார்த்தார்.

நான், 'அவள் என்ன செய்தாள்?' என்பதுபோல அவரைப் பார்த்தேன்.

அவர் என் கண்களைப் பார்க்காமல் விலகி, 'நான் அதைப் பார்த்தேன். அந்தக் காட்சி எனக்கு நன்றாக நினைவில் இருக்கிறது. அனந்தராமன் துப்பாக்கியை லோட் செய்து கொண்டிருக்க – வத்சலா சட்டென்று விலகி உள்ளே போனாள். இரண்டே நிமிடம் திகுதிகுவென்று எரிகிற சொக்கப்பனை போல நடந்து வெளியே வந்தாள். ஆமாம். நிதானமாக நடந்துவந்து அனந்தராமனின் குறுக்கே வந்து நின்றாள். ஒரு எரிகிற யட்சியைபோல. 'ஐயோ!' என்று அவர் கண்களை மூடிக்கொண்டார்.

'அந்தக் காட்சியை நான் சாகும்வரை மறக்கமாட்டேன். படபடவென்று அவள் எலும்புகள் வெடிக்கிற ஓசைகூட எனக்குக் கேட்டது. மெழுகு உருகுவதுபோல அவள் ஊன் உருகி சொத் சொத் என்ற சத்தத்துடன் அவள் காலடியில் விழ விழ அவள் நடந்துவந்தாள். அந்தக் காட்சியை நான் எப்படி விவரிப்பேன்! ஆமாம். வத்சலா அந்தக் காணிப் பையனுக்காகத் தன்னை எரித்துக்கொண்டாள்!'

நான் அதிர்ந்துபோய் அப்படியே அமர்ந்திருந்தேன். 'இதெல்லாம் உண்மையா?'

கேசவன் மிகுந்த உணர்ச்சிவசப்பட்டிருந்தார். உடனே பேசவில்லை. கைநடுங்க தனது மடியிலிருந்து பிரித்து கொஞ்சம் புகையிலைப் போட்டுக்கொண்டார். பிறகு மெல்ல வசம் அடைந்து, 'பின்னே? உனது பெரியப்பா மிகுந்த அதிர்ச்சி அடைந்துவிட்டார். ஆனால் அப்போதுகூட அவர் உடைந்துபோகவில்லை என்றுதான் சொல்லவேண்டும். அவருடைய நட்டல் எலும்பு இன்னும் முறியவில்லை. ஊரே உறைந்துபோன சமயத்தில்கூட அடியந்திர வேலைகளை அவரே முன்நின்று செய்தார். ஆனால் அது முறிந்த தினம் வத்சலாவின் பதினாறாம் நாள் விசேசத்தில். அன்று வீடு முழுவதும் சுண்ணம் அடித்து அவளது அறையைச் சுத்தம் செய்தார்கள். அவளது படுக்கை முதற்கொண்டு பழகிய பொருட்கள் எல்லாம் எடுத்து ஆற்றில் விடப்பட்டன. அவளது பெட்டியில் இருந்த பொருட்களைச் சுத்தம் செய்த போதுதான் அந்தப் படம் அவர் கண்களில் பட்டது. அது ஒரு பழைய படம். அவளுக்கு எப்படியோ கிடைத்திருக்கிறது.

அதை ஏனோ அவள் தனது பெட்டியில் வைத்திருந்திருக்கிறாள். அதை அவர் கண்டார். அவர் நட்டல் முறிந்தது அப்போதுதான்' என்றார் அவர்.

பிறகு திரும்பி என் கண்களைப் பார்த்து, 'அது உனது அம்மாவின் படம்!' என்றார்.

இம்முறை நான் வசம் இழந்தேன். 'என்ன!' என்றேன். 'ஆம். உனது அம்மையின் படம். பொளிந்துபோன உன் வீட்டுக்குள்ளிருந்து அவள் அதைக் கண்டு எடுத்திருக்கவேண்டும். அவள் ஏன் அதை வைத்துக்கொண்டிருந்தாள் என்று இன்றுவரை எனக்குப் புரியவில்லை. அன்றிலிருந்துதான் அவருக்கு இந்த எரிவு நோய் வந்தது. பகல்களில் பிரச்சினை இல்லை. இரவானால் உடம்பெங்கும் எரியுதே என்று கத்த ஆரம்பித்துவிடுவார். இரவெல்லாம் குடம் குடமாய் அவர்மீது தண்ணீரை ஊற்றுவோம். அப்படியும் அவர் உடம்பில் கொப்புளங்கள் தோன்றிக்கொண்டே இருந்தன. எல்லா இடமும் போய்ப் பார்த்தார். எல்லா வைத்தியமும் பண்ணிப் பார்த்தார். சரியாகவில்லை. ஒருதடவை யாரோ சொல்லி, தக்கலை பக்கம் ஒரு அய்யரிடம் போய்ப் பிரஸ்னம் பார்க்கப் போனார். நானும் கூடப் போனேன். களம் வரைந்து சோழியை வீசியதுமே அய்யர் 'மகாபாவி' என்று சொல்லி எழுந்துவிட்டார். 'போகணும், நீ இப்போ இறங்கி'ன்னு அனுப்பி கதவைச் சாத்திவிட்டார்.'

நான் நடுங்கி 'ஏன்?' என்றேன். ஆனால் உண்மையில் அதற்கான பதிலை அறிந்தே இருந்தேன்.

'அனந்தராமன் காவூரிலிருந்து ஒரு மிகப் பெரிய மந்திரவாதக் குடும்பத்தைச் சேர்ந்த ஒரு சேல நம்பூதிரியைக் கொண்டுவந்தார். அவர்கள் ஒருகாலத்தில் மலபாரில் திப்பு சுல்தான் படையெடுப்பின்போது முஸ்லிமாக மாறி, திரும்ப நம்பூதிரி ஆனவர்கள். மற்ற நம்பூதிரிக்காமர் சேர்த்துக்கொள்ள மாட்டார்கள். ஆகவே அதர்வண வேதத்தில் இறங்கி மந்திரவாதத்தில் செயல் ஆனார்கள். நம்பூதிரி வந்த அன்றைக்கே கண்டுபிடித்துவிட்டார். இங்கு ரெண்டு யட்சிகள் இருக்கிறார்கள். அவர்கள் இருக்கிறவரை உன்னால் உறங்க முடியாது.'

'அவர்களைப் பிடித்துக் கட்டலாம் என்று முயற்சி செய்தார். ஒரு பெரிய ஹோம குண்டம் வளர்த்து அதற்கான வேலை களைச் செய்தார். முதலில் விக்னேச பூஜையிலேயே தடங்கல். உனது வலியம்மைக்குத் தீட்டாகிவிட்டது. இதில் ஆச்சர்யம் என்னன்னா அது அவளுக்கு வருவது நின்று ரெண்டு கொல்லம் ஆகியிருந்தது. நின்றுபோய்விட்டது என்று அவள் நினைத்திருந்தாள். ஒரு வாரம் கழித்து வருகிறேன் என்று நம்பூதிரி போனார். ஆனால் வரவே இல்லை. உறக்கத்தி லேயே மாரடைப்பு வந்து இறந்துவிட்டார். அதன்பின்பு காவூர் இல்லத்திலிருந்து யாரும் வர மறுத்துவிட்டார்கள். இறப்பதற்கு முந்தின வாரம் முழுக்க நம்பூதிரிக்கு துர்க்கனவு கள் வந்துகொண்டிருந்தன. ஒரு நாள் நிலைவிளக்கு சரிந்து விழுந்தது என்று அவர்கள் சொன்னார்கள். 'நீ போய் அந்த யட்சியின் காலில் விழுந்து அழு. அவள் உன்னை மன்னித்தால் உன் புண்ணியம்' என்று சொல்லிவிட்டார்கள். அதன்பிறகுதான் அனந்தராமனுக்குப் பயம் வந்தது. வலியம்மையின் வற்புறுத்தலும் ஒரு காரணம். வத்சலா இறந்தபின் வலியம்மை உடைந்து துரும்பாகிவிட்டாள். ஆனால் அதன்பிறகுதான் அவளுக்கு எதிர்த்துப் பேசக்கூடிய துணிவு வந்தது. ஆனால் அதுகூடக் காரணமல்ல. ஓர் இரவு உடம்பெல்லாம் எரிகிறது என்று அவர் கூப்பாடு போட்டுக் கொண்டிருந்தபோது ஜன்னலுக்கு வெளியே நின்றுகொண்டு அறைக்குள் பார்த்துக் கொண்டிருந்த உன் அம்மாவை அவள் நேரில் கண்டாள்.'

நான் 'என்ன!' என்றேன். 'என்ன!' என்று திரும்பவும் சொல்லிக் கொண்டே இருந்தேன். 'இதெல்லாம் கட்டுக்கதைகள். குற்ற உணர்வினால் விளைந்த உங்களது பிரமைகள்' என்று கத்தினேன். பிறகு குரல் நடுங்க, 'என் அம்மையைப் பற்றி உங்களுக்குத் தெரியாது. அவள் இப்படியெல்லாம் செய்யக் கூடியவள் அல்ல.'

கேசவன் சற்றுக் கோபமுற்று, 'உனக்கு என்னடே ஸ்திரீகள் பற்றித் தெரியும்? உங்கம்மை உன்னிடம் காட்டினது ஒரு அம்மைக்க முகம். அவ தன்னோட கொச்சுகிட்ட எப்பவும் காண்பிக்கிற முகம். கோவலன் ஜீவிச்சிருக்கிறவரை கண்ணகி ஒரு அனிச்சக் கொடி. அவ பின்னால பாண்டியனுக்கும் ஆசாரிக்கமார்க்கும் மதுரைக்கும் காமிச்ச முகத்தை

கோவலன்கிட்ட ஒரு நொடி காமிச்சிருந்தாலும் அவன் உயிர் தரிச்சு இருந்திருப்பானா? எல்லா ஸ்திரீகமார்க்கும் உள்ளே உள்ள முகம் அது. அந்த முகத்தை அவ ஒருபோதும் தனக்குப் பிரியமானவங்களுக்குக் காமிக்க மாட்டா... அது ஒரு நேர்க்கு அம்மைக்க நிர்வாணம். கொச்சறிய நிக்க மாட்டா.'

நான் இன்னும் நம்பாததுபோல அப்படியே நின்றிருந்தேன்.

அவர் சட்டென்று எழுந்து என் கண்களை உற்றுப்பார்த்து, 'நான் கண்டேன்னு சொன்னா நம்புவியாடே? அல்லது அதுவும் என் பிரமைன்னு சொல்வியா?'

இவர் என்ன சொல்கிறார்? அம்மை அமைதியில்லாது பேய்போலத் திரிவதாகச் சொல்கிறாரா?

அந்த எண்ணமே குமட்டி நான் அங்கேயே வாந்தி எடுத்தேன். மனம் முழவுபோல அதிர்ந்துகொண்டே இருந்தது. ஒருகணம் எல்லாப் பெண்கள்மேலும் அசூயையும் அச்சமும் எழுந்தது. ஏன் இப்படி இருக்கிறார்கள் என்றுகூடத் தோன்றியது. பெரியப்பாவின்மீது ஒருகணம் பரிவுகூடத் தோன்றியது.

அவர் புரிந்துகொண்டதுபோலச் சொன்னார். 'உன் அம்மாவை வெறுக்காதே!' என்றார். 'ஆமாம். நானும் வலியம்மையைப்போல, ஒருநாள் நிலவொளியில் ஒரு சித்திரம்போல அசையாது, கூந்தல் மட்டும் பறக்க உனது வீட்டு வாதிலில் நின்றுகொண்டிருந்த உன் அம்மையைக் கண்டேன். என்ன ஒரு சௌந்தர்யம். இப்படியொரு சௌந்தர்யத்தை மனுஷன் கண்டதில்லை என்றே சொல்வேன். மனுஷன் காணக்கூடாத சௌந்தர்யம் அது. அதைக் காண முயன்றதுதான் அனந்தராமனோட தெட்டு. நான் கண்டபோது அவள் உன்னிடம் சொல்லச் சொன்ன செய்தி இதுதான். உன் அம்மாவை வெறுக்கவேண்டாம் என்று உன்னிடம் சொல்லச் சொன்னாள். அவள்தான் உன் மகனை பரக்குன்று வைத்தியரிடம் காண்பிக்கச் சொன்னாள். உண்மையில் அவரிடமும் போய்ச் சொல்லியிருக்கிறாள். ஒருநாள் அவரே என்னிடம் கேட்டார். 'இந்த காந்திமதியம்மைக்க மகன் எங்கிருக்கான்? அவனை இங்கு கூட்டி வாருமே. அவ சொப்பனத்தில வந்து கொஞ்ச நாளா எது எதுவோ சொல்றா...' என்றார்.

நான் விதிர்த்து அவரைப் பார்த்தேன். எல்லாம் இப்போது ஒவ்வொன்றாய்ப் புரிவதுபோல இருந்தது. 'அவள்தான் உன்னுடைய பணப் பிரச்சினைகளைப் பற்றி என்னிடம் சொன்னாள். உன் சொத்து உன்னிடம் போய்ச் சேரவேண்டும் என்றும் சொன்னாள்' என்றவர் நீண்ட பெருமூச்சுவிட்டு, 'நான் உன்னை அதுக்கப்புறம்தான் தேட ஆரமிச்சேன். ரெண்டுவருஷம். உங்க அம்மை என்னைத் தூங்கவே விடலை. இப்போ எல்லாம் நேராச்சு... நாளைக்கு மறு நாள் கச்சேரிக்குப் போய் உன்மேல எல்லாச் சொத்துக்களையும் மாத்திட எல்லா ஏற்பாடும் பண்ணியாச்சு' என்றார். 'மறுநா வாவுபலி. ஆடி அமாவாசை. நீ உங்க அம்மைக்குத் தர்ப்பணம் கொடுத்து கொல்லங்கள் ஆச்சு, இல்லையா?'

ஆம். நான் அவள்மீதான வெறுப்பில் அதைச் செய்வதே இல்லை.

நான் உடைந்து அழ ஆரம்பித்தேன்.

நிறுத்தவே முடியாத அழுகை. சட்டென்று ஆடி திருகப்பட்டு அம்மை முற்றிலும் புதியவள்போல நினைவுகளில் எழுந்து வர ஆரம்பித்தாள். தொட்டுவிடலாம்போல அத்தனை உயிருடன். என்னால் அதைத் தாங்கவே முடியவில்லை. 'அம்மா! அம்மா!' என்று தேம்பினேன். 'அம்மா. நான் இப்போது உன்னை வெறுக்கவில்லை. இப்போது உன்னை எனக்குப் புரிகிறது. ஒரு தடவையாவது உன்னைக் காண விரும்புகிறேன். மீண்டும் ஒரே ஒரு தடவையாவது...'

கிருஷ்ணன்

அழுதுகொண்டிருந்த கிருஷ்ணனையே கேசவன் பார்த்தார். பின்னர் அவனை எழுப்பி 'வா, உனக்க அம்மையைப் பார்ப்போம்' என்று கூட்டிப் போனார்.

கிருஷ்ணன் 'என்ன!' என்றான். அவர் 'சும்மா வாடே. உனக்க அம்மையைப் பார்ப்போம்' என்றார்.

அவன் கனவில் நடப்பவன் போல எழுந்து அவருடன் போனான். அவர்கள் பெரியப்பாவின் வீட்டைக் கடந்து போனார்கள்.

அவர் வாசம் பிடித்துக்கொண்டு எதையோ உற்றுக்கேட்பவர் போல நின்றுகொண்டிருந்தார். கூன் விழுந்து காற்றில் குழைந்து ஆடும் ஒரு சருகைப்போல.

அவர் சத்தம் கேட்டுத் திரும்பிப் பார்த்தார். ஒருகணம் புன்னகை போலவும் அழுவது போலவும் அவர் முகம் தளர்ந்தது. தயங்கி நின்ற கிருஷ்ணனைத் தட்டி கேசவன் 'பொறவு' என்று தள்ளினார். ஏறக்குறைய ரப்பர்மரச் சரிவில் அவர்கள் ஓடினார்கள். எங்கோ குலவை சத்தம் கேட்டது. திடீர் திடீரென்று நினைத்துக் கொண்டாற்போல மழைத் துளிகள் மண்மீது விழுந்தன.

அயினி மரத்தின் அடியில் ஒரு சிறிய கோயில்.

மரத்தில் ஒரு கருத்த ஆடு கட்டப்பட்டிருந்தது.

வெளியே சிலர் பொங்கல் விட்டுக்கொண்டிருந்தார்கள். லலிதாவும் வலியம்மையும்கூட இருந்தார்கள். விஜயை கேசவனின் மனைவி மடியில் கிடத்தியவாறு அருகில் இருந்தாள். புகை சுருள் சுருளாகக் கிளம்பி வானில் கலந்து கொண்டிருந்தது. லலிதா முன்கேசத்தை விலக்கியவாறு பொங்கல் பானையில் கிளறிக்கொண்டிருப்பதை கிருஷ்ணன் பார்த்தான்.

உள்ளே கருவறையில் தீப ஒளியில் ஒரு சிறிய பெண்சிற்பம் நின்றுகொண்டிருந்தது. பூஜை நடந்துகொண்டிருந்தது.

பக்கவாட்டில் இன்னுமொரு சிறிய அறை பூட்டப்பட்டிருக்க இருட்டாக இருந்தது. அவன் பார்ப்பதைக் கவனித்து, 'அது கொச்சம்மை. காணிமாராக்கும் பூஜை. பூஜைக்குண்டான காணி உச்சி தீர்ந்தபிறகுதான் வரும்' என்றாள் ஒரு நடுத்தரவயதுப் பெண் பெருமிதத்துடன். அவள் நெற்றியில் கருத்த மசியைத் திலகம்போல் இட்டிருந்தாள்.

உள்ளிருந்து மணியோசை நின்றது. அய்யர் ஆரத்தித் தட்டுடன் வந்து கேசவனைப் பார்த்தார். எல்லோருக்கும் பூவும் களபமும் குங்குமமும் கொடுத்தார். பிறகு கிருஷ்ணனைப் புதியவன் எனக் கண்டுகொண்டு புன்னகைத்தார். 'தீப்பாய்ஞ்ச அம்மன். துடி உள்ள தெய்வம்' என்றார். 'பிறகு தட்டிலிருந்து

ஒரு பூவை எடுத்து அவன் கையிலும் கொடுத்தார். 'இந்த அம்மனுக்கு இதுதான் பூஜா புஷ்பம்' என்றார்.

கிருஷ்ணன் கையை விரித்துப் பார்த்தான்.

நாகலிங்கப்பூ.

நிமிர்ந்து மீண்டும் கருவறையில் நின்றிருந்த சிற்பத்தைக் கூர்ந்து பார்த்தான்.

அம்மா.

2

படுதா

சில நாட்களாகவே கேரள தமிழக எல்லைப் பகுதிகளில் உள்ள மழைக் காடுகளில் திரிந்துகொண்டிருந்தேன். ஒளிந்து கொண்டிருந்தேன் என்று சொல்லவேண்டும். அலைபேசிக் கற்றைகள் அணுக முடியாத உயரங்களைத் தேடித் தேடிப் போய்க்கொண்டிருந்தேன். ஒரு பஜாஜ் பிளாடினா பைக்கில் மலையாளத்தின் பச்சைக்குள் ஒரு குறி யோனியில் நுழைவதுபோல் துழாவித் துழாவிப் போய்க்கொண்டே இருந்தேன். ஒரு பெண் காமத்தில் கொஞ்சம் கொஞ்சமாகத் தளர்ந்து இளகி தன்னை விரித்துக்கொள்வதுபோல் அது என்னை மெல்ல மெல்ல ஏற்றுக்கொண்டது. பருந்துகள் திரியும் உச்சிகளில் பகல் முழுக்கச் சுற்றிவிட்டு இரவு தங்கலுக்காக ரப்பர் தோட்டங்களுக்கு இறங்குவேன். மின்சார வசதி இல்லாத பழைய தூசி ஒழுகும் ஒரு ஓட்டுவீடு, ரப்பர் மரங்களுக்குள் ஒரு ரகசிய நோய்போல் புதைந்து கிடந்தது. ஜெனரேட்டர் இருந்தது. ஆனால் அதைத் தொடவே இல்லை. கையில் ஒரு சிறு மின்விளக்கு இருந்தது. ஏசுநாதரைப்போல் கதறிக் கதறிப் பொங்கி உருகும் சில மெழுகுவர்த்திகள் இருந்தன. உண்மையில் அவற்றைக்கூட அதிகம் பயன்படுத்தவில்லை. சிறு இருள் பொந்து

கிடைத்தாலும் அதில் புதைந்து மறைந்துகொள்ளவே விரும்பினேன். வெளிச்சம் ஏனோ ரொம்ப ஆபாசமாய் இருப்பதுபோல் பட்டது அப்போது.

விடிகாலைகளில் ஒரு சாம்பல் பலூன் போல் ரப்பர் மரங்களின் தலைக்குமேல் கதிரவன் உயர்வதை, பிறகு 'என்ன நினைத்தாயடா என்னை' என்று சற்றுநேரம் சினம் கொண்டு எழுந்து ஆள்வதை, பிறகு ஸ்கலிதம் செய்துவிட்ட ஆண்போல் தளர்ந்து அவற்றின் காலடியில் தளர்ந்துவிழுவதைப் பார்த்தேன். அதிகாலை இரண்டு மணிக்கே தலையில் பொருத்திய விளக்குகளுடன் கொள்ளிவாய்ப் பேய்கள்போல் ஆட்கள் ரப்பர் மரங்கள் ஊடே பால் கறக்க அலைவதையும் மரங்களின் தொடைகளைக் கீறி வழியும் வெண் குருதியை சிரட்டைகளில் சேர்ப்பதையும் பார்த்துக்கொண்டிருந்தேன். வெட்டுப்பட்ட பிளவுகளில் பிளாஸ்டிக் சருகுகளை பெண்கள் மாதாந்திர தினங்களில் அடைத்துக்கொள்வது போல் செருகிச் சுற்றுவதைப் பார்த்தேன். சேகரித்த ரப்பர்த் துளிகள் இயந்திரத்தின் பற்களிடையே ஒரு தசைத் தட்டுபோல் உருவாவதைப் பார்த்தேன். அதன் அழுகிய நிண வீச்சத்தை ஒரு நறுமணம்போல் முகர்ந்துகொண்டு இரவெல்லாம் இருளில், பத்து நாட்களுக்கும் மேலாகப் படுத்துக்கிடந்தேன்.

முதல் நாள் மட்டும் தனிமை கனத்து திண்டுக்கல்லில் உள்ள நண்பனிடம் பேசினேன்.

'என்னடா, எங்கிருக்கே? என்ன ஆச்சு? ஆபிசுக்குப் பத்து நாளா வரலியாமே? லீவ் லெட்டரும் கொடுக்கலைன்னு சொல்றாங்க? உங்க அம்மா வேற எனக்கு போன் பண்ணி அழறாங்க. ஏன் இப்படிப் பண்றே? இந்தத் தேவடியா இல்லேன்னா உலகத்துல எழவு வேற ஒண்ணா இல்லே?' என்றபோது வைத்துவிட்டேன்.

'வேற இருக்கா, இவ இல்லையே' என்று நினைத்துக் கொண்டேன். அதற்குப் பிறகு அவனுக்கு போன் செய்யவில்லை. சார்ஜ் தீர்ந்த போனை உயிர்ப்பிக்கவும் எந்த முயற்சியும் செய்யவில்லை.

ரப்பர் தோட்டங்களில் பெரும்பாலும் காலை இரண்டு மணிக்கு வேலை ஆரம்பித்து பத்து மணிக்கு முன்பே ஆள்

அரவமற்றுப் போய்விடும். இரவெல்லாம் புணரப்பட்ட பிறகு பகலில் களைத்துப் படுத்துறங்கும் வேசி போலத்தான் அவை என்று நினைத்துக்கொண்டேன். அதன்பிறகு அவற்றின் இலைகளின் ஊடே உதிரும் வெயில் ஊசிகளின் சத்தத்தைக் கூட கேட்கும்படியாகத்தான் இருக்கும். பழக்கமற்றவர் களைப் பயப்படுத்திவிடக்கூடிய நிசப்தம். மற்ற மரங்களைப் போல் இல்லாமல் அவை உஷ்ணம் அதிகம் என்பதால் பறவைகள்கூட அதிகம் அங்கே தங்குவதில்லை. அவ்வபோது கீழே குப்பையாய்க் குவிந்துகிடக்கும் சருகுகளின் ஊடே அணில்கள் ஓடும் சரசரப்பு மட்டுமே கேட்கும். அவை பாம்புகளாகக்கூட பல சமயங்களில் இருக்கும். பிற்பகல்களில் அந்த அமைதி ஒரு கம்பளிப் போர்வைபோல கனத்துக்கொண்டே வந்து முன்னிரவுகளில் இதயத்தை வெடிக்கச் செய்வதுபோல், யாரோ நெஞ்சின்மீது ஏறி நின்று மிதிப்பதுபோல் ஆகிவிடும். அப்போதெல்லாம் நான் உரத்த குரலில் அழுவேன். பெரும்பாலும் அவளைக் கெட்ட வார்த்தைகளில் திட்டுவேன். திட்டியவுடனே துணுக்குற்று வருந்தி அழுவேன். அவளிடம் மன்னிப்பு கேட்பேன். நடு ராத்திரிகளில் நான் அவ்வாறு ஓநாயைப்போல் நிலவைப் பார்த்துக் கதறிக் கூவும்போது சமவெளியைச் சார்ந்தவர்கள் கண்டால் அச்சம் அடையக்கூடும். ஆனால் மலையில் இருப்பவர்களுக்கு அது புதுமையாக இருக்கவில்லை. இதுபோல அவர்கள் நிறைய கண்டிருக்கிறார்கள். தனிமை என்ன செய்யும் என்று அவர்கள் அறிவார்கள். அதுவும் மலைகளின் தனிமை.

‘என்ன சாரே, கரைஞ்சு தீரல்லே இன்னும்?’ என்பார்கள். ‘கொஞ்சம் வள்ளம் வடிக்கனும் சாரே. எல்லாத்தையும் கரைக்கும் அமிர்தமாக்கும் அது.’

ஆனால் என்னால் எப்போதுமே குடிக்க முடிந்ததில்லை. புகை பிடிக்க முடிந்ததில்லை. என்னால் எப்போதுமே பிரச்சினை களிலிருந்து தற்காலிகமாகவேணும், பொய்யாகவேணும் கொஞ்சநேரம்கூட விலகியிருக்க முடிந்ததில்லை. கொல்ல வரும் புலியின் கண்களிலிருந்து விலக முடியாத இரைபோல் அது தன்னைத் தின்று தீரும்வரை அங்கேயே நிற்கும் மடமிருகம் போலத்தான் நான்.

சில நேரம் பின்மதியங்கள் உடைந்து மழை பெய்வதுண்டு. ரப்பர்க் காடுகளில் மழை ஒரு ஹிந்துஸ்தானிப் பாடகன் போல் ஒரே ஸ்வரமாய்ப் பெய்யும். யாரோ ஸ்தாயியைத் திருகுவதுபோல் நிதானமாக ஏறி இறங்கி. ஆனால் உச்சிகளில் அப்படிப் பெய்யாது. அங்கு மழை என்பது பிரளயம். அம்மாதிரியான மதியங்களில் நான் அவள்மீது எழுதிய கவிதைகளை, காதல் கடிதங்களை எல்லாம் திரும்ப வாசித்துப்பார்ப்பேன். நிறையக் கடிதங்கள் எனக்கு ஏமாற்றமே அளித்தன. என் காதலை ஒருதுளிகூட அவற்றில் நான் சொல்லியிருக்கவில்லை. அதனால்தான் அவள் என்னை விட்டுப் போய்விட்டாள்; என் காதலை அவளிடம் சரியாகச் சொல்லவில்லை என்பதுபோல் ஒரு பரிதவிப்புக்கு உள்ளாகி புதிய கடிதங்களை விளக்கெரித்து எழுத ஆரம்பித்தேன். மெல்ல என் தலை நிறைய அவளுக்கான கடிதங்கள் நிரம்பின. சட்டென்று ஒருநாள் வார்த்தைகளின் சுமை தாங்காது எல்லாக் கடிதங்களையும் பெரிய வட்ட நிலாவின்கீழே குவித்து எரித்தேன். சடத்துத் தெறித்து எரிந்த அக்னியில் ஆகுதிபோல் ஒவ்வொரு கடிதமாய் இட்டுக்கொண்டே இருந்தேன். அது உடல் நீங்கிப் போகும் ஆன்மாபோல் புகையாகி சாம்பல் வானில் ஏறிப் பரந்தது.

முதலிரண்டு நாட்கள் மலையை விட்டு இறங்கி களியல் என்ற ஊர்வரை வந்து ஓட்டலில் சாப்பிட்டேன். மோடா அரிசி, மீன் குழம்பு, வட்டத் தோசை, மாட்டிறைச்சி, கிழங்கு, பயறு, பப்படம் என்று மலையாள மணம் வீசும் சாப்பாடு. இரண்டாம் நாள் போகையில் மாஸ்டர் பாட்டு கேட்டுக் கொண்டிருந்தார். இளையராஜா ரசிகர் போலும். ரசித்துக் கொண்டே 'இந்த ஆள் எப்படிப் பாண்டியில போய்ப் பிறந்தான்' என்று அடிக்கடி ஐயம் கொண்டார். அன்னக்கிளியி லிருந்து ஒவ்வொரு பாட்டாய்ப் போட்டுக்கொண்டிருந்தார். பாட்டுவீச்சில் குழம்பு ஊற்ற மறந்து வசவு வாங்கினர். 'எளவு அந்த சாமானை உடைச்சாத்தான் உம்ம கடை விளங்கும். சொல்லச் சொல்ல மூணாவது தடவையா சாம்பாரே ஊத்திதீரே!'

நான் அதை எதிர்பார்த்திருக்கவேண்டும். அந்த ஸ்வர வரிசை ஆரம்பிக்கும்போதே உணர்ந்து நிறுத்தச் சொல்லியிருக்க

வேண்டும். செய்யவில்லை. சுலோச்சனாவுக்கு மிகவும் பிடித்த பாட்டு அது. ஆரம்பத்தில் தமிழிலிருந்து வந்த எதன்மீதும் அவளுக்குப் பிடிப்பு இருந்ததில்லை. பாட்டாயினும் சரி, படிப்பாயினும் சரி. 'ஒரு தமிழனைக் காதலிப்பேன்னு நினைச்சுக்கூடப் பார்த்ததில்லே' என்று அடிக்கடி சொல்லி யிருக்கிறாள். இவ்வளவுக்கும் தமிழ் நன்றாகத் தெரியும். ஆனால் இந்தப் பாடல் அவளுக்கு ரொம்பப் பிடிக்கும். ரொம்பப் பிரபலமான பாடல்தான். ஆனால் கேட்கும்போ தெல்லாம் கண்கள் உள்ளிறங்கிக் காணாமல் போய்விடுவாள். வைரமுத்துவைவிடப் பெரிய ஆட்கள் எல்லாம் தமிழில் உண்டு என்று சில தடவை சொல்லிப் பார்த்தேன். ஏறவில்லை. ஏனோ இந்தப் பாட்டு அவளை உருக்கி உள்ளுக்குள் எறிந்தது. கூடவே குரல் நடுங்கப் பாடுவாள். ஒவ்வொரு தடவை பாட்டு முடிந்ததும் நெஞ்சில் கைவைத்து 'ஐயோ ஆசானே' என்பாள். என்னைக் கட்டிப் பிடித்துக் கொண்டு 'ஒருக்கலும் என்ன மறக்கறது முரளி. கேட்டோ?' என்பாள். 'ஒருக்கலும்.'

விழியில் விழுந்து
இதயம் நுழைந்து
உயிரில் கலந்த உறவே...

என்ற வரியிலேயே நான் சாப்பிடுவதை நிறுத்திவிட்டேன்.

அலையின் கரையில் காத்திருப்பேன்
அழுதவிழிகளோடு

என்றபோது மூச்சிரைத்துக் கட்டுப்படுத்திக்கொள்ள முயன்றேன்.

எனக்கு மட்டும் சொந்தம்
உனது இதழ் கொடுக்கும் முத்தம்
உனக்கு மட்டும் கேட்கும்
எனது உயிர் உருகும் சப்தம்

என்று சசிரேகா தேய்ந்தபோது வெடித்து அழுதுவிட்டேன். சட்டென்று கடையில் எல்லோரும் ஸ்தம்பித்து நிற்க மாஸ்டர், 'ஐயோ சாரே! என்ன ஆச்சு' என்று பதறி ஓடிவர நான் விருட்டென்று எழுந்து சோற்றோடு இலையை வாரிக் குழிக்குள் எறிந்தேன். உள்ளிருந்து பையன் அகப்பையோடு

வந்து, 'ஆம்லேட் வேண்டே?' என்றதற்கு மறுத்து பைசாவைக் கொடுத்துவிட்டு துரத்தப்படுபவன்போல பைக்கை உதைத்து விலகி ஓடினேன்.

தீப்பிடித்தவன்போல் வண்டியைக் காளிமலை சாலையில் செலுத்தினேன். வழியில் நின்றுகொண்டிருந்தவன், 'சாரே அ வழி வேண்டா, பாறை மறிஞ்சு கிடக்கு' என்று சொன்னதைப் பொருட்படுத்தவில்லை. அங்கு சாலை என்பதே இல்லை. என்றோ போட்ட சாலையின் நினைவுகள் மட்டுமே இருந்தன. சித்ராபௌர்ணமிக்கு மட்டும் அங்கு நடக்கும் திருவிழாவுக் காகக் கொஞ்சம் சாலையைச் சரி செய்வதுபோல் பாவனை செய்வார்கள். மற்ற நாட்களில் அந்த வழியில் செல்வது, அதுவும் மழை நாட்களில் பைக்கில் வேகமாகப் போவது தற்கொலை முயற்சிதான். ஆனால் அது எனக்குத் தேவையாக இருந்தது. ஏறக்குறைய செங்குத்தாக ஏறிய அந்தப் பாதையில் ஏறி ஏறிப் போய்க்கொண்டிருந்தேன். வண்டி தொடர்ச்சியாக முதல் கியரில் முனகி முனகி ஏறியது. அது எந்த நேரமும் என்னைப் பள்ளத்தில் தள்ளிக் கொன்றுவிடும் தருணத்தை எதிர்பார்த்தேன். ஒருவகையில் அதை விரும்பவும் செய்தேன். ஆனால் அது விசுவாசமானதொரு குதிரையைப் போல் நான் என்ன செய்தாலும் ஒத்துழைத்தது.

பகல் முழுக்க மலையுச்சியில் விசை தீராமல் நிறுத்த முடியாத பம்பரம்போல் திரிந்தேன். பின்மதியத்தில்தான் பசியாலும் களைப்பாலும் மெல்லத் தளர்ந்து கீழிறங்கினேன். சிற்றாறு அணை அருகில் வண்டியை நிறுத்தினேன். அணை நிறைய தண்ணீர் சலனமே இன்றி ஒரு பளிங்குத் தாள்போல் கிடந்தது. ஒரே ஒரு நாரை மட்டுமே நீர்ப்பரப்பை உற்றுப் பார்த்துக் கொண்டிருந்தது. 'செங்கால் நாராய் செங்கால் நாராய்' என்று நான் கூப்பிட்டதைக் கேட்டுத் துணுக்குற்று ஒரு மௌனப் படம்போல் சிறகு பிரித்துப் பறந்து போனது. உள்ளே இறங்கி உடல்முழுவதும் ஏறியிருந்த தூசியைக் கழுவிக்கொண்டேன். இதுபோல் அவள் நினைவுகளையும் செய்ய முடிந்தால் நன்றாக இருக்கும் என்று நினைத்தேன். ஒரு வாய் தண்ணீர் குடித்துவிட்டு தூரத்தில் தெரியும் நீல மலை முகடுகளை வெறித்துப் பார்த்தவாறே அமர்ந்திருந்தேன். நேரம் செல்லச் செல்ல நீர்ப் பரப்பு அப்படி ஒன்றும் சலனமற்று

இருக்கவில்லை என்று அறிந்தேன். குச்சி போன்ற பூச்சிகள் நீர்ப் பரப்பின்மேலே துள்ளிக்கொண்டிருந்தன. அவற்றுக்குப் பேர் உண்டா என்று யோசித்தேன். கருத்த மீன்கள் நீரின்கீழே சிறிய கப்பல்கள்போல், உள்ளேயே அமைந்திருக்கும் அவர்கள் கண்ணுக்கு மட்டுமே தெரிந்த நீர்ச் சாலைகளில் அவசரமாகப் போய்க்கொண்டிருந்தன. அவற்றின் பின்னால் ஒரு நீர்ப்பாம்புகூடப் போவதைப் பார்த்தேன்.

'என்னா சாரே, வெள்ளம் கண்டு மதியாயில்லே' என்று குரல் கேட்டு விழித்தேன். முப்பது வயதுகளில் ஒரு கருத்த பெண். பக்கத்தில் இருக்கும் குடிசைகளில் வசிப்பவளாய் இருக்கலாம். கையில் பிளாஸ்டிக் வாளியில் துணிகளுடன் இறங்கிவந்தாள். அவள் வாளியை வைத்துவிட்டு 'ஸ்தலம் எவிட?'

நான் பொதுவாய் 'தாழ' என்றேன். அவள், 'மார்த்தாண்டமா? அங்க மழை உண்டா? இன்னலே இங்கு வலிய மழ' என்றாள். 'இப்போ எங்கு போச்சு அந்த மழ? என்ன ஒரு சூடு இன்னு கண்டோ' என்றவண்ணம் அப்புறம் திரும்பி சேலையைக் கலைந்து வெள்ளை நிறப் பாவாடையை அணிந்துகொண்டாள். என்னை அதிகம் பொருட்படுத்தவில்லை. பிறகு வரித்து உட்கார்ந்துகொண்டு துணி தோய்க்க ஆரம்பித்தாள். தண்ணீர் தெறித்துத் தெறித்து அவள் பாவாடை மெலிந்து பாலாடைக்குள் கருப்பட்டிகள்போல் அவள் முலைகள் அசைவது பார்த்தேன். நான் கவனிப்பது உணர்ந்து அவள் நிமிர்ந்து, 'சார் முன்னம் முலை கண்டில்லே?' என்று சிரித்தாள். அவளது பற்கள் வெளேரென்று மினுங்கின. உதட்டுக்குமேலே வியர்வை பூத்திருந்தது உயிர் அறுத்தது. நான் மேலேறினேன். கீழே பார்க்கையில் அவளது பின்பாகங்கள் இரண்டும் கல் தசை உருளிகள்போல் அசைய அவள் நீருக்குள் இறங்கிக்கொண்டிருந்தாள்.

சுலோச்சனாவுக்கு இரண்டு புட்டங்களும் பிரியும் இடத்தில் ஒரு மச்சமுண்டு. நான்தான் அதை அவளுக்குக் கண்டுபிடித்துச் சொன்னேன். மதுரையில் காலேஜ் மேன்சனில் அறையில் வைத்து, 'உனக்கு இங்கே ஒரு மச்சம் இருக்கு.'

அவள் திரும்பிப் பார்க்க முயன்று, 'எங்கே?'

நான் கைவைத்து அழுத்தி, 'இங்கே.'

அவள் முழுக்கத் திரும்பி மிதக்கும் கண்களுடன், 'வரு.'

ஒரு துளி ஆடைகூட அவள்மேல் இல்லை. உடம்பு முழுக்க உடம்பாக மட்டுமே நின்றிருந்தாள்.

நான், 'என்ன?'

'அகத்த வருன்னான்னு பறஞ்சது.'

'உள்ளேதானே இருக்கோம் இப்ப' என்றேன் மூடிய கதவைப் பார்த்தவாறு.

அவள், 'அந்த உள்ளே இல்லை ஆசானே' என்றாள்.

பைக்கை உதைக்கும்போது என் கைகள் நடுங்கிக் கொண்டிருப்பதைக் கவனித்தேன். அன்றைக்கு அதைச் செய்திருந்தால் இன்றைக்குப் பித்துப் பிடித்தவன்போல் இந்தக் காட்டில் சுற்றிக்கொண்டிருக்க வேண்டாம் என்று என் மனம் சொல்லிக்கொண்டது. பைக் கிளம்ப மறுத்தது. ஆத்திர முற்று ஒரு மாட்டை அடிப்பதுபோல் அதை உதைத்தேன். நீண்ட நேரத்துக்குப் பிறகுதான் பெட்ரோலைப் பூட்டி வைத்திருக்கிறேன் என்று உணர்ந்து திருப்பி வைத்தேன். ஒரு வழியாகக் கிளம்பும்போது தோன்றியது, அந்தப் புட்டத்து மச்சத்தை இந்நேரம் அவள் புருஷன் கண்டுபிடித்திருப்பானா?

தன்னிச்சையாய்க் கண்களில் நீர் வழிந்தது.

3

நடிகன்

இரண்டு வலி தாக்குதல்களுக்கு நடுவே சற்று சிந்திக்க முடிந்தது. தெளிவாக இல்லை. எனினும் ஓரளவு. தாக்குதல் களின்போது சிந்திக்க முடியவே இல்லை. நாய் நாய் என்ற சொல் மட்டும் உள்ளே வேகமாக ஓடிக்கொண்டிருந்தது. வலி தாங்காது தலையும் காலும் மட்டும் படுக்கையில் குத்தி, முதுகு வில்போல வளைந்து, கூரையைப் பார்க்க விறைத்து, கட்டைபோல நிற்கிற மனிதன் என்ன யோசிக்க முடியும், வலியையும் மரணத்தையும் தவிர?

அப்பொழுதுகளில் வார்டு முழுக்கப் படுத்துக்கிடந்தவர்கள் அவனை அச்சத்துடன் பார்ப்பது உணர முடிந்தது. 'பாவம், நாய் கடிச்சிட்டுதா பிள்ளை?' என்று ஒரு கிழவி கேட்டாள். அவனால் பதில் பேச முடியவில்லை. நர்ஸ் வந்து பார்த்து விட்டு, 'இந்த ஆளோட சம்சாரம் எங்கே?' என்று சத்தம் போட்டாள். கல்யாணி மிகுந்த சலிப்புடன் எங்கிருந்தோ வந்தாள். 'ஏம்மா, அட்டாக் வரும்போது தலையைத் தாங்கிப் பிடிச்சுக்கனும்னு சொன்னேனே? இல்லேன்னா கழுத்து எலும்பு முறிஞ்சு ரொம்பக் கஷ்டமாயிடும்.'

கல்யாணி, 'தலையைப் பிடிச்சுகிட்டா இது குணமாயிடுமா சிஸ்டர்?' என்றாள்.

சிஸ்டர் நம்ப முடியாதவள்போல அவசரமாகத் திரும்பிப் போனாள். உள்ளே சென்று அங்கிருந்த சக செவிலியிடம், 'அந்த ஸ்டமக் கேன்சர் பேசண்ட் சீக்கிரம் செத்துப்போனா நல்லது. அவன் பொண்டாட்டி அத்துணை கொடூரமா இருக்கா.'

அவள், 'அந்த ஆளு ஒரு நடிகராம்' என்றாள்.

'ஓ, நான் சினிமாவே பார்க்கிறதில்லை. அது சாத்தானுக்க முதன்மை ஆயுதம்னு எங்க வீட்டுல சொல்வாக.'

மற்றவள் சற்று தயங்கி, 'நான் பார்த்திருக்கேன். கொஞ்சம் மலையாளத்திலயும் தமிழிலேயும் நடிச்சிருக்காரு. நல்ல சினிமாக்கள்தான். நிறைய நாடகங்கள்லகூட வேஷம் கொடுப்பாரு. நான் பார்த்திருக்கேன். பாலவிளை கணேஷ்னு.'

'இந்துவா?'

அவள் மறுபடியும் தயங்கி, 'சர்ச்ல போடற நாடகத்துலகூட நடிப்பாரு. சாம்சன் லைலாவில சாம்சனா வருவாரு. பொறவு, தேவ சகாயம் பிள்ளை கதையில தேவ சகாயம் பிள்ளையா. கல்யாணம் ஆகுறதுக்கு முன்னால பார்த்திருக்கேன், சிகப்பா கீத்து மீசையோட' என்று பெருமூச்சு விட்டாள்.

'என்ன திறமை இருந்தாலும் சாத்தான் கடசில வழி கெடுத்திட்டான் பார்த்தியா...'

மற்றவள் பேசவில்லை. முதல் நர்ஸ் ஏதோ ஒரு பிரார்த்தனையை முணுமுணுக்க ஆரம்பித்தாள்.

பாலவிளை கணேசன் இப்போது வலி சற்றுக் குறைந்து படுக்கையில் கிடைமட்டத்துக்கு வந்திருந்தான்.

'கொஞ்சம் கஞ்சி' என்று முணுமுணுத்தான்.

கல்யாணி, 'எதுக்கு? எல்லாம் வாந்தி எடுக்கவா?' என்றாள்.

அவன் சிரமத்துடன், 'பசிக்கி. கொஞ்சம் தண்ணியாவது...'

அவள் எழுந்து ஒரு டம்ளரிலிருந்து அவனது திறந்த வாயில் சிறிது தண்ணீரை ஊற்றினாள். சற்று வேகமாக ஊற்றி

விட்டாள். அது அவனது பொதைப்பில் ஏறி சிரசில் அடித்து ஏறக்குறைய அவள் மூஞ்சியில் துப்பியதுபோல ஆகிவிட்டது.

அவள் வேகமாய் எழுந்து, 'ச்சீ, இந்த இழவுக்குத்தான் சொன்னேன்' என்று கத்தினாள். புடைவையால் முகத்தைத் துடைத்துக்கொண்டாள். விடுவிடுவென்று எழுந்து வெளியே போனாள். வெளியே வெராந்தாவில் யாரோ நிற்பதுபோலத் தெரிந்தது. அவர்களிடம் போனாள். அது யாரென்று கணேசனால் யோசிக்க முடிந்தது. கவுன்சிலர் சுந்தரம். சட்டென்று வலி மீண்டும் வருவதுபோலத் தோன்றியது. இந்த சுந்தரம் சற்று சுதந்திரமாகப் பேசுகிறான் என்று ஒருநாள் எப்படியெல்லாம் குதித்தாள்?

'நீ இப்படி தெருவில நின்னு நாடகம் கீடகம்னு ஆடறதால இல்லே கண்ட நாய்ங்களும் என்கிட்டே வாலாட்டுது?'

அவனுக்கும் இதற்கும் என்ன சம்பந்தம் என்றே தெரியவில்லை.

'உனக்கு நாடகம் பிடிக்காதா கல்யாணி? சினிமா பார்க்க மாட்டியா நீ?'

'பார்ப்பேன். ஆனா அதுக்கெல்லாம் வேற ஆளுங்க இருக்காங்க. குடும்பத்தில உள்ள ஆளுங்களுக்கு பாட்டும் கூத்தும் எதுக்கு?'

கணேசன் முதன்முறையாக அந்த தர்க்கத்தைக் கேட்கிறான். ஆகவே வியந்து, 'அப்படியெல்லாம் இல்லை கல்யாணி, இது ஒரு கலை. அது யாருக்கும் கைகவரலாம். உனக்குக்கூட வரலாம். அது ஒரு மனோபாவம், அவ்வளவுதான்.'

அவள் மலத்தை மிதித்தவள்போல, 'ச்சீ' என்றாள். பிறகு முகம் சிவந்து, 'அதெல்லாம் இல்லை. இது ஒரு திமிர். நீங்க அழகா இருக்கீங்கன்னு ஊருக்குக் காட்ட நினைக்கறீங்க. பொண்ணுங்க உங்களுக்காக ஏங்கறதும் கூட நடிக்கிறவங்க தொட்டுத் தொட்டுப் பேசறதும் உங்களுக்குப் பிடிச்சிருக்கு. அதான் இதெல்லாம் பண்றீங்க.'

அவன் அவளை அணைத்துக்கொள்ள முயன்று சமாதானப் படுத்தும்விதமாக, 'நீயும் அழகாத்தான் இருக்கே கல்யாணி.'

'தெரியும், ஆனா நான் அதை உங்களை மாதிரி ஊருக்கு விரிச்சுக் காமிச்சுட்டு நிக்க மாட்டேன்.'

கணேசன் சற்று எரிச்சலடைந்து, 'இவ்வளவு முட்டாளா நீ' என்றான்.

அவள் சட்டென்று கையை விலக்கி, படுக்கையிலிருந்து இறங்கிப்போனாள்.

அதன்பிறகு அவள் நேரிடையாகத் தனது எதிர்ப்பைத் தெரிவித்ததில்லை. ஆனால் பெண்களுக்கு மட்டுமே தெரிந்த சில ஊடுவழிகள் உள்ளன. அதன்மூலம் ஒருவரது மனச் சமநிலையைக் குறைப்பது எவ்விதம் என்று அவர்கள் அறிவார்கள். நாடகங்கள் இருக்கும் நாட்களில் அவளால் வீட்டை ஓர் எரிமலைபோல ஆக்கிவிட முடியும். பெரும் பாலும் மிகுந்த பதற்றத்துடன்தான் அவன் நாடகத்துக்குக் கிளம்பிப் போகவேண்டியிருந்தது. ஒரு கலைஞனுக்குத் தேவையான அமைதியை அவள் கொடுத்ததே இல்லை. பெரும்பாலான அழுத்தங்களை அவள் மகன்மூலம் கொடுத்தாள். அவனுக்கு அடிக்கடி உடல் சரியில்லாமல் போய்க்கொண்டிருந்தது. அந்த வயதிலேயே அல்சர் இருந்தது. திடீரென்று திக்குவாய் வேறு வந்துவிட்டது. ஒருநாள் மகனைப் பார்க்க அவன் பள்ளிக்குப் போனான். வாத்தியார் அவனிடம், 'இந்தியாவின் வெளியுறவுத்துறை அமைச்சர் யார்?' என்று கேட்டார். அவன் 'சு... சு...' என்று திக்கிக்கொண்டிருந்தான். வாத்தியார், 'என்னலே கெட்ட வார்த்தை பேசுதே?' என்றார். வகுப்பு முழுக்கச் சிரித்தது. அவன் கண்ணீர் வழிய இன்னமும் சொல்லிக்கொண்டே இருந்தான்.

கணேஷ் கொதிப்பு தாங்காது வாசலில் நின்று, 'ஏலே வாத்தி, என் மவனைக் களியாக்கிக் கொன்னுடாதலே' என்று கத்தினான். அது பெரிய பிரச்சினையானது. மகனை அழைத்துக்கொண்டு அவன் வீட்டுக்கு வந்துவிட்டான். வரும் வழியெங்கும் அவனிடம், 'மவனே, என்னடா ஆச்சு உனக்கு? முந்தி திக்க மாட்டியே?' என்று கேட்டுக்கொண்டே இருந்தான்.

வீட்டுக்கு வந்ததும் கல்யாணியிடம், 'இவனுக்கு இந்த ஸ்கூல் வேண்டாம்' என்றான்.

அவள், 'அவன் அங்கேதான் படிப்பான்.'

'அங்கே இவன் திக்குதான்னு கேலி பண்றாங்க.'

'அதுக்கென்ன பண்றது? ஊரெல்லாம் கூத்தாடி பொண்டாட்டின்னு என்னைக் கேலி பண்ணுது. நான் என்ன தாலியை அத்துகிட்டா போயிட்டேன்?'

மருத்துவர், உடன் படித்தவர், அவனைத் தனியே அழைத்து 'He is under severe mental pressure. உடம்புக்கு வேற ஒண்ணுமில்லை. உன் குடும்பத்தில் என்ன நடக்கிறது?' என்றார்.

அவனுக்குப் பட வாய்ப்புகள் வரத் தொடங்கி வெளியூரில் இருக்கிற நாட்களில்தான் சொல்லிவைத்தாற்போல அவளிட மிருந்து போன் வரும். மற்ற நாட்களில் அவள் பேசும் பழக்கமே இல்லை. மகனுக்கு உடல் சரியில்லை என்பாள். அதை விவரமாகவும் சொல்வதில்லை. போனை டக்கென்று வைத்துவிடுவாள். இவன் பரிதவித்துப்போய் சென்னையி லிருந்தோ எர்ணாகுளத்திலிருந்தோ அல்லது கர்நாடகத்தின் ஒரு மூலையிலிருந்தோ எதை எதையோ பிடித்து ஊருக்கு வருவான். வருவதற்குள் எல்லாம் சரியாகியிருக்கும்.

'அவ்வளவு பெரிய பிரச்சினை இல்லைன்னு சொல்லிருக்கலாமே' என்று சொன்னால் 'ஏதோ இந்தத் தடவை புழைச்சிகிட்டான். இனி அவன் செத்துக் குளிந்தப்புறம் போன் பண்றேன்' என்று பதில் வரும்.

கணேசன் குற்ற உணர்வில் மகனிடம் பேச முனைகையில் அவனுக்குக் கடுமையான ஏச்சு விழும். 'எலே, அவர் இன்னிக்கி உன்னியக் கொஞ்சுவாரு. நாளைக்கு நடிகையைக் கொஞ்சப் போயிடுவாரு. பிறகு அம்மே கொம்மேன்னு என்கிட்டே வந்தே பார்த்துக்க.' ஆசையாக வந்த பிள்ளை சுருங்கிப் பின்போய்விடுவதைப் பார்த்தபடியே கையற்று நிற்பான் அவன்.

ஒருமுறை இதுபற்றி அவளது அப்பாவிடம் பேச முனைந்தான். அவர் சிரித்தபடி டை அடித்த மீசையை நீவி விட்டுக்கொண்டு, 'உங்களுக்கு நல்ல வேலை இருக்குன்னுதான் பொண்ணு கொடுத்தோம். உங்களுக்கு இப்படி ஒரு பழக்கம் இருக்குன்னு தெரியாது.'

அவன் சற்றுக் கோபமடைந்து, 'என்ன இப்படி சொல்றீங்க? உங்களுக்கு இருக்கிற வெத்திலை பாக்குப் பழக்கம்கூட எனக்குக் கிடையாது.'

அவர், 'அதெல்லாம் மாத்திரலாம். இது குடி கெடுக்கிற பழக்கம்லா? எங்க குடும்பத்தில கூத்தாடறவங்களை மதிக்கிறதே இல்லை. கணேசன்னு பெயரிருந்தா சிவாஜின்னு நினைப்பா? சின்ன வயசில பண்ணலாம். ஒரு பொழுது போக்குக்கு. இப்போவும் அதே சோலியாத் திரிஞ்சா வீட்டுல கொஞ்சுவாளா?'

வீட்டுக்கு யாராவது பெண் தொலைபேசியில் பேசிவிட்டால் அன்று முழுக்க வீடு தீயின்மீது நின்றார்போல இருக்கும். பிறகு அது அவனது நண்பர்கள் யார் பேசினாலும் என்று விரிந்தது.

ஒரு தடவை மகனுக்கு உண்மையிலேயே டெங்குக் காய்ச்சல் வந்து ரொம்பக் கஷ்டப்பட்டான். அப்போது கொஞ்ச நாள் நாடகம் சினிமா எல்லாவற்றையும் விட்டுவிட்டு அவனருகில் இருந்தான். அந்த நாட்களில் ஏறக்குறைய அவன் செத்தவன் போலத்தான் இருந்தான். சாவி கொடுத்த பெரிய பொம்மை போல. ஒரு மிகச் சிறிய நாற்காலியில் நாள் முழுவதும் உடலைக் குறுக்கி உட்கார்ந்திருக்கிறவன்போல உணர்ந்தான்.

ஆனால் அந்த நாட்களில் அவள் சந்தோசமாக இருந்ததை அவன் கவனித்தான். ஒரு நாள் இரவில் அவள் கூடலுக்கு முயன்றபோது அவனால் முடியவே இல்லை. அவள் சட்டென்று அவனைத் தள்ளி எழுந்துகொண்டு தலையை ஆவேசமாக முடிந்தவாறே, 'எல்லாத்தியும் தேவிடியாளுங்க கூதில வாரி ஊத்திட்டா இங்கே என்னத்த இருக்கும்? '

கணேசன் மிகுந்த அதிர்ச்சியடைந்தான். அவள் அப்படியொரு வார்த்தையைப் பயன்படுத்துவாள் அல்லது பயன்படுத்தக் கூடியவள் என்பது நம்பக் கடினமாக இருந்தது. குடும்பத்தில் உள்ளவர்கள் இதுமாதிரி வார்த்தைகளை உபயோகப் படுத்தலாமா?

அலுவலகத்திலும் அவனுக்கு மிகுந்த மன உளைச்சலைத் தந்த நாட்கள் அவை. தமிழ்ப் படம் ஒன்றில் அவன் நடித்த

சிறிய வேடம் ஒன்று எதிர்பாராதவிதமாக நல்ல வரவேற்பைப் பெற்று, ஒரு தொலைக்காட்சி நிகழ்ச்சியில் அவனுக்கு ஒரு விருதும் அளிக்கப்பட்டது. அவ்வளவு நாட்கள் அவனது வாழ்க்கையைப் பற்றி அதிகம் கவலைப்படாத அலுவலகம் திடீரென்று விழித்துக்கொண்டது. சிலர் பாராட்டினார்கள். சிலர் அது ஒன்னும் பெரிய விசயமில்லை என்பதுபோல நடந்துகொண்டார்கள். அதிகாரி அழைத்து, 'அவர் அனுமதி இல்லாது எப்படி அவன் சினிமாக்களில் நடிக்கலாம்' என்று மெமோ கொடுத்தார். அவன், தான் விடுமுறைகளிலும் விடுப்புகளிலும் மட்டுமே அதைச் செய்ததாகப் பதில் எழுதிக்கொடுத்தான். பதில் ஏற்றுக்கொள்ளப்படாமல் ஓர் ஊதிய உயர்வு நிறுத்தப்பட்டு எச்சரிக்கப்பட்டான்.

அவனது எத்தனையோ நண்பர்களைப்போல அவனுக்குக் குடியோ அல்லது அது போன்ற வேறு எதுவோ தேவைப் பட்ட நாட்கள் அவை. திருவனந்தபுரத்தில் அரிஸ்டோ ஹோமில் தங்கியிருந்த மலையாள நடிகர்-டைரக்டரிடம் ஒருநாள் புலம்பினான். அவர், 'டால்ஸ்டாயின் மனைவி சோபியா அவரிடம் எப்படி நடந்துகிட்டாங்க தெரியுமா? அவளைத் தாங்கவே முடியாம இறுதிக்காலத்துல அவர் வீட்டை விட்டு வெளியேறிப்போயி அனாதையா ஒரு ரயில்வே ஸ்டேசன்ல செத்தாரு. மந்தைத்தனம் என்பதுதான் சமூகத்தோட நார்ம். அதைவிட்டு மேலேறி வெளியேற விரும்பறவங்க ஒவ்வொருத்தரையும் அது கொடுரமாப் பழிவாங்கும். இங்கே உன் கதை மட்டுமில்லை, என் கதையும் எல்லார் கதையும் இதுதான். இங்கே உன் ஆபீஸ், பொண்டாட்டி மட்டுமில்லை, எல்லாருமே இப்படித்தான் நடந்துப்பாங்க. ஒருவகைல உன் பொண்டாட்டி சொன்னது சரி. நமக்குக் குடும்பம் சரிப்படாது. குடும்பத்துல உள்ளவங்க பண்ற காரியமில்லை இது' என்று சொல்லி உரக்கச் சிரித்தார். 'தமிழ்ல உள்ள ஒரு பெரிய எழுத்தாளரைப் பற்றி நான் கேள்விப்பட்டிருக்கேன். அவர் மனைவி பற்றி. அவர் ஒவ்வொரு சொல்லையும் அவர் மனைவிக்குப் பயந்துதான் எழுதுறார்னு சொன்னாங்க. பாவம்' என்றார்.

'அவ சொல்றதும் சரிதானே. நமக்குள் இருப்பது திமிர். அழகன்னு திமிர். திறமைசாலின்னு திமிர். அறிவாளின்னு

திமிர். நமக்கு நிறையப் பேரு நம்மைப் பார்க்கணும். நிறையப் பேரு நம்மைப் பாராட்டி நம்மைப் பார்த்து ஏங்கணும்' என்றவர் கூர்ந்து பார்த்து, 'நாம் ஒருவருக்கு உரியவர் அல்ல. நமக்கு நிறையக் குடும்பம் வேணும்.'

ஒருவகையில் உண்மைதான். அவன் ரொம்ப சுத்தபத்தமாக ஒன்றும் இருக்கவில்லைதான். சில மேனகைகள் அவன் வழியில் குறுக்கிடாமலோ, அவன் மயங்கிடாமலோ இல்லை.

கோவளத்தைச் சேர்ந்த ஒரு நாயர் பெண்ணுடன் அவனுக்குத் தொடர்பு ஏற்பட்டது. அவள் மலையாளத்தில் சிறிய வேடங்களில் நடித்துக்கொண்டிருந்தாள். பிறகு டெலிவிசனிலும். அழகி இல்லை. ஆனால் நல்ல நடிகை. மலையாளத்தின் புகழ்பெற்ற ஒரு கவிஞர் அவளுக்கு அவனை அறிமுகப்படுத்தினார்: 'கணேசன் நல்ல கலாக்காரன் சாமளே. தமிழன். தமிழன்மாரைப் பிடிச்சுக்கோ. மலையாள சினிமால கலைதான் உண்டு. காசு தமிழ் சினிமாலதான்.' பிறகு கணேசனிடம், 'சாமளா இங்கே கேரளத்தின் சுமிதா பாட்டில் இவளாக்கும்' என்றார்.

சாமளா கழுத்தை வெட்டி, 'ஏன் சுமிதா பாட்டில்? கறுப்புன்னா?'

கணேசன், 'கருப்பே அழகு காந்தலே ருசி' என்ற தமிழ்ப் பழமொழியைச் சொன்னான்.

அவள், 'என்ன? என்ன அது?' என்று கேட்டுப் புரிந்துகொண்டு சிரித்தாள்.

அவனுக்கு அந்தச் சிரிப்பு பிடித்திருந்தது.

அன்றிரவு அவர்கள் தங்கியிருந்த ஹோட்டலில் குடிப்பவர் களிடமிருந்து விலகி பின்னால் இருந்த கடற்கரையில் நடந்தான். காற்று பரபரவென்று வீசிக்கொண்டிருந்தது. அறையின் அடைத்த காற்றுக்கு அந்த உப்புக் காற்று மருந்து போல இருந்தது.

கொஞ்ச நேரம் கடலின் ஓசையைக் கேட்டவாறே இருந்தான்.

கடல் ஒரு நாளின் எல்லாப் பொழுதுகளிலும் ஒரே மாதிரி ஒலிப்பதில்லை. காலையில் அது ஒரு பாட்டை முணுமுணுக்கிற பெண்ணாய் இருக்கிறது. மாலை

நேரங்களில் பெரும்பாலும் அது எதையோ சொல்ல விழையும் குழந்தையாக. அவனது மகனைப்போல. இரவுகளில் அது நிச்சயமாகச் சீறுகிறது. அவனது மனைவியைப்போல.

'கணேசனுக்கு வள்ளம் அடி இல்லியோ?'

கணேசன் திரும்பிப் பார்த்தான்.

சாமளா.

கேரளத்து வழக்கப்படி மாலை குளித்து சந்தன வெள்ளைப் புடைவையில் கூந்தலைத் தழையவிட்டிருந்தாள்.

அவன் 'இல்லை' என்றான். 'குடிக்கும்போ எனக்கு கண்ட்ரோல் போயிடுது' என்றான். 'ஒரு நடிகனுக்கு அது போகக்கூடாது.'

அவள் 'ஏன்?' என்றாள். 'தன்வயமில்லாம நடிக்கறதுன்னு ஒன்னு கிடையாதா? சைக்கிள் விடுவதுபோல. என்னிக்காவது ஒருநாள் அது இயல்பா, புத்தி நடுவில குறுக்கிடாம, வந்துடாதா?'

அவன் 'வரக் கூடாது' என்றான். ஒருகணம் ஏனோ ஓர் இனம் புரியா அச்சத்தில் அவன் உடல் நடுங்கியது. எல்லா இடங்களிலும் பாவனை இயல்பாக வந்துவிடுகிற ஒரு மனிதன், கண்ணாடியில் இடம்வலம் மாறித் திரியாது தெரிகின்ற மிகச் சரியான, ஆனால் மிகப் பிழையான ஒரு பிம்பம்.

சாமளாவிடம் அவன் கதகளி பார்த்த சம்பவம் ஒன்றைச் சொல்ல ஆரம்பித்தான்.

குருவாயூர் கோவிலில் ஒருநாள் அங்கிருந்த கலையரங்கில் கதகளி நடந்தது. கலாமண்டலம் கோபி மாஸ்டர் அதை நிகழ்த்திக்கொண்டிருந்தார். ஒரு நாள் கீசக வதம். மறுநாள் கல்யாண சௌகந்திகம். இரண்டுமே பீமனையும் திரௌபதியையும் மையமாகக் கொண்ட பாரதக் கதைகள். ஒன்றில் பீமன் மிகுந்த ரௌத்திரனாக, பாஞ்சாலியை இம்சிக்கும் கீசகனைக் கைகளால் கிழித்துக் கொல்லும் ஒரு கொடும்கோபனாக வருகிறான். இன்னொன்றில் அவனே ஒரு காதலனாக திரௌபதிக்கு அவளது இஷ்டமலரைத் தேடிப் போகிற மெல்லுணர்வு கொண்டவனாக.

கோபி மாஸ்டருக்கு அறுபது வயது. ஆனால் அவரது பீமனுக்கு எந்த வயதும் இல்லை. அவன் வயதற்றவனாக இருந்தான்.

'அவருக்குத் தனது கலையின்மீது, உடலின் மீது, மிகுந்த கட்டுப்பாடு இருந்தது' என்று அவன் சொன்னான். 'களி முடிந்ததும் அவரைப் பார்த்தேன். அப்போது அவரிடம் ஒரு துளி பீமன்கூட மிச்சமில்லை. அவரால் நினைத்தபோது பீமனை வரவைக்கவும் விரட்டவும் முடிந்தது.'

கணேசனுக்குத் தன் குரலில் தோன்றிய வியப்பு, வியப்பைத் தந்தது.

அவள் அதைக் கவனிக்காமல், 'கல்யாண சௌகந்திகம்னு மலையாளத்துல இரண்டு சினிமா வந்திருக்கு' என்றாள். 'ஒண்ணு ஜெயபாரதி நடிச்சது. மற்றது திலீப் படம். இரண்டாவது படத்துல நல்ல பாட்டு ஒண்ணு இருக்கு. எல்லாக் கல்யாண வீட்டுலயும் கச்சேரில பாடுவாங்க' என்றாள். 'என் கல்யாணத்துல பாடுனாங்க' என்றவள் பாடலின் சில வரிகளைப் பாடிக் காண்பித்தாள். 'கல்யாண சௌகந்திகம் முடியனியுன்ன திருவாதிரே...'

'மண்வீணை உணருன்னு...' என்று பாடும்போது அவளுக்குக் கண்ணீர் வந்துவிட்டது.

அவள் நெருங்கி ஒரு விசும்பலுடன் அவன் தோளின்மீது சாய்ந்துகொண்டாள்.

அவர்கள் கொஞ்ச காலம் பூவாரில் ஒரு வீடெடுத்து வாழ்ந்தார்கள். கேரளத்தின் காயல்கள் கால் தொட்டு அலம்பும் ஒரு வீடு.

அவன் அவளது கடந்த காலம்பற்றி எதுவுமே கேட்கவில்லை. ஒரு முறை அவள், 'கூத்தாடிகளுக்கும் துறவிகளுக்கும் ஒரே மாதிரியான பூர்வீகமே உள்ளது' என்று மட்டும் சொன்னாள்.

ஒரு நாள் அவர்கள் ஒரு சர்க்கஸ் பார்க்கப் போனார்கள். அவன்தான் வற்புறுத்தி அழைத்துப் போனான். அவளுக்கு ஏனோ அதில் இஷ்டமே இல்லை. அவனுக்குச் சிறு வயதிலிருந்தே அது மாதிரியான விசயங்களில் பிரியம் இருந்தது.

மிகச் சுமாரான சர்க்கஸ். அவர்கள் இடைவேளையிலேயே கிளம்பினார்கள். அப்போது ஒரு குள்ளன் ஓடிவந்து அவர்களை உள்ளே அழைப்பதாகக் கூறினான். உள்ளே, சிவந்து தடித்த குட்டையான ஒரு நபர் முகத்தில் பாதி கோமாளி ஒப்பனையுடன் ஸ்டூலில் அமர்ந்திருந்தார்.

இவர்களைப் பார்த்ததும் எழுந்து, 'சாமளே' என்றார்.

சாமளாவின் முகம் இறுகியது. 'அச்சன் இப்போ இவிடத்தோ?' என்றாள்.

'ஆமா. இப்போ இதாக்கும் வேஷம்.'

அவர் இவனை ஏறிட்டுப் பார்த்தார்.

சாமளா, 'இப்போ இவரோட தாமசம்' என்றாள்.

'ஸ்ரீதரன் எவிட சாமளா?'

'தெரியலை அச்சா.'

'ஸ்ரீ குட்டியோ?'

'தெரியலை.'

மௌனம். குள்ளன் வந்து, 'கலர் வாங்கி வரட்டே?' என்றான்.

அவர் கலைந்து, 'மோளே, மங்கலாபுரத்தில வச்சு நீ நடிச்ச கடைசிப் படம் பார்த்தேன். இப்போ உன் ஸ்திதி இது, இல்லையா? வேலைக்காரி வேஷம்' என்றார். 'ஹீரோயின் அந்த மேனோன். அவளுக்கு நடிப்பே வரலை. அவளைக் காட்டிலும் நீ என்ன குறைச்சல் மோளே?'

சாமளாவின் பாதங்கள் இறுகித் தரையைப் பற்றுவதை கணேசன் பார்த்தான். அவள், 'தெரியலை அச்சா' என்றாள்.

அன்றிரவு அவள் தூங்கவே இல்லை. படுக்கையறையில் கண்ணாடிமுன் அமர்ந்து தனது உருவையே பார்த்துக் கொண்டிருந்தாள். கணேசன் பின்னால் போய் அவளை அணைத்துக்கொண்டான்.

ஆனால் அதுவும் நிற்கவில்லை. ஒருநாள் நல்ல ஒரு கூடலுக்குப்பிறகு சாமளையின் கூந்தலில் தலை புதைத்து

அவன் உறங்கிவிட்டான். அவளுக்கு நல்ல கூந்தல் மணம் உண்டு. முல்லையும் தேங்காய் எண்ணெயும் கூடி முயங்கிய ஒரு மணம். நள்ளிரவில் விழித்தான். பெரிய நிலவு ஜன்னலில் மௌனமாக ஒரு சித்திரம்போலத் தொங்கிக்கொண்டிருந்தது. மேகங்களே அற்ற துல்லிய வானம். தூரத்தில் காயலின் அலை முகடுகள் சிறிய பளபளப்புடன் தளும்பிக்கொண்டிருந்தன.

அவன் அவளைக் காணாது, இறங்கிப் பின்பக்கம் வந்தான். அவள் வாழை மரங்கள் நடுவே நின்றுகொண்டு போனில் தழைந்த குரலில் யாருடனோ பேசிக்கொண்டிருந்தாள். சிறிய சிணுக்கமும் சிரிப்பும். ஏறக்குறைய சற்றுமுன் கூடலின் போது அவள் முகத்தில் காட்டிய அதே பாவனைகள். கணேசனின் அடிவயிற்றிலிருந்து ஒரு கசப்பு எழுந்தது. அதே சமயம் ஒரு நடிகனுக்கே உரிய வியப்பும் தனக்குள் எழுவதை உணர்ந்தான். சாமளா மிகப் பெரிய நடிகை என்று தோன்றியது. ஆனால் எது உண்மை? அவள் என்னிடம் காட்டியதா? இதோ போனில் ஒரு முகம் காணாக் காதலனுக்குக் காட்டுவதா?

ஒருவேளை கல்யாணியின் வெறுப்புக்கும் இதுதான் காரணமா? இதே முகத்தோடுதானே உன் நடிகைகளையும் கொஞ்சுகிறாய் என்று அவள் ஒரு நாள் கேட்டாள்.

‘ஆனால் உண்மையான பிரச்சினை...’ என்றார் டைரக்டர். ‘நாம் எப்போதும் தூரப் பார்க்கிறவர்கள். நம் கண் எப்போதும் வானத்து முகட்டில் இருக்கும் நட்சத்திரம்மீதே இருக்கிறது. கலை என்பதே அதுதான். நம்மால் நம் அருகில் இருக்கும் எதையுமே பார்க்க முடியாது என்பதுதான். ரொம்ப தூரப் பார்க்கிறவர்களை மனிதர்கள் விரும்புவதில்லை.’

கணேசன், ‘ஆனால், கிட்டே இருக்கிறதைப் பார்க்க ஆரம்பித்தால்...’ என்றான். ‘அங்கே என்ன இருக்கிறது? ஆபாசமும் குப்பையும்... அம்மைக்குழி விழுந்த சாமளையின் கன்னங்கள்...’

‘ஆனால் அவையும் கொஞ்ச நாட்கள் அழகாக இருந்தன அல்லவா?’

கணேசன் ஆமாம் என்று ஒப்புக்கொண்டான். நள்ளிரவு உடைந்ததும் வருகிற விடிவெள்ளிகளைப் போன்ற மிகப் பிரகாசமான அழகுடன் அவை இருந்தன.

‘இந்த பிளவு என்னைத் துன்புறுத்துகிறது. இந்த வேதனையிலிருந்து தப்பிக்க வழியே இல்லையா? இவர்களுடன் நாம் பேசவே முடியாதா? நாம் எப்போதுமே தனிதானா?’

‘வேதனையை மறக்க வழி உண்டு. நீ இதுவரை அடைந்ததெல்லாம் சிறிய வெற்றிகள். நீ அவர்கள் மறுக்க முடியாத பெரிய வெற்றிகளை அடையவேண்டும். நீ அவர்களைச் சார்ந்தவன் அல்ல என்று தெளிவாக அவர்களுக்கு உணர்த்தும் பெரிய வெற்றிகளை. தெய்வங்களுக்கு எல்லாம் அனுமதிக்கப்பட்டிருக்கிறது என்பது உனக்குத் தெரிந்ததுதானே. பிறகு, நீ அவர்களிடம் மண்டியிடவேண்டும் என்ற எதிர்பார்ப்பை நிறுத்திவிட்டு அவர்கள் உன்னிடம் மண்டியிட ஆரம்பிப்பார்கள். பிறகு அவர்கள் உன்னிடம் பிரார்த்தனைகளை மட்டுமே வைப்பார்கள்.’

அப்படி ஒரு வெற்றிக்கான வழியை அவரே உருவாக்கித் தந்தார். அவரது அடுத்த படத்தில் மிக முக்கியமான ஒரு ரோல். அது அவனுக்குப் பெரிய பெயர் வாங்கித்தரும் என்பதை அவனால் உணர முடிந்தது. ஏறக்குறைய அவனது வாழ்க்கையை ஒட்டிய ஒரு கதை. ஒரு கதகளிக்காரனின் அக வாழ்க்கையைப் பற்றிய கதை.

கேரளத்தின் கலையைப் பிரதிபலிக்க ஒரு தமிழன்தான் கிடைத்தானா என்று அங்கே பெரிய எதிர்ப்பு எழுந்தது. மலையாள சினிமாவே ஒரு தமிழன் தொடங்கியதுதான் என்று ஓர் எழுத்தாளர் எழுதி, கோட்டயத்தில் தாக்கப்பட்டார். ஆனால் டைரக்டர் பிடிவாதமாக இருந்தார். ‘கணேசன்மீது எனக்கு நம்பிக்கை இருக்கிறது. தவிர கணேசன் அவன் தாய்வழியில் ஒரு மலையாளி.’

அவன் ஊர் ஊராகப் போய் கதகளி மாஸ்டர்களைப் பார்த்தான். அவர்கள் வீட்டுப் புறநடைகளில் தூங்கினான்.

அலுவலகம் மிகுந்த பிரச்சினைகளை அளித்தது. அவனது மருத்துவ விடுப்பை ஏற்றுக்கொள்ளாமல் போர்டுக்கு அனுப்பி வைத்தது. அவன் அதற்குச் செல்லவில்லை. வேலையிலிருந்து விலகினான். கல்யாணி அதற்கும்மேல் நடந்துகொண்டாள். படப்பிடிப்பிலிருந்து எத்தனையோ நாட்கள்

அவன் தனது மகனுடன் பேச முயன்றான். அவள் ஒருமுறை கூட அனுமதிக்கவில்லை.

அந்தக் காலகட்டத்தில்தான் அவனுக்கு வயிற்று வலி வர ஆரம்பித்தது. ஒருநாள் படப்பிடிப்பின் நடுவே மயங்கி விழுந்தான். எனினும் வலியோடு நடித்தான். ‘தொடர்ச்சி யான ஹோட்டல் சாப்பாடு காரணம்’ என்று ஒரு வைத்தியர் சொன்னார். ‘வீட்டுல இருந்து சாப்பிடுங்க.’ கல்யாணியிடம் போனில் அதைத் தெரிவித்தான். அவள், ‘என்னால அங்கெல்லாம் வர முடியாது. வேலையையும் தொலைச்சாச்சு. உன்னோட கூத்தியாளுங்க யாரையாவது கூப்பிட்டுக்கோ’ என்று போனை வைத்துவிட்டாள். அன்றிரவு அவன் மிகத் தனிமையானவனாக உணர்ந்தான். டைரக்டர், ‘நீ கொஞ்சம் குடி’ என்று சொன்னார். அவன் குடிக்கவில்லை.

கடும் வேதனைக்கிடையே படப்பிடிப்பு முடிந்தது. டைரக்டர் அவருக்குத் தெரிந்த ஒரு மருத்துவரிடம் அழைத்துப் போனார். அவர் ஸ்கேன் எடுக்கச் சொன்னார். மறுநாள் அவன் இருந்த ஹோட்டலுக்கே போன் செய்து அழைத்து, ‘நீங்கள் உடனடியாக ஆஸ்பத்திரியில் அனுமதியாகவேண்டும்’ என்றார்.

அவனை திருவனந்தபுரம் ரீஜனல் கேன்சர் மருத்துவமனை யில் சேர்த்தார்கள். அவன் கல்யாணிக்குத் தகவல் அனுப்பினான். சாமளையைக் கூப்பிடவேண்டாம் என்று சொல்லிவிட்டான்.

ஒரு வாரம் கழித்து கல்யாணி வந்தாள். அதற்குள் புற்று முழுக்கப் பரவிவிட்டது என்று கழுத்துவரை குடலை வெட்டி எறிந்துவிட்டார்கள். மீதமிருந்தது உணவுக்குழல் மட்டும் தான். அதன்வழியே சிறிது தண்ணீர் அருந்த முடியும். அதுவும் மிகுந்த சிரமத்துக்குப் பிறகு. கொஞ்சம் அரைத்த கூழ் போன்ற கஞ்சி. அதையும் பல நேரம் வாந்தி எடுத்துவிடுவான்.

படம் வெளியாகி பெருத்த வெற்றி அடைந்தது. டைரக்டர் அவனைப் பார்க்க வந்தார். சில பத்திரிக்கை விமர்சனங் களைக் காண்பித்து, ‘எல்லோரும் பாராட்டுறாங்க. சீக்கிரம் எழுந்திரிச்சி வாங்க. இன்னொரு படம் பண்றோம். தமிழ்ல’

என்றார். போகும்போது கல்யாணியிடம் கைகூப்பி வணங்கி, ‘பெரிய கலைஞன். கொஞ்ச நாள் ஜீவிச்சிருக்கட்டே’ என்றார்.

அவர் போனதும் கல்யாணி அருகில் வந்து படுக்கையில் அவர் வைத்துப் போன செக்கை எடுத்துப் பிரித்துப் பார்த்தாள். பிறகு, ‘ப்பூ, உங்க கஞ்சிச் செலவுக்குக்கூடக் காணாது’ என்றாள்.

அங்கே ரொம்ப நாள் வைத்திருக்க அனுமதிக்கவில்லை.

நாகர்கோவில் அரசு மருத்துவமனைக்குக் கொண்டுவந்தார்கள்.

அம்மா ஒருநாள் வந்து பார்த்தாள். ‘நோய்லாம் இல்லைடா. கைவிஷம். உன்னை வசப்படுத்த கைவிஷம் வச்சிருக்கா இழவெடுத்தவ. திற்பரப்பு மந்திரவாதிகிட்டே அவ போனதைப் பார்த்தவங்க இருக்காங்க. என்னிக்காவது நீ வாந்தி எடுத்தப்ப அதுல கருப்பா ஏதாவது இருந்துச்சா சொல்லு’ என்று அழுதாள். சற்று தூரத்தில் கல்யாணி சம்பந்தமில்லாதவள்போல வேறெங்கோ பார்த்துக்கொண்டு அமர்ந்திருந்தாள்.

அவனுக்கு ஆயாசமாக இருந்தது. ‘அவ கைவிஷம் வைச்சிருந்தாக்கூட அது ஒரு அன்புலதானே’ என்றான். அவ்வாறு சொன்னது அவனுக்கே வியப்பாக இருந்தது. அம்மா கிளம்பிப் போனபிறகு, அன்று முழுக்க கல்யாணியிடம் வெறுப்பைக் காட்டாமல் இருக்க முயன்றான். கையைப் பிடித்து அழுத்தினான்.

அவள் அதைக் கண்டுகொண்டு சட்டென்று வெடித்து அழுதாள். ‘இது என்ன புது இழவு? இதுவும் உன் நடிப்புல ஒண்ணா? நீ நல்லா இருந்தப்ப எல்லாம் வேற யார் யார் கூடயோ இருந்தே. இப்போ கிழிஞ்ச பாய்போல ஆனதும், என்கிட்டே வந்து நாடகம் போடறியா?’

கணேசன் பேச முயன்றான். சட்டென்று வார்த்தைகள் வராமல் திக்கிற்று. அவள் அவனை உற்றுப் பார்த்து, ‘உன்னோட நடிப்பை நீ நிப்பாட்டவே மாட்டியா?’ என்றாள்.

அவனது முதல் வலித்தாக்குதல் அன்றுதான் ஆரம்பித்தது. வலி என்றால் பேய்வலி.

வலி வரும்போது படுக்கையில் வில்லாய் வளைந்து விடுவான். மார்பைன் போட்டும்கூட அடங்காத வலி. அரசு ஆஸ்பத்திரியில் மார்பைன் ஸ்டாக் அதிகம் இல்லவும் இல்லை. அந்த மாதிரிச் சமயங்களில் கத்தி ஊரைக் கூட்டுவான். ஆனால் அப்போதெல்லாம் அவனுக்கு ஒரே ஒரு நினைவுதான் இருந்தது.

அவன் மகன் நினைவு.

'எனக்கு அவனைப் பார்க்கணும்' என்று சொன்னான். 'ஒரே ஒரு தடவை. அவனைப் பார்த்தால் எல்லாம் சரியாகிவிடும்.'

அவனுக்கு அது நிச்சயமாக நடிப்பில்லை என்று தெரிந்தது. 'இல்லை. என் அகம் எனக்கே நிகழ்த்திக் காட்டும் களியல்ல இது. இந்த வலிபோல மிக உண்மையானது' என்று நினைத்துக் கொண்டான்.

அவள் அதை உணர்ந்தவள்போல இளகி, முகத்தைத் திருப்பிக்கொண்டு, 'இங்கே வேணாம். அவன் பயந்திடுவான். ஊருக்குப் போய்ப் பார்க்கலாம்.'

அதுவும் சரியெனவே பட்டது. ஊருக்குப் போய் அவனைத் தூக்கிக் கொஞ்சவேண்டும். அவன் திக்குவாய்க்கு நல்ல டாக்டரைப் பார்க்கவேண்டும். 'மகனே, இனி நான் எந்த நாடகத்துக்கும் போகப் போவதில்லை. மந்தையில் இருப்பதிலும் சில நன்மைகள் இருக்கின்றன. தங்களது குட்டிகளின் ஸ்பரிச நெருக்கம் அதில் முக்கியமான ஒன்று. இனி நீ திக்கவேண்டாம்.'

சட்டென்று மீண்டும் வலி தாக்கியது. அவன் ஐயோ என்று தொண்டைவரை எழுந்த கூவலை அடக்கிக்கொண்டான்.

கணேசன், கலாமண்டலம் கோபி மாஸ்டரை நினைத்துக் கொண்டான். அவரது உடல்மீதான கட்டுப்பாட்டை.

கணேசன் இப்போது தன்னை பீமனாக உருவகித்துக்கொண்டான். கீசகனை வெறும் கையால் பிய்த்துப்போட்ட பீமன். ஒரு கணம் யோசித்து கீசக வதத்தின் முக பாவனைகளைப் படுக்கையில் இருந்தவாறே பாவிக்க முயன்றான்.

ஓர் ஆரம்பத் தயக்கத்துக்குப் பிறகு அவன் முகம் ஒத்துழைக்க ஆரம்பித்தது.

படுத்துக்கொண்டே அவன் செய்யும் விநோதக் கையசைவு களை அறையில் இருந்தவாறே செவிலி பார்த்தாள்.

கணேசனுக்கு சாமளா, 'சைக்கிள் விடுவது போல இயல்பாக' என்றது நினைவுக்கு வந்தது.

அவனது பாவங்கள் கூர்மை பெற்றன.

ஆச்சர்யப்படும்விதமாக வலி குறைந்தது.

இப்போது கணேசன் பீமன் ஆனான். கீசகனைக் கொன்ற பிறகு திரௌபதிக்காக மலர் பறிக்க மலைப் பள்ளத்தாக்கில் இறங்கினான்.

இங்கே திரௌபதி யார்? கல்யாணிதான்.

ஒருகணம் அவன் முகம் கல்யாணி அவனைப் பீமன் என ஒப்புக்கொள்வாளா என்று தயங்கியது.

வலி மின்னல்போல, அரவத்தின் நாவைப்போல ஒருகணம் அவனைத் தீண்டியது.

ஆனால் ஒரு கணம்தான்.

நிச்சயம் ஒப்புக்கொள்வாள் என்று நாடகத்தின் அசரீரிபோல ஒரு குரல் கேட்டது.

ஏன் மாட்டாள்? அவன் மலர்களைக் கொணர்கையில்...

அவன் சட்டென்று உற்சாகமாக உணர்ந்தான். ஒருவேளை நர்ஸ் போட்ட ஊசி வேலை செய்யத் தொடங்கியதால் இருக்கலாம். கழுத்தை நீட்டி, கல்யாணி எங்கே என்று பார்க்க முயன்றான். அவள் அந்த கவுன்சிலருடன் பேசிக் கொண்டிருக்கிறாளா? கொஞ்ச நாட்களாகவே இவன் கண்ணில் படவில்லை எனினும் அவன்தான் கல்யாணிக்கு உதவிக்கொண்டிருக்கிறான் என்று தெரிந்தது. எனக்கு எல்லாம் தெரியும் என்று அவளிடம் சொல்லலாமா என்று யோசித்தான். வேண்டாம், போகட்டும். மந்தைகளுக்கும் ஒரு வழிதெட்டு வேண்டுமல்லவா?

எல்லாவற்றையும் சரி செய்துவிடலாம்.

பாலவிளை கணேசன் என்கிற பீமன் புன்னகையுடன் கண்களை மூடிக்கொண்டான்.

அந்த கடும்கிறித்துவச் செவிலி பணி முடியும் நேரத்தில் மீண்டும் ஒருமுறை சுற்றிவரும்போதும் அவன் அதே புன்னகையுடன் கண் மூடித்தான் இருந்தான். பீமனைப் போலத் தோள்களைப் பரத்தி, கால்களை அகட்டி, விநோத மாகக் கிடந்தான்.

அவள் நெருங்கிவந்து நாடி பிடித்துப் பார்த்தாள். பக்கத்தில் கீழே சுருண்டு தூங்கிக்கொண்டிருந்த கல்யாணியைப் பார்த்தாள்.

பிறகு அவள் அறைக்குப் போய் தனது தோழியிடம், ‘உனது நடிகன் போயிட்டான்’ என்றாள்.

4

பாஸிங் ஷோ

'I feel lousy' என்றான் அவன்.

மஞ்சுளா, ஆபீஸ் முடிந்து மார்க்கெட்டில் காய்கறிகள் வாங்கிக்கொண்டு பஸ் ஏறக் காத்திருக்கையில், ஒரு கடை வாசலில் தலையைப் பிடித்துக்கொண்டு உட்கார்ந்திருக்கும் நபர் யார் எனப் பார்த்தாள். அட, ஹரி.

'ஹரி, ஏன் இங்க உட்கார்ந்திருக்கீங்க? உடம்பு சரியில்லையா?'

அவன் நிமிர்ந்து பார்த்து, 'மஞ்சு மேடம்' என்றான் பலவீனமாக.

ஆட்டோக்காரரைக் கூப்பிடுவதற்குள் ஹரி ஏறத்தாழ மயங்கியிருக்க, 'கொஞ்சம் ஹெல்ப் பண்ணுப்பா' என்றாள் மஞ்சுளா ஆட்டோக்காரரைப் பார்த்து.

'என்னம்மா குடிச்சிருக்காரா?' என்றார்.

'சேச்சே...'

யாரோ ஹரியின் சூட்கேஸ் மற்றும் சாமான்களை எடுத்துத் தந்தார்கள். நீளமாகச் சுருட்டிவைத்திருந்த கான்வாஸ்களை ஏற்ற ஆட்டோக்காரர் சிரமப்பட்டார்.

‘எங்கம்மா போணும்?’

தெரிந்த டாக்டரிடம் போனாள்.

‘வைரல் ஃபீவர். உங்க பக்கத்து வீட்டுல வாடகைக்கு இருக்கிற பையன்தானே? சாப்பாட்டில கவனமா இருக்கணும். இது மூணு நாளைக்கு!’ என்றார் மாத்திரைகள் தந்து. 100 ரூபாய் வாங்கிக்கொண்டு ஊசியும் போட்டார். வீடு வரும்போது இரவு 9 மணி. அதற்குள் ஹரி லேசாகத் தெளிந்திருக்க, ‘நானே இறங்கிக்கிறேன்’ என்றவனை, ‘சும்மா இரு சார்...’ என்று ஆட்டோக்காரர் ஏறக்குறைய தூக்கிச்சென்று வீட்டுக்குள் போட்டார்.

அதற்குள் ராஜகோபால் வீட்டுக்குள்ளிருந்து ஓடிவந்து, ‘என்னடி... என்ன ஆச்சு?’ என்றார்.

‘ஒண்ணும் இல்லை... ஹரிக்கு உடம்பு சரியில்லாம ரோட்டில மயங்கிக்கிடந்தார். டாக்டர்கிட்டே காமிச்சுட்டு வர்றேன். ஆட்டோ... எவ்வளவுப்பா?’

‘கொடேன் ஒரு நூறு.’

ராஜகோபால், ‘நூறு ரூபாயா?’ என்று பார்த்தார்.

மஞ்சுளா, ‘ப்ச்... குடுங்க’ என்றாள்.

சுரேஷ், மொபைலில் கேம் விளையாடிக் கொண்டிருந்தவன், அவளைக் கண்டதும் அதைச் சரேல் என மறைத்து, ‘ஹாய் மம்மி’ என்றான். அதைக்கூடக் கவனிக்காமல் நேராக அடுக்களைக்குப் போனாள்.

ராஜகோபால் பின்னாலேயே வந்து, ‘என்னன்னு சொல்லேன்டி.’

‘காய்ச்சல், 105 டிகிரி இருக்கு. எங்கேயோ திருநெல்வேலிப் பக்கம் பழங்கோயில்ல படம் எழுதப் போயிருக்கார். சாப்பாடும் தண்ணியும் செட் ஆகலை போல!’

‘சரி, இப்ப என்ன சமையல் பண்ணப் போறே... ரொம்பப் பசிக்குது. இது என்ன?’

‘கஞ்சி, அவருக்கு!’

‘குடு... நான் எடுத்துட்டுப் போறேன்.’

‘வேணாம். மாத்திரை குடுக்கணும். எனக்குத்தான் தெரியும்’ என்று அவரைக் கடந்துபோனாள்.

மறுநாள் காலை. ராஜகோபால் அவன் வீட்டுக்குப் போய் பேருக்கு ஒரு தடவை பார்த்தார். அறை முழுவதும் புத்தகங்களும் கான்வாஸ்களும் நிரம்பி இருக்க, கட்டிலுக்கு அடியில் இரண்டு ஷீவாஸ் ரீகல் புட்டிகள் இருந்தன. கான்வாஸ்களில் மிக அழகான பெண்கள், மிருக நிர்வாணமாக நின்றிருந்தார்கள். அறையில் லேசான சிகரெட் மணம். ‘இந்தக் காய்ச்சல்லகூட சிகரெட் குடிக்கிறானே... முட்டாள்’ என நினைத்தார். அவர் போகையில், வாய் பிளந்து விட்டத்தை வெறித்துக்கொண்டிருந்தான்.

‘மிஸ்டர் ஹரி, உடம்பு எப்படி இருக்கு?’ என்றதற்கு விரோதமாகப் பார்த்தான்.

மறுநாளும் அவனுக்கு வீட்டிலிருந்து கஞ்சி, பால் எல்லாம் போயின.

‘இன்னைக்குமா?’ என்றார் ராஜகோபால்.

‘அசட்டுத்தனமாப் பேசாதீங்க. போறப்போ அவர் அப்பா உங்ககிட்டேயும்தானே சொன்னார்...’

‘அதுக்காக நீ பார்த்துக்கிறமாதிரி அவன் சம்சாரம்கூடப் பார்த்துக்க மாட்டா. தவிரவும், அவன் சரியில்லை.’

மஞ்சுளா அவரை விழித்துப் பார்த்து, ‘என்ன சரியில்ல?’ என்றாள்.

‘வந்து... குடிக்கிறான்போல இருக்கு. இந்தக் காய்ச்சல்லகூட சிகரெட் பிடிக்கிறான். ரூம் முழுக்க பொம்பளைங்க படத்தை அசிங்கமா வரைஞ்சுவெச்சிருக்கான்.’

‘ச்சும்மா உளறாதீங்க... அது ஆர்ட்.’

‘என்ன பெரிய ஆர்ட். சினிமாவா எடுத்தா அது போர்னோ; வரைஞ்சா ஆர்ட்டா? எதுக்கும் கொஞ்சம் ஜாக்கிரதையாவே இரு. திடீர்னு கையைப் பிடிச்சு இழுத்துருவான்.’

‘போதும். வாயை மூடுங்க’ என்றாள் மஞ்சுளா.

இரண்டாம் நாள் ஹரி கொஞ்சம் எழுந்து அமர்ந்து புத்தகம் படித்துக்கொண்டிருக்க, 'இப்பவும் புத்தகம் படிக்கணுமா?' என்றாள் மஞ்சுளா.

அவன் மூடிவைத்துவிட்டு, 'வாங்க மேடம்' என்றான். கையில் இருந்த பாத்திரத்தைப் பார்த்துவிட்டு, 'ஐயோ... ரொம்பச் சிரமம் உங்களுக்கு.'

'என்ன சிரமம்... வெறும் ரசம் சாதம்' என்றவள், 'எங்க போயிருந்தீங்க பத்து நாளா? அப்ப உங்களுக்கு ரெண்டு லெட்டர் வந்தது.'

'தேங்க்ஸ். நெல்லை பக்கம் பிரம்மதேசம்னு ஒரு ஊர்ல சோழர்கள் கட்டின பழைய கோயில் இருக்கு. ஏழாம் நூற்றாண்டைச் சேர்ந்த அரிய சிற்பங்கள். வரையப் போயிருந்தேன்.'

'எப்பவும் கோயிலைத்தான் வரைவீங்களா?' என்றாள். லேசாக வியர்த்தது. கான்வாஸ்களில் இருந்த பெண்கள் படங்கள் நினைவுக்கு வந்தன.

'இல்லீங்க. சில சமயம் இயற்கைக் காட்சி, அழகான முகங்கள்... வரையிறது உண்டு.'

'சாப்பிடுங்க... உங்களுக்குப் பிடிச்ச ஓவியர் யார்?'

'ருகேண்டாஸ். கேள்விப்பட்டிருக்கீங்களா?'

'இல்லை. எனக்கு ரெம்ப்ராண்ட்தான் பிடிக்கும்' என்றாள்.

அவன் சாப்பிடுவதை நிறுத்திவிட்டு, 'மை காட்!' என்றான்.

'ஓவியர் மதி, எனக்குப் பெரியப்பா' என்று மஞ்சுளா புன்னகைத்தாள்.

அவன் மறுபடியும், 'மை காட்!' என்றான். 'எனக்குத் தெரியவே தெரியாது மேடம். என்ன ஒரு மேதை அவர்!' என்றான். இப்போது அவன் பார்வையே மாறிவிட்டது.

'நான் சந்திக்க விரும்பிய ஆளுமைகளில் அவரும் ஒருவர்' என்றவன் தயங்கி, 'நீங்க வரைவீங்களா?' என்றான்.

'இல்லை... அதுக்கெல்லாம் விட மாட்டாங்க. பெரியப் பாவையே கொஞ்சம் தள்ளித்தான் வெச்சிருந்தாங்க. ரசிக்கிறதோடு சரி.'

'அதுக்கே ஞானம் வேணுங்க. உங்க பெரியப்பான்னா... சொந்தப் பெரியப்பாவா?' என்று நம்ப முடியாததுபோலக் கேட்டவன், 'உங்க பெரியப்பா உங்களை வரைஞ்சிருக்காரா?' என்று கேட்டான்.

'இல்லை. ஏன்?'

'உங்க முகத்தை அவர் படங்களில் பார்த்த நினைவு' என்றான்.

அவள் பேசவில்லை. பெரியப்பா, மஞ்சுளாவின் அம்மாவை வரைந்திருக்கிறார். 'உன் அம்மாவோடது அபூர்வமான முகம்' எனச் சொல்லியிருக்கிறார். அவர் பெரும்பாலும் தமிழ்ப் பெண்களை வரைந்ததில்லை. அவருக்கு இங்கேவிட வங்காளத்தில்தான் பெரிய வரவேற்பு. குறிப்பாக, சக்தியின் பத்து வடிவங்களான தசமகா வித்யாக்களை மையமாக வைத்து அவர் வரைந்த வரிசை பெரிய புகழையும் எதிர்ப்பையும் பெற்றது. எதிர்ப்பின் காரணம், அவை ஆபாசமாக இருக்கின்றன என ஒரு குழுவுக்குத் தோன்றிவிட்டதுதான். 'பத்து வித்யாக்களில் கமலா என்ற தாமரைக் கடவுளுக்கு மட்டும், உன் அம்மாவை மாடலாக நினைத்துக்கொண்டேன்' என அவளிடம் பெரியப்பா சொல்லியிருக்கிறார்.

'நீங்க எப்பவும் நிலக் காட்சிகள், உடல்கள்தான் வரைவீங்களா? நவீன வடிவங்களில் உங்களுக்கு ஆர்வம் இல்லையா?' என்று ஹரியிடம் கேட்டாள் மஞ்சுளா.

அவன் சற்று கோபமுற்று, 'அவையெல்லாம் நீர்க்குமிழிகள்; காலாவஸ்தை அல்லது பாஸிங் ஷோ' என்றான்.

'பாஸிங் ஷோ என்றொரு சிகரெட் இருந்தது. பெரியப்பா அதைத்தான் பிடிப்பார். அவரது இடது கையில் இன்னொரு தூரிகைபோல அது எப்போதும் புகையும். அந்தப் புகை வாசம், எப்போதும் அவரது அறையில், உடைகளில், ஓவியங்களில் இருந்தது. அவருடைய ஓவியங்களில் தெரிந்த புகைமூட்டம் அவரது சிகரெட்டிலிருந்து வந்ததுதான்' என்றவள், 'குழந்தை, இது ஒரு பாணி; அபநீந்திரநாத் தாகூர்

பாணி என வங்காளத்தில் சிலர் சொல்வார்கள்' என அவர் கேலியாகச் சொல்லியது உண்டு. ஆனால், எவ்வளவு புகை மூடி எழுதினாலும், அப்பா கண்டுபிடித்துவிடுவார். அம்மாவை அடிக்கவே செய்தார். 'உன்னை யாருடி மாடிக்குப் போகச் சொன்னா? அங்கே போகக் கூடாதுனு சொன்னேன் இல்லையா?' என்றார் பல்லைக் கடித்துக்கொண்டே. அவள், 'நான் போகவே இல்லை' எனச் சாதித்தாள். 'பிறகு எப்படி உன் முகம் அவர் படங்களில் வருது? நான் என்ன முட்டாள்னு நினைச்சுட்டீங்களா ரெண்டு பேரும்?' எனக் கத்தினார். 'இன்னைக்கே நான் அவரை வேற எங்கயாவது போகச் சொல்றேன். இது குடும்பம் நடத்துற இடம்' எனக் குதித்தார். ஆனால், அது அவ்வளவு எளிதான காரியமாக இருக்கவில்லை. வீடு பெரியப்பாவின் பெயரில் இருந்தது. அவர்மீதான அப்பாவின் வெறுப்புக்கு அதுவும் ஒரு காரணம். அந்தக் கோபத்தை எல்லாம் அவர் அம்மாமீது காட்டினார். அவளை அவளுடைய வீட்டிலிருந்து பணம் வாங்கி வரச் சொன்னார். அதைவைத்து வேறு எங்கேயாவது போய்விடலாம் என்பது அவர் எண்ணம்.

'இதைக் கேள்விப்பட்டபோது பெரியப்பா ஒருகணம் முகம் சுருங்கி, 'ஓர் ஓவியன் கண்களால் அல்ல...' மனத்தால் பார்க்கிறான். உண்மையில் உன் அப்பன் அஞ்சுவது என்னிடம் அல்ல; உன் அம்மாவிடம். வங்காளத்தில், கீழே கிடக்கும் சிவனை சக்தி மிதித்துக்கொண்டு நிற்பதுபோல ஒரு படம் உண்டு. பார்த்திருக்கிறாயா?' என்றார். இதுமாதிரியான சந்தர்ப்பங்களில் அம்மா ஒரு நாள், 'உன் அப்பா மிகச் சிறிய மனிதர். உன் பெரியப்பா எவ்வளவு பெரிய மனிதரோ, அவ்வளவு சிறிய மனிதர் இவர். அவர் பெரிதாக பெரிதாக, உன் அப்பா சிறிதாகிக்கொண்டே இருக்கிறார்' என்றாள்.'

கணத்துக்குக் கணம் மாறிக்கொண்டேயிருந்த மஞ்சுளாவின் முகத்தை உற்றுப் பார்த்துவிட்டு, 'நான் ஒருநாள் உங்களை வரையலாமா? உங்களுடையது அபூர்வமான முகம்' என்று அவள் கண்களைப் பார்த்தான் ஹரி.

மஞ்சுளா அந்தக் கேள்வியால் தாக்கப்பட்டு மிகவும் நாணி, 'நான் வர்றேன்' என்று சொல்லிவிட்டு வீட்டுக்கு வந்து விட்டாள்.

அன்றைக்கு ராத்திரி மஞ்சுளாவுக்கு அபத்தமாக ஒரு கனவு வந்தது. ரெம்ப்ராண்டின் போர்வீரன் மாதிரி சிவப்பு ஆடையில் யாரோ குதிரையில் அவளைத் தூக்கிப்போவதுபோல். பிறகு அவன், குதிரை, அவள்... என யாருமே ஆடை அணிந்திருக்க வில்லை. நெஞ்சு படபடக்க எழுந்து அமர்ந்துகொண்டாள். உடல் முழுக்க சுரந்து ஒரு வியர்வைக் குளமாக மாறிவிட்டது. பாத்ரூம் போய்வந்த பிறகும், இரவு வெகுநேரம் தூங்காமல் அப்படியே அமர்ந்திருந்தாள். என்ன ஒரு கனவு!

பக்கத்தில் ராஜகோபால், அவர் கன்னத்தில் கோழை எச்சில் வடிய குறட்டைவிட்டுத் தூங்கிக்கொண்டிருந்தார்.

•

'மஞ்சுளா மேடம், சினிமாவுக்கு வர்றீங்களா. துல்கர் சல்மான் படம்' என்றாள் சுசீலா. மஞ்சுளாவோடு அலுவலகத்தில் வேலைபார்ப்பவள்.

மஞ்சுளாவுக்கு, துல்கர் சல்மான் யார் எனத் தெரியவில்லை. இருந்தாலும், 'எனக்கு அவனைப் பிடிக்காது' என்றாள் பொதுவாக.

'சல்மான் பிடிக்காதா?' என்று கேட்டுவிட்டுச் சிரித்த லலிதா, 'மாமிக்கு வயசு ஆச்சு இல்லியோ...' என்றாள் கிண்டலாக.

'என்னடி வயசாச்சு? 35 ஒரு வயசா? (கொஞ்சம் வயதை மறந்துவிட்டாள். 39!) இன்னொண்ணு தெரியுமா... எனக்கு இந்தியே பிடிக்காது' என்றாள் மஞ்சுளா.

'ஐயோ மாமி, இது இந்தி இல்லை... மலையாளம்' என்று கேலியாக வாய்விட்டுச் சிரித்தாள் சுசீலா.

மஞ்சுளாவுக்குத் திக்கென்றது. அவமானமாக உணர்ந்தாள். அவளிடம் மஞ்சுளா ஏதோ சொல்ல முயன்றபோது, 'சுசீலா மேடம்... உங்களை ஏ. ஓ கூப்பிடுறார்' என்றார் அலுவலக உதவியாளர். சுசீலா உள்ளே போய் அரை மணி நேரம் கழித்து, முகம் எல்லாம் மந்தகாசமாக வெளியே வந்தாள்.

'என்னடி சிரிச்சுட்டே வர்ற. அந்தாள் என்ன சொன்னார்?'

'ஒண்ணும் இல்லே. இயர் எண்டு ஸ்டேட்மெண்ட் பத்திக் கேட்டுட்டு இருந்தார்' என்றாள் சுசீலா.

‘வருடம் முடிவதற்கு இன்னும் ஆறு மாதங்கள் இருக்கிறதே. தவிரவும் இதற்கு இவ்வளவு நேரமா? புதிதாக வந்திருக்கிற அதிகாரி நாகர்கோவில்காரர் என்பது நினைவுக்கு வந்தது. ஆனால், மலையாளிபோல நடந்துகொள்கிறார். அதனால் தான் இந்தப் பெண்களும் திடீரென மலையாளப் படங்கள் பார்க்க ஆரம்பித்திருக்கிறார்கள். ஆனால், நாகர்கோவில் தமிழ்நாட்டில்தானே இருக்கிறது?’ என நினைத்துக் கொண்டாள் மஞ்சுளா.

பிறகு, இரு சிநேகிதிகளும் ரகசியமாக ஏதோ பேசிச் சிரித்துக்கொள்ள மகா எரிச்சலாக வந்தது. ‘வேலையைப் பாருங்கடி மேனா மினுக்கிங்களா’ எனக் கத்த விரும்பினாள். பிற்பகல் இருவரும் வேலைசெய்யும் கொஞ்ச நஞ்ச பாசாங்கு களையும் விட்டுவிட்டு, வாராந்தரிகளைப் படித்துக் கொண்டிருந்தார்கள். ஆபீஸில் ஏறக்குறைய எல்லோருமே இப்படித்தான் என்றாலும், இவர்கள் கொஞ்சம் ஓவர்.

‘மேடம், இதைப் பாருங்க. என்னம்மா படம் போட்டிருக்கான்’ என்றாள் லலிதா.

மஞ்சுளா அதைப் பார்க்காமலே, ‘இதெல்லாம் என்ன படம்’ என்றாள் கேலியாக.

ஆபீஸ் விட்டுக் கிளம்பி வெளியே வந்ததும், வழிநெடுக சுசீலா அவளது பாய் ஃப்ரெண்டு பற்றி அளந்துகொண்டே வந்தாள். ‘He is totally mad மேடம். சரியான அசடு’ என்றாள். ‘அசடைக் காதலிக்கிறவள் முட்டாள்’ எனச் சொல்ல விரும்பினாள் மஞ்சுளா. ஆனால், ‘நான் கிளாசிக்குகளை மட்டும்தான் பார்ப்பது சுசீலா. எல்லாவற்றையும் பார்ப்பது இல்லை; சாப்பிடுவது இல்லை; படிப்பது இல்லை’ என்றாள்.

‘அதான் சொன்னேனே... உங்களுக்கு வயதாகிவிட்டது.’ சொல்லிவிட்டு சத்தமாகச் சிரித்தாள் சுசீலா.

மஞ்சுளா மிகக் கோபமுற்று, ‘கிளாசிக்குகளைப் பார்ப்பது ரசனையோட ஆழத்தின் அடையாளம். வயதாகிவிட்டதின் அடையாளம் இல்லை.’

ஆனால், சுசீலா சொன்னதுபோல மஞ்சுளா நிர்மலிடம் சொல்லியிருக்கிறாள். பெரியப்பாவைத் தேடிவந்த எத்தனையோ மனிதர்களில் ஒருவன் நிர்மல். வங்காளி. அவன் ஒருநாள் படி இறங்கும்போது கல்லூரியிலிருந்து வந்த மஞ்சுளாவிடம் ஒரு புத்தகத்தைக் கொடுத்து, 'இதைப் படித்துப் பார்' என்று சொல்லிவிட்டுப் போய்விட்டான்.

அது வங்காளத்தில் மைத்ரேயி தேவி என்பவர் எழுதிய நாவலின் ஆங்கில மொழிபெயர்ப்பு. எதிர்பார்த்ததுபோல அது ஒரு காதல் கதை. 'கொல்லப்படுவது இல்லை' என்பது அதன் தலைப்பு. உலகப் புகழ்பெற்ற ஓர் இந்தியத் தத்துவவாதியைப் பார்க்க வருகிற வெளிநாட்டு சீடன் ஒருவன், அவரது பதின்வயது மகளிடம் காதல்கொள்கிறான்; பூஜிக்க ஆரம்பிக்கிறான்.

'அது ஓர் உண்மைக் கதை. இந்தக் கதையில் வருகிற நபர்கள் உயிரோடு இருக்கிறார்கள்' என நிர்மல் பின்னாளில் சொன்னான். மஞ்சுளாவுக்கு அந்தக் கதை அபாரமான மனக் கிளர்ச்சியைத் தந்தது.

'இதை ஏன் என்னிடம் கொடுத்தீர்கள்? இந்தக் காதல் துக்ககரமாக முடிந்துவிடுகிறதே. இதில் பெண்ணின் தந்தையார் காதலுக்கு ஒப்புக்கொள்வது இல்லையே...' என்று அவனிடம் கேட்டாள்.

அவன் தளர்ந்துபோய் 'ஆமாம்' என்றான்.

'உன் தந்தையும் இதற்கு ஒப்புக்கொள்ளப்போவது இல்லை. எந்தப் பெண்ணின் தந்தைதான் என்னைப் போன்ற பரதேசிகளை ஏற்றுக்கொள்வார்?'

'இவையெல்லாம் தெரிந்தும் என்ன காரணத்தால் பரதேசிகள் பெண்களுடன் காதலில் விழுகிறார்கள்?'

'பரதேசிகளுடன் பெண்கள் ஏன் காதலில் விழுகிறார்களோ, அதே காரணத்தால்தான்.'

மஞ்சுளா அவனை ஆழமாகப் பார்த்து, 'நீங்கள் காதலைச் சொல்லும் முறை இதுதானா?' என்றாள்.

அவன் சிரித்துக்கொண்டே, 'வேறு எப்படிச் சொல்ல வேண்டும்?' என்று கேட்டான்.

'ஆங்கிலப் படங்களில் சொல்வதுபோல நேரிடையாக அல்லது இந்திப் படங்களைப்போல சற்றே நாடகத்தனமாக. சஞ்சய் தத்தின் புதிய படத்தைப் பார்த்தீர்களா?'

'நான் வங்காளி. வங்காளப் படங்களில் சொல்வதுபோலத் தான் சொல்வேன்.'

'அதுவும் பழைய வங்காளப் படங்கள்...'

'ஆம்... ஆனால் அவை கிளாசிக்குகள்.'

'அவற்றை வயதானவர்கள்தான் பார்ப்பார்கள்.'

அவன் மறுத்து, 'இல்லை... ஆழமானவர்கள், ரசனை உடையவர்கள் கிளாசிக்குகளைத்தான் பார்ப்பார்கள். அவைதாம் படங்கள். மற்றவை எல்லாம் காலாவஸ்தை அல்லது பாஸிங் ஷோ.'

மஞ்சுளா சட்டென உறைந்து நின்றாள். நிர்மலை ஹரிக்குத் தெரியுமா? பிறகு எப்படி அதே வார்த்தைகளைப் பயன்படுத்தினான். நிர்மல், பின்னாளில் பெரிய எழுத்தாளர் ஆனான். ஒருவேளை ஹரி அவனது எழுத்துக்களைப் படித்திருப்பானா? அல்லது இவர்களைப் போன்றவர்கள் ஒரே மாதிரிதான் பேசுவார்களா?

'மாமி ஏன் நின்னுட்டீங்க? நடக்க முடியலியா?' என்றாள் சுசீலா.

'டோன்ட் கால் மீ மாமி.'

சுசீலா சிரித்துக்கொண்டே 'மாமி ராக்ஸ்' என்றவள், 'மாமி நீங்க கொஞ்சம் தொப்பையைக் குறைக்கணும். மூச்சு வாங்குது உங்களுக்கு. ஜிம்முக்குப் போங்க.'

'ஜிம்... எவ்வளவு காசு ஆகும் சுசீலா?'

'அதிகம் ஆகாது மாமி. மாசம் சுமார் 2, 000 ரூபாய் வரும்.'

2, 000 ரூபாயா? ராஜகோபாலுக்கு மார்பு அடைத்துவிடும்.

மஞ்சுளா பக்கவாட்டுக் கடைக் கண்ணாடிகளில் ஒருமுறை, தன் வயிற்றைக் கடைக்கண்ணால் பார்த்தாள். 'ஐயோ... இறங்கிய இந்த வயிறையா ஹரி வரைகிறேன்' எனச் சொன்னான்? ச்சே... முகத்தைத்தானே வரைகிறேன் எனச் சொன்னான். அதற்கு எதற்கு ஜிம்முக்குப் போகவேண்டும்? எனக்கு என் அம்மாவைப்போல தாமரைக் கடவுள் முகம் என்றல்லவா சொன்னான்? ச்சே... அவன் எங்கே அப்படிச் சொன்னான்? பெரியப்பா, அம்மாவின் முகத்தை அல்லவா அப்படிச் சொன்னார்? இல்லை நிர்மலா? அவளுக்குக் குழம்பியது.

நிர்மல் சொன்னதுபோலவேதான் அப்பா நடந்துகொண்டார். தன்னைப்போல ஒரு நபரைத் தேடிப்பிடித்துக் கொண்டுவந்தார். ராஜகோபாலைப் பார்த்ததுமே அம்மா சொல்லிவிட்டாள்... 'இந்தாள் உங்கப்பாவின் நகல்.'

'சும்மா இரு. நீ என்ன நினைத்துக்கொண்டு இப்படியெல்லாம் பேசுகிறாய் என எனக்குத் தெரியும்' என்று அப்பா கத்தினார். ஆனால், இவற்றையெல்லாம் தடுக்கக்கூடிய பெரியப்பாவும் அப்போது இல்லை. சுந்தரவனக் காடுகளுக்குப் படம் எழுதுகிறேன் எனப் போனவர், பாம்பு தீண்டி இறந்து விட்டார். அப்பா போகவே இல்லை. அம்மாதான் ரொம்ப அழுதாள். 'தேவி இறுதியில் தண்டித்துவிட்டாள்' என ஒருநாள் அம்மாவிடம் சொன்னார். 'கலை என்கிற பெயரில் இவர் பண்ணின சேட்டைகளை, அசிங்கங்களை எத்தனை நாள்தான் அவளும் பொறுத்துக்கொண்டிருப்பாள்?' இறுதியில் அப்பாவே வென்றார். படம் வரையத் தெரியாத, ரசிக்கத் தெரியாத, அவற்றைப் பார்க்கவே விரும்பாத அப்பா!

இந்தச் சம்பவம் மஞ்சுளாவிடம் மிகப் பெரிய அச்சத்தை உருவாக்கிவிட்டது. நிர்மல் திரும்ப வந்து அவனுடன் அழைத்தபோது, அவள் போகவில்லை.

'நான் எதை நம்பி உன்னுடன் வருவது? நீ எங்கேயாவது போய் பாம்பு கடித்து அநாதையாக இறந்துகிடந்தால், பிறகு என் கதி என்ன?' என்று அவனிடம் கேட்டாள்.

'வங்காளத்தின் அந்தப் பகுதிகளில் பாம்பு தீண்டி இறப்பது சகஜம்தான். இன்றும் அங்கே பாம்புக் கடியால் இறப்பவர்கள்

அதிகம். பெரியப்பா சற்று அஜாக்கிரதையாக இருந்து விட்டார்' என்றான் நிர்மல்.

'அந்த அஜாக்கிரதை என் வாழ்வில் நிகழவேண்டாம். நீ படம் எழுதுவது, ஊர் ஊராகச் சுற்றுவது எல்லாவற்றையும் விட்டு விட்டு வந்தால், நாம் கல்யாணம் பண்ணிக்கொள்ளலாம்.'

அவன் ஆச்சர்யம் அடைந்து அவளையே பார்த்தவண்ணம் சற்றுநேரம் நின்றிருந்தான். பிறகு ஒரு பெருமூச்சுடன், 'சட்டென ஏன் உன்னைச் சக்தியற்றவளாக மாற்றிக் கொண்டாய்? நான் உன்னை உன் அம்மாவின் மகள் என நினைத்திருந்தேன். ஆனால் இப்போது... நிச்சயமாக நீ உன் அப்பாவின் மகள்தான்' என்றான்.

அவள் ஒன்றும் சொல்லவில்லை. உதடுகள் துடிக்கப் பேசாது நின்றிருந்தாள். பிறகு, அவன் அவளைச் சந்திக்க வரவேயில்லை.

ஒரு கார் சர்ரென்று அவர்கள் அருகில் வந்து நின்றது. அந்த அரை மலையாளி அதிகாரிதான். அவர் உள்ளிருந்து தலையை நீட்டி, 'மிஸ் சுசீலா, உங்க ஏரியா பக்கம்தான் போறேன்... வர்றீங்களா?' என்றார்.

அவள் காத்திருந்தவள்போல் ஏறிக்கொண்டு, 'மேடம் நீங்க...'

அவர் அப்போதுதான் அவளைக் கவனிப்பதுபோல, 'ஓ மஞ்சுளாவா? நீங்களும் வாங்களேன்...' என்றார்.

'நோ சார். எனக்குக் கொஞ்சம் பர்ச்சேஸ் இருக்கு' என்றாள் கடுப்புடன்.

கார் விலகிப் போனபோது ஏனோ கண்கள் துளிர்த்தன. தன்னை உலுக்கிக்கொண்டாள். ச்சே. நிர்மல் சொன்னது நினைவுக்கு வந்தது. 'ஏன் சட்டென உன்னைச் சக்தியற்ற வளாக மாற்றிக்கொண்டுவிட்டாய்?'

நடைபாதைக் கடைகளில் தேவை இல்லாத பொருட்களாகத் தேடிப் பிடித்து வாங்கினாள். காய்கறிகள், பழங்கள், ஹரிக்கு ஜூஸ் போட்டுக்கொடுக்கலாம். புத்தகக் கடை ஜன்னலில் 'Outline of art' என்றதொரு புத்தகத்தைப் பார்த்தாள். 1,300

ரூபாய். யோசித்து நீளமாக முழுகோதுமை ரஸ்க் பாக்கெட் வாங்கினாள். ஹரிக்கு இன்னமும் உடல் சரியாகவில்லை தானே? இன்னொரு முறை கடைக் கண்ணாடியில் வயிற்றை இழுத்துப் பார்த்துக்கொண்டாள். ராஜகோபால் சத்தம் போட்டாலும் பரவாயில்லை என, ஒரு மாதம் ஜிம் போய்ப் பார்த்துவிடவேண்டும். அவள் வீட்டுக்குப் போவதற்குள் ராஜகோபால் வந்திருந்தார்.

‘மஞ்சு, சப்பாத்திக்கு மாவு போட்டு வெச்சிருக்கேன். கல்லுலே இட்டு எடுத்துடு.’

‘இருங்க... முதல்ல ஹரிக்கு ஏதாவது குடுத்திட்டு வர்றேன்’ என்றவளை ராஜகோபால் விநோதமாகப் பார்த்து, ‘அவனைப் பார்த்துக்க ஆள் வந்தாச்சு’ என்றார்.

‘யார்... அவர் அப்பாவா?’

‘இல்ல... அவன் ஃப்ரெண்டாம். இங்கே எங்கேயோ பக்கத்திலே இருக்கா. அவளுக்கு இவனே பரவாயில்லை. மத்தியானமே வந்துட்டா. ரெண்டு பேரும் அரைகுறையா டிரெஸ் பண்ணிட்டு, ஏதோ களிமண் சிலை பண்றேன்னு கொட்டம் அடிச்சிட்டு இருக்குதுங்க. ‘இனி மாமியைச் சிரமப்படவேண்டாம்னு சொல்லுங்க’னு ஹரி சொன்னான்’ என்றார் ராஜகோபால்.

மஞ்சுளா உறைந்துபோய் கொஞ்ச நேரம் அறை நடுவிலேயே சிலைபோல நின்றிருந்தாள். பிறகு கைப்பையை வீசிவிட்டு சோபாவில் தொப்பென அமர்ந்தாள்.

பிறகு, ‘எனக்கு ஒரே தலைவலி. சப்பாத்தி எல்லாம் போட முடியாது’ என்று அலறினாள்.

5

கிருஷ்ணனின் ஆயிரம் நாமங்கள்

நிறையப் பெண்கள் கோலமிடுகிறார்கள். சிலர் கோலமிடுவதற் கென்றே பிறக்கிறார்கள். உம்மிணிச் சேச்சி அப்படிப் பிறந்தவள்தான். உம்மிணி என்றால் என்ன அர்த்தம் என்று யாருக்கும் தெரியவில்லை. உம்மிணி என்றால் ஒரு பிடி தங்கம். இன்றைய பரதேசித் தங்கமல்ல. நல்ல கனமுள்ள தம்புராக்கமார் காலத்துப் பழந்தங்கம் என்றார் சந்திரசேகரன் பிள்ளை. அவர் சொன்னதை யாரும் நம்பவில்லை. அவர் நிறையக் கதை சொல்வார். குழித்துறையில் ஒருமுறை வெள்ளம் வந்தபோது அவர் வீட்டுக்குள் ஒரு முதலை ஏறி வந்துவிட்டது என்று சொன்னவர்.

அந்தக் கதை இப்படிப் போகிறது.

அந்த வருடம் மழை அப்படிப் பெய்துகொண்டிருந்தது. இரவெது பகலெது என்று தெரியாதபடிக்குக் குழித்துறையை மழை இருட்டு சூழ்ந்திருந்தது. ஆற்றில் வெள்ளம் வரும் என்று எல்லோரும் பேசிக்கொண்டார்கள். குழித்துறையில் பெய்து வராது. இங்கே எவ்வளவு பெய்தாலும் ஆற்றில் நுரைத்துக்கொண்டு போய்விடும். ஆனால் திடீரென்று

பேச்சிப்பாறையில் அணையைத் திறந்துவிட்டுவிடுவார்கள். அப்போது திடீரென்று வெள்ளம் பெருகிவிடும். நியாயப்படி கரையோரச் சனங்களுக்கு அறிவிப்பு கொடுக்கவேண்டும். கொடுப்பார்கள் ரேடியோவில். உழவர் உலகத்துக்கு நடுவில் ஒரு முறை, ஆகாசவாணி டெல்லிச் செய்திகளுக்கு அப்புறம் ஒரு முறை. ஆனால் யார் வீட்டில் ரேடியோ இருந்தது! தவிர அவர்கள் சொல்லியிருந்தாலும் அவருக்குக் கேட்டிருக்காது. அவர் புதிதாய் அரிஷ்டம் குடிக்கப் பழகியிருந்தார். தேங்காப் பட்டினத்துக்கு அருகே அவருக்கென்று கணக்கு வைத்து மாம்பட்டை கொடுத்தார்கள். அந்த அடாத மழையிலும் அவர் எப்படியோ அங்கு போய் ஒரு பாட்டிலை அங்கேயே வைத்துக் குடித்துவிட்டு வீட்டுக்கும் கொண்டுவந்துவிட்டார்.

உண்மையில் அவர் குடிகாரர் இல்லை. அவருக்குப் பிரியமான மகள் வயிற்றுப் பேரன் ஒருவன் செத்துப்போனதிலிருந்து தான் அவர் இப்படி ஆகிவிட்டார். அவரது பெயரன் உண்மையிலேயே ஒரு உன்னி கிருஷ்ணன். அப்படியொரு சத்துவமும் ஒளியும் துலங்கும் முகம். தினமும் ஆற்றில் குளித்துவிட்டு அவன் அவரின் கைகளைப் பிடித்துக்கொண்டு மகாதேவரைத் தொழும்போது விரியாத கண்களே இல்லை. அவனுக்கு அம்மை வேண்டாம். அப்பா வேண்டாம். தாத்தா போதும். அவன் பள்ளி சென்ற பொழுது தவிர மீதி நேரங்களில் அவருடன்தான் இருந்தான். அவர் சொன்ன கதைகளைக் கேட்டான். அவருக்குக் கதைகள் சொன்னான். அவருடனேயே உறங்கினான். ஒருநாள் இருவரும் அம்பலத்திலிருந்து வரும் போது அவன் எதன் மீதோ இடித்துக்கொண்டான். சிறு கீறல்தான். பிள்ளை அவன் காயத்தை முத்தமிட்டு தேங்காய் எண்ணெய் தடவினார். அப்போது அது சரியாகப் போனது. அவன் பள்ளிக்குப் போய்விட்டான். மாலை வரும்போது அவனை வண்டி வைத்துக் கொண்டுவந்தார்கள். கடுமையான காய்ச்சல். அவனை வெட்டுமணி ஆஸ்பத்திரியில் சேர்த்தார்கள். காய்ச்சல் குறையவே இல்லை. அதிகாலையில் அவனுக்கு வில்வாதம் வந்துவிட்டது. படுக்கையிலிருந்து தலையாலும் கால்களாலும் குத்தி எழும்பி நின்றான். பிள்ளை அவனை அணைத்துக்கொண்டு கிடத்த முயன்றார். முடியவில்லை. அவன் பற்கள் கிட்டி கண்கள் தெறித்துவிடுவதைப்போலத் தள்ளி நின்றன. அவர் அவனைக் கட்டிக்கொண்டு அழுதார்.

விடியும்போது அவன் உடம்பு தளர்ந்தது. தளர்ந்தபோது அவன் இறந்துபோயிருந்தான். அன்றிலிருந்துதான் அவர் குடிக்க ஆரம்பித்தார்.

அப்படிக் குடித்துவிட்டு வந்து தூங்கி எழுந்த நாள் ஒன்றின் காலையில்தான் அவர் தனது அறையில் ஒரு முதலையைக் கண்டார். அது வெள்ளத்தில் எப்படியோ தப்பி ஊருக்குள்ளும் அவர் வீட்டுக்குள்ளும் வந்திருக்கிறது. சிறிய முதலை. அவர் பார்க்கையில் அது உறங்கிக்கொண்டிருந்தது. சட்டென்று பார்க்க அவருக்கு அது தனது உன்னி கிருஷ்ணனைப்போலவே இருந்தது. அவருக்குக் கண்ணிலிருந்து நீர் வழிந்தது. அவனும் இதே போலத்தான் இதே இடத்தில்தான் தூங்குவான்.

அவர் தோளின்மீது ஒரு துவர்த்துபோல அதைப் போட்டுக் கொண்டு போய் திரும்பவும் தாமிரபரணியிலேயே விட்டு விட்டதாகச் சொன்னார்.

ஊரில் யாரும் இந்தக் கதையை நம்பவில்லை. ஆனாலும் அவர் அதைச் சொல்லிக்கொண்டுதான் இருந்தார்.

உண்மையில் உம்மிணி என்றால் சிறிய என்றுதான் அர்த்தம். மார்த்தாண்ட வர்மா செயித்ததும் நாக்கைப் பிடுங்கிக் கொண்டு இறந்துவிட்ட உம்மிணித் தங்கச்சியை உங்களுக்கு நினைவில்லையா என்று புட்பராசு கேட்டார். உண்மைதான் என்று பிள்ளை ஒப்புக்கொண்டார். தான் ஒரு காவியச் சுவைக்காகவே அப்படிச் சொன்னதாக அவர் சொன்னார். உம்மிணி என்றால் சிறிய என்பதுதான் சரி. ஆனால் உம்மிணி சேச்சியிடம் சிறிதாக என்ன இருக்கிறது? கோலம் போட அவள் குனியும்போது அவளது பின்னம்பாகம் பரலோக ராஜ்யம் முழுவதையும் மறைக்கிறதே என்பார் போதகர் பால்ராஜ். நடுக்கத்துடன் அவளைக் கடக்கும்போது மட்டும் அவர் தனது பைபிளை இன்னும் இறுக்கமாய் அணைத்துக் கொள்வார். அவளது ஸ்தனங்கள் அப்படியே பொங்கி அவள் வரையும் கிருஷ்ணனை நோக்கிப் பாய்கிறது என்பார் பத்மநாப பணிக்கர்.

அவள் எப்போதும் வரைவது கிருஷ்ணனைத்தான். முற்றத்தின்மீது பட்டுப்பூச்சிபோல பாவிப் பாவி அவள் வரையும் கிருஷ்ணன்களை நீங்கள் மறக்கவே முடியாது.

தினமொரு கிருஷ்ணன். நேற்றைய கிருஷ்ணன் மறந்தும்கூட மறுபடி வர மாட்டான். கிருஷ்ணனைத் தவிர அவள் வேறு வரைந்ததில்லை. உதிரப் பெருக்கு தினங்களில் அவள் எளிதாக வரையும் கோடுகளில்கூட ஒரு கிருஷ்ணனே இருப்பான். ஆயிரமாயிரம் வருஷம் எழுதியும் வரைந்தும்கூட இன்னுமொரு கிருஷ்ணனைப் புதிதாய் எழுதுவது சாத்தியமாகவே இருக்கிறது. 'கிருஷ்ணன் இந்தியப் பெண்களின் ஒட்டுமொத்த ஆழ்மன ஆசைகளின் ஒட்டுமொத்த வடிவம்' என்றார் பணிக்கர். போதகர் 'இந்துப் பெண்கள்' என்று முனகினார். பணிக்கர் 'இந்தியப் பெண்கள்' என்று உறுமினார். போதகர் விட்டுவிட்டார். அவர் சமீபத்தில்தான் போதகர் பால்ராஜாக மனமாற்றம் பெற்றிருந்தார். அதன் கதை இது.

இதற்கு முன்பு அவர் ஜோதிடர் பாலகிருஷ்ணனாக இருந்தார். ஒரு நாள் நள்ளிரவில் வீட்டுக்கு வெளியே ஒன்றுக்குப் போக வந்தவர் புதருக்கு மறுபுறம் நின்றுகொண்டிருந்த உருவத்தைப் பார்த்து பயந்து 'யாருவே அது?' என்றார். உருவம், 'பயப்படாதே. நான்தான் மெய்யான தேவன் வந்திருக்கிறேன்' என்றது. அன்றிலிருந்து ஜோதிடர் பாலகிருஷ்ணன், சாது பால்ராஜ் ஆகிவிட்டார்.

அதெல்லாம் கதை. உண்மையான காரணம் அவருக்கும் அவர் மனைவிக்கும் இருந்த பிரச்சினைகள்தான் என்று பணிக்கர் ஒருநாள் என்னிடம் விளக்கினார். 'அவரு சம்சாரம் கேரக்டர் சரியில்லை. ஒருநா அவ பக்கத்து வீட்டுக்காரனோட இருக்கறதை அவரு பார்த்துட்டாரு.' பணிக்கர் ஒரு தீவிர இந்துத்துவர். 'கொடுங்கலூர்ல இந்தியாவின் முதல் மசூதியைக் கட்டின சேரமான் எப்படி மதம் மாறினான்னு சொல்றே? அதுவும் ஒரு ஸ்திரீயால் நிகழ்ந்ததுதான். அவன் பெரிய சிவ பக்தன். அதே சமயம் ராணி மேலயும் ரொம்பப் பிரியம். ஆனா ஒருநாள் ராணி குதிரைக்காரனோட உல்லாச மாக இருக்கிறதை அவன் பார்த்துட்டான். அந்த வெறுப்புல பண்ணது அது.'

பிள்ளை சந்தேகமாய், 'இது உள்ளதா?' என்று கேட்டார். பணிக்கர், 'பின்னே?' என்றார். 'பொண்ணுங்களைத் திருப்திப் படுத்தறது கஷ்டம். ஓட்டையுள்ள குடம் என்னிக்கு நிறையும்?'

பிள்ளை அந்தச் சரித்திரத்தை சந்தேகப்படுவது தெரிந்தது. ஆனால் இப்போது அவர் அதைச் சொல்ல முடியாது.

புட்பராசு, 'உண்மை' என்று ஒப்புக்கொண்டார். அவர் ஒரு சித்த மருத்துவரும்கூட. 'கேரளத்தில் ஆண்களுக்கு அதிக அளவில் மாரடைப்பு வருகிறது ஏன் என்று நினைக்கிறீர்கள்?'

நான் 'ஏன்?' என்று கேட்டேன். புட்பராசு சிரித்து, 'நீர் பாண்டி. உமது பொண்டாட்டியும் பாண்டி. உமக்குப் புரியாது' என்றார்.

எனக்கு உண்மையிலேயே புரியவில்லை. குறுப்புதான் சந்தேகத்தைத் தீர்த்துவைத்தார். 'இன்றும் யானைக் கால் போல தடி வந்தபின்பும் என் பார்யாள் என் நெஞ்சின்மீது கால் போட்டு ஏறுகிறாள். நான் சொல்லிவிட்டேன், 'அம்பிலியே நான் இன்னும் கொஞ்ச நாள் ஜீவிச்சிருக்கட்டும்' என்று.' அவர்கள் எல்லோரும் உரக்கச் சிரித்தார்கள். 'இதற்கு ஏதாவது மருந்து இருக்கிறதா? நேற்று என் மனைவி என்னை ஒரு பல்லிபோலத் தூக்கி எறிந்துவிட்டாள்.'

புட்பராசு ஏதோ வாயைத் திறக்க, 'உம்மோட அஸ்வகந்தாதி லேகியங்களைச் சொல்லாதீரும். அது ஒரு மயிரைக்கூட எழுப்பவில்லை.'

புட்பராசு, 'யுனானி மருந்து ஒன்றிருக்கிறது. தஸ் கபீர் என்று. அதைச் சாப்பிட்டால் ஒரே இரவில் ஆயிரம் பெண்களைக் கூடலாம்.'

பணிக்கர் அவசரமாக உள்புகுந்து, 'அது மாப்பிள்ளமார் மருந்தல்லவா? மாட்டிறைச்சி கலந்திருப்பான்.'

நான், 'நீங்கள் இறைச்சி சாப்பிட மாட்டீர்களா?' என்று கேட்டேன். 'நான் சாப்பிடுவது ஆட்டிறைச்சி. மாட்டிறைச்சி தாயைத் தின்னுவதற்குச் சமம்.'

குறுப்பு, போதகர் நெளிவதைப் பார்த்துவிட்டு, 'அது போகட்டும். இந்தப் பெண்டுங்கள் ஏன் இப்படி ரத்தம் உறிஞ்சும் பைசாசங்கள்போல் ஆகிவிட்டார்கள்? நமது அம்மாமார்கள் இப்படியில்லையே?'

புட்பராசு, 'முன்பைவிடப் பெண்டுங்கள் இப்போது நன்றாகச் சாப்பிடுகிறார்கள்' என்றார். 'ஒருநாள் உம்மிணியின்

புருசனுக்குப் பனி என்று மருந்து கொடுக்க அவன் வீட்டுக்குப் போயிருந்தேன். அவன் கட்டிலில் படுத்திருந்தான். நான் கொஞ்சம் சூரணம் குழைக்கத் தேன் வேண்டும் என்று கேட்க சமையல் உள்ளுக்குப் போனால் உம்மிணி ஒரு பாத்திரத்தில் வைத்து நெய்யையும் சர்க்கரையையும் சேர்த்து வழித்துச் சாப்பிட்டுக்கொண்டிருக்கிறாள். அப்போது அவள் பூதகி மாதிரி இருந்தாள்.'

போதகர், 'அவள் பூதகியா? கோபிகையா?' என்றார்.

பணிக்கர், 'இரண்டும்தான். இருவருக்கும் கிருஷ்ணன்தான் தேவைப்படுகிறான்.'

ஆனால் உம்மிணி சேச்சியின் புருஷன் ஒரு பொட்டன். அவனுக்குக் கோலமும் தெரியாது, கிருஷ்ணனும் தெரியாது. கேரளத்துக் கல்யாணங்களுக்குச் சமையலுக்குப் போவான். 'அவன் உடம்பில் எப்போதும் ஒரு ஊசக் குழம்பு வாசனை அடிக்கிறது' என்றார் நாயர். கொல்லங்கள் உருண்டுபோன பின்பும் அவன் உம்மிணி சேச்சியை பொட்டி திறக்காத சேச்சியாகவே வைத்திருந்தான். அவள் உம்மிணி அம்மாவாக நாமெல்லாம்தான் உதவி செய்யவேண்டும் என்று கவலூர் குறுப்பு ஒரு குடியிரவில் சொல்லியபோது எல்லோரும் உரத்த குரலில் ஆமோதித்தார்கள். 'ஆனால் அதற்கு நீங்கள் கிருஷ்ணனாக இருக்கவேண்டுமே என்றேன் நான். 'இங்கிருக்கும் கிருஷ்ணன்கள் தொப்பையும் சாளேச்வரமும் விழுந்துவிட்ட, அரிஷ்டம் இல்லாமலே தடுமாறும் கிருஷ்ணன்கள்!'

நாங்கள் அதை ஒப்புக்கொண்டோம். எங்களில் யாருமே கிருஷ்ணன் இல்லை. ஆனால் எங்களை மட்டுமல்ல, வயது குறைந்த வாலிபரகளைக்கூட அவள் கிருஷ்ணனாக ஏற்றுக் கொள்ளவில்லை. அவர்கள் அவளைப் பார்க்கவே பயந்தார்கள்.

இப்படியே போயிற்று ஒரு சில வருசங்கள். ஒருநாள் உம்மிணி சேச்சி கோலமிட வரவில்லை. இரண்டாம் நாளும் வரவில்லை. மூன்றாம் நாளும் வராதபோது எல்லோரும் அவள் படியேறிப் போனார்கள். அவளது சம்பந்தக்காரனிடம் கேட்டபோது. அவன் அவள் தனது கிருஷ்ணனோடு போய்விட்டாள்

என்றான். அதற்குமேல் அவன் எதையும் சொல்லவில்லை. அவனுக்கு வேறு எதுவும் தெரிந்திருக்கவில்லை.

நாங்கள் வீடெல்லாம் தேடிப் பார்த்தோம் உம்மிணி சேச்சியின் ஒரு துண்டு அடையாளம்கூட அங்கில்லை. புடைவைகள், நகைகள், மை தீட்டும் குச்சி எதுவுமே அங்கில்லை. அவள் தனது காமுகனோடு போய்விட்டாள் என்று நாயர் முடிவு செய்தார். எல்லோரும் பெருமூச்சு விட்டார்கள்.

'அவள் தனது கோலப் பெட்டிகளையும் எடுத்துப் போய் விட்டாள்!' என்றார் குறுப்பு. எங்களுக்கெல்லாம் வியப்பாக இருந்தது. 'அவன் யாராக இருந்தாலும் உண்மையில் ஒரு கிருஷ்ணனைப்போலல்லவா அவளைக் களவாடிக் கொண்டுபோய்விட்டான்?' என்றார் பிள்ளை.

கோலமில்லாத உம்மிணிச் சேச்சியின் முற்றத்துக்கு நாங்கள் மெல்லப் பழகிக்கொண்டோம். அவள் புருஷன் எதுவுமே நடக்காததுபோலத் திரிந்தான். முன்பைவிட அவன் சந்தோசமாக இருப்பதுபோலக்கூடப் பட்டது. ஒரு மாதம் கழிந்தது. கழித்து நன்றாக மழை பெய்தது. குழித்துறை ஆற்றில் மறுபடி வெள்ளம் வந்தது. இந்த முறை முதலை வருமா என்று பிள்ளையிடம் கேட்டோம்.

முதலை வரவில்லை. உம்மிணிச் சேச்சிதான் மிதந்தபடி மறுபடி வந்தாள். அவள் எடுத்துப்போன துணி எதுவுமே அவள் உடம்பில் இல்லை. அவளது இரண்டு கண்களையும் மீன்கள் அரித்திருந்தன. அவளது யோனி முழுவதையும் அவை குடைந்து குடைந்து தின்றிருந்தன. அவளைத் தூக்கும் போது அங்கிருந்து அவற்றின் குஞ்சுகள் வந்துகொண்டே இருந்தன என்றுகூட பயர் சர்வீஸ் தாமஸ் சொன்னான்.

அடுத்தவாரம் அவளை அப்படிச் செய்தவனை போலிசார் கண்டுபிடித்தார்கள். அவன் அப்படியொரு கருப்பு. தலை சொட்டை வேறு. உம்மிணிச் சேச்சி அவன் பின்னால் எப்படிப் போனாள் என்று எல்லோரும் வியந்தார்கள். 'அவளும் சரசாரிப் பெண்தான். நாம்தான் அவளைக் காவியப் படுத்திவிட்டோம்' என்றார் பணிக்கர்.

மறுநாள் அவன் முதுகின் பின்னால் கைகளைத் துண்டால் கட்டி, கச்சேரிக்கு அழைத்துவந்தார்கள். போதகர் பின்னாலேயே போய் அறிந்துவந்தார்.

'பாறசாலைக்காரன். அவன் வீடு முத்தம் முழுக்க உம்மிணி கோலங்களால் நிறைத்திருக்கிறாளாம். அதை வைத்துக் கண்டுபிடித்தார்களாம்' என்றார். 'அவர்கள் கண்டுபிடித்த போது அவன் வீட்டிலேயே கட்டிலுக்குக்கீழே ஒளிந்திருந்தானாம். மூன்று நாட்களாய் சாப்பிடாமால் கொள்ளாமல் அங்கேயே இருந்திருக்கிறான். அழுதுகொண்டே இருந்தானாம். ஏன் உம்மிணியைக் கொன்றாய் என்றதற்கு, 'இல்லாவிட்டால் அவள் என்னைக் கொன்றிருப்பாள்' என்று சொல்லியிருக்கிறான். அவனுக்கு மனநிலை சரியில்லை என்கிறார்கள்.'

பணிக்கர், 'பொய். அவன் சிட்சையிலிருந்து தப்பித்துக்கொள்ள அவ்வாறு சொல்கிறான்' என்றார்.

போதகர் பேசாது இருந்தார். பிறகு, 'தெரியவில்லை. ஆனால் ஒன்றுமட்டும் உரப்பு. ஆசாமியின் பெயர் மட்டும் கிருஷ்ணன்தான்.'

6

மீட்பு

‘அப்பா, உலகத்திலேயே அரிதான பட்டாம்பூச்சி எது தெரியுமா?’

‘தெரியாதே?’

‘Palos Verdes blue. கலிபோர்னியாவின் பாலோ வெர்டிஸ் தீபகற்பத்தில் இருக்கு’

‘ம்ம்’ என்றான் பிலிப்.

‘உலகத்தின் அழகான பட்டாம்பூச்சி எது தெரியுமா?’

‘தெரியுமே’ என்றான் பிலிப் ஒரு புன்னகையுடன். அவள் கண் விரித்து, ‘தெரியுமா?’

‘தெரியுமே. அதன் பெயர் லில்லி.’

லில்லி நாணமுற்று, ‘போப்பா’ என்று அவனை ஆரஞ்சுச் சுளைகள் போன்ற குளிர்ந்த உதடுகளால் முத்தமிட்டாள். ‘Papilio crino. இதை Banded peacock அப்பிடின்னும் சொல்வாங்க. கொடைக்கானல் மலைகளில் இருக்கு. அங்கே எங்களைக் கூட்டிட்டுப் போவியா?’

‘நிச்சயமா. அதுசரி உன்னோட தங்கச்சி பட்டாம்பூச்சி எங்கே பொண்ணே?’

‘அவ தூங்கறாப்பா’ என்றவள் நெருங்கி ரகசியமாக அவன் காதில் ‘தேவமலர் தூங்கும்போது குறட்டை விடறாப்பா’ என்றாள்.

நேற்று பியூலா தேவமலரின் காணாமல் போன ஒற்றைக் கொலுசைக் கண்டுபிடித்தாள். அது பீரோவில் உட்கார்ந்திருந்த அவளது பாண்டா கரடி பொம்மைக்கு அணிவிக்கப்பட்டிருந்தது.

பியூலா அதைக் கண்டதும் சுவரோரம் சரிந்து அப்படியே அமர்ந்துவிட்டாள்.

உள்ளிருந்து ஓடிவந்த வள்ளியம்மாள் ‘ஐயோ’ என்று அலற, யாரோ அவளை அதட்டி நிறுத்துவதை பிலிப் படுக்கையி லிருந்து நடுங்கியவண்ணமே கேட்டுக்கொண்டிருந்தான்.

போன் ஒளிர்ந்து ஒளிர்ந்து அணைந்துகொண்டிருப்பதைப் பார்த்தான். பாய்ந்து எழுந்து அதை அணைத்தான். அதைப் பார்த்தாலே பயமாக இருந்தது.

‘மிஸ்டர் பிலிப்?’

‘ஆமா. நீங்க?’

பிலிப் ஆபிசிலிருந்து கிளம்பும் அவசரத்தில் இருந்தான். நாளையி லிருந்து கிறித்துமஸ் விடுமுறை தொடங்குகிறது. அந்தப் பரபரப்பும் மனத்தில் இருந்தது.

‘வந்து, உங்க பொண்ணு சாலோம் இண்டர்நேசனல் ஸ்கூலில் படிக்கிறாங்களா?’

அவன் ‘ஆமாம்’ என்றான். ‘என் பொண்ணுங்க...’

குரல் தயங்கி நின்றது. பின்னணியில் ஆற்றுநீரில் குடம் முழுகுவது போலக் குழப்பமான சத்தங்கள் கேட்டன. பிறகு, ‘நீங்க ஜி எச் வரை வர முடியுமா? ஒரு சிறிய விபத்து.’

‘தம்பி, மதியமாச்சி எந்திருக்கலியா?’ சகாயம் படுக்கையருகில் வந்து நின்றார். ‘காலையிலே ஒரு தடவை சகாவு கோபாலன் நாயர் வந்துட்டுப் போனார். நீ இன்னும் உறங்கிக் கிடக்கறது பாரத்ததும் போயிட்டார்’ என்றவர், கவிழ்ந்துகிடந்த காலி

மதுப் புட்டிகளை அகற்ற ஆரம்பித்தார். 'அந்தப் பள்ளிக் கூடத்து ஓனரைக் கைது பண்ணிட்டாங்களாம்.'

ஒரு கண எழுச்சிக்குப் பிறகு பிலிப் மிகுந்த வெறுமையாக உணர்ந்தான். முடிவேயில்லாது நீண்ட இந்தத் துக்க இரவின் நடுவில் அந்த நபர்மீதான வெறுப்பு மட்டுமே கொஞ்சம் சிகப்பாக ஒரு கங்கு ஒளிர்ந்துகொண்டிருந்தது என்பதை உணர்ந் தான். இனி என்ன? இனி நான் என்ன செய்யவேண்டும்?

சகாவு கோபாலன் நாயருக்கு நன்றி சொல்லவேண்டும் என்று தோன்றியது. பிறகு... பிறகு செத்துப் போய்விடலாம். முணுக்கென்று கண்ணீர் புறப்பட்டு வழிந்தது. எவ்வளவு கண்ணீர்! ஊற்று மாதிரி புறப்பட்டு வந்துகொண்டே இருக்கிறது. எழுந்து முகத்தைக் கழுவிவிட்டு சன்னல் வழியே எட்டிப் பார்த்தான். வாசலில் இன்னும் பிளாஸ்டிக் சேர்கள் கிடந்தன. வெயில் அதன்மீது தூசிபோலப் புரண்டுகொண்டிருந்தது. வாசலுக்கு நேர் எதிரே கருப்பு எழுத்துக்களில் 'அஞ்சலி! எங்கள் இதயத்துக் கண்மணிகளுக்கு. லில்லி மற்றும் தேவமலர்' என்று போட்டிருந்தது. பிலிப் நடுங்கி சகாயத்தை அழைத்து, 'அந்த போஸ்டரைக் கிழியும்வே' என்று கத்தினான்.

அவர், 'ரோடெல்லாம் ஒட்டிருக்குது பிலிப்பு' என்றார். இதே சகாயம்தான் அன்று 'ரோடெல்லாம் ரத்தம் பிலிப்பு' என்றார். 'நம்ம குழந்தைங்களோட ரத்தம்.' பிலிப் முகத்தைத் திருப்பிக் கொண்டு 'பியூலா எங்கே' என்றான். கேட்கும்போதே அதற்கான பதில் அவனுக்குத் தெரிந்திருந்தது. 'அவ இன்னும் நேத்து போட்ட ஊசி மருந்து மயக்கத்திலிருந்து வெளியே வரலை' என்றார் சகாயம். 'டாக்டர் வந்து தொடர்ச்சியா இப்படி ஊசி போட்டுட்டே இருக்க முடியாதுன்னு சொல்றார்.' பிலிப் பேசாது இருந்தான். 'வெளியே வரணும் பிலிப்பு' என்றார் சகாயம். பிலிப் சட்டென்று, 'என்ன மயித்துக்கு வெளியே வரணும்? இனி என்னவே இருக்கு இங்கே? போரும்வே உம்ம சோலியப் பார்த்துகிட்டு' என்று கத்தினான். சட்டென்று ஒரு எதிர்வினை போல அடுக்களையிலிருந்து வள்ளியம்மாளின் ஒப்பாரி எழுந்தது.

'மழை பெய்த வாசலிலே மண்ணளையப் பிள்ளையில்ல
தண்ணிக்குப் போகையிலே தடம் மறிக்கப் பிள்ளையில்ல

கறித்தேங்காய் அரைக்கையிலே கை நீட்டப் பிள்ளையில்ல...'

சகாயத்தின் முகம் விடுபட்டு, 'ஏட்டி இப்போ நிறுத்தப் போறியா இல்லியா' என்று அங்கிருந்தே கத்தினார். 'உனக்கு இங்கனக்குள்ள வேலைக்கு ஆள் கிடைக்கல்லைன்னா பாண்டில இருந்து ஆள் பிடிச்சிட்டு வந்தே? இவ நம்மையும் குழிக்குள்ள ஆக்கிட்டுத்தான் மறுவேலை பார்ப்பா போலிருக்கு.'

பிலிப் பரபரப்பாய்த் தேடி மேசை டிராயரிலிருந்து ஐந்நூறு ரூபாயை எடுத்து சகாயத்திடம் எறிந்து, 'கடை வரைக்குப் போயிட்டு வாரும்' என்றான். அவர் வாங்காமல் நிற்கவே, 'தாயோளி. சொன்ன வேலையைப் பண்ணுவே. என்னால தெருவில இறங்க ஒக்காது' என்று கத்தினான். அவர் அப்போதும் அப்படியே நிற்கவே, 'நல்லது. நீரு என்னைக் கொல்லாம விட மாட்டீரு, இல்லையா' என்று தேடி சட்டையை அணிந்துகொண்டான். அதன்மீது முழுக்க வாந்தி வீச்சமடித்துக் குமட்டியது.

கூடத்தைக் கடக்கையில் ப்யூலாவின் அறையில் எட்டிப் பார்த்தான். அணக்கமே இல்லை. இருளாய் இருந்தது. இவன் வெளியே கிளம்பியது பார்த்ததும் வள்ளியம்மாள் ஓடிவந்து, 'அய்யா எங்கே போறே?'

அவன் மீண்டும் ஒருமுறை ப்யூலாவின் அறையைப் பார்த்து, 'முழிச்சாளா?'

வள்ளியம்மாள் முந்தானையால் முகத்தைத் துடைத்துக் கொண்டு, 'காலைல ஒருதடவை முழிச்சு, 'வள்ளியம்மை, குட்டிங்களுக்கு இன்னிக்கு ஸ்கூலுக்கு என்ன கொடுத்து விடறது?'ன்னு கேட்டா...' என்றவள் மீண்டும் உரத்த குரலெடுத்துப் பாட ஆரம்பித்தாள். அவள் கண்களிலிருந்து கண்ணீர் வாய்க்கால்கள்போல வழிந்து அவளது மார்ச் சட்டையை நனைப்பதைப் பார்த்தான்.

பிலிப் சற்றுநேரம் அங்கேயே நின்றிருந்தான். கால்கள் தளர்ந்து இற்றுவிடுவதுபோல ஆடின. தலை சுற்றியது. பிறகு வள்ளியம்மாள் அவன் கையில் இப்போதும் நீட்டிப் பிடித்துக் கொண்டிருந்த ரூபாய் நோட்டைப் பார்த்து, 'என்ன வாங்கணுமய்யா? நான் வாங்கிட்டு வாறன்.'

அவன் அதிர்ந்து 'ச்சேச்சே' என்று மறுத்துவிட்டு இறங்கி நடந்தான்.

வெயில் பளீரென்று முகத்தில் அறைந்தது. நல்ல வேளையாகத் தெருவில் அதிகம் கூட்டம் இல்லை. அலை உள்வாங்கி விட்ட கடற்கரைபோல இருந்தது. இன்று வேலை நாளாக இருக்கவேண்டும். வீடுகளில் குழந்தைகள் அரவம் இல்லை. எல்லோரும் பள்ளிக்குப் போயிருக்கவேண்டும். பள்ளிக்கு... ஆனால் அவர்கள் வீட்டுக்கெல்லாம் அலை திரும்ப வரும். என் வீட்டுக்கு? ஐயோ...

தெருவெங்கும் சகாயம் சொன்னதுபோல அஞ்சலி போஸ்டர்கள் சிறிதும் பெரிதுமாக ஒட்டப்பட்டிருந்தன. பெரும்பாலும் ஒரே புகைப்படம். இந்தப் புகைப்படங்களை அவர்கள் எங்கிருந்து பெற்றார்கள் என்று யோசித்தபடியே ஒரு போஸ்டரின்முன் அவன் நின்றான். இது அவர்களைப் பற்றி ஒருதடவை செய்தித்தாளின் சிறுவர் வாராந்தரியில் வந்த புகைப்படம் அல்லவா? அதில் லில்லி பட்டாம்பூச்சிகள் பற்றி எழுதியிருந்த ஒரு சிறிய கட்டுரையும் அதற்கு தேவமலர் வரைந்திருந்த சித்திரங்களும் வந்திருந்தது. லில்லி - தேவமலர்... தேவனின் பட்டாம்பூச்சிகள்.

தேவனின் பட்டாம்பூச்சிகள்...

'தேவனே உங்களது கரங்களில் இந்த ஆன்மாவை ஒப்படைக்கிறோம் பிதாவே. பூமியின்மீது அவர்கள் இருந்த சிறிய வாழ்வில் உமது கிருபையை அவர்கள்மீது செலுத்தினீர்கள். அதற்காக எங்களது நன்றிகள். இப்போது உமது சித்தத்தால் இவர்களை உம்மோடு சேர்த்துக்கொண்டீர்கள். நித்திய சமாதானமும் அமைதியும் உள்ள உமது பரலோக ராஜ்யத்தில் இவர்களைச் சேர்த்துக்கொள்ளும்படி உம்மை மன்றாடி மன்றாடிக் கேட்டுக் கொள்கிறோம் பிதாவே. இந்த ஆன்மாக்கள் தங்களை அறியாது செய்திருக்கக்கூடிய சிறிய சிறிய பாவங்களைக்கூட மன்னித்து...'

'பாவங்கள்! மயிரு!' என்று கத்திய பிலிப்பை யாரோ பின்னிருந்து அமைதிப்படுத்தினார்கள்.

ஐரேனியஸ் பாதிரியார் ஒருமுறை கண்ணை உயர்த்திப் பார்த்து விட்டுத் தொடர்ந்தார். 'மண்ணிலிருந்து உருவாகிய எதுவும் மண்ணுக்குத் திரும்புகிறது. எனினும் எங்கள் ஆன்மா துயரம்

தாங்காமல் அலைப்புறுகிறது. அதைத் தாங்கும் பெலத்தையும் ஞானத்தையும் எங்களுக்குத் தாரும் கர்த்தாவே...'

பிலிப்புக்கு இப்போது யோசிக்க வியப்பாக இருந்தது. நான் இவற்றையெல்லாம் எப்படிக் கடந்தேன்? ஏறக்குறைய ஒரு கனவுமாதிரி இருந்தது.

ஆஸ்பத்திரிக்கு அவனேதான் மோட்டார் சைக்கிளைச் செலுத்திக்கொண்டு சென்றான். அடுத்த தெருவில் இருந்த தம்பிக்கு மட்டும் போன் செய்து சொன்னான். அவன் பதறிய போதுகூட, 'ஒன்னுமில்லடா, சின்ன விபத்துன்னுதான் சொல்றாங்க. அங்கே நம்ம அருள்ராஜன்தானே பார்மசிஸ்ட்டா இருக்கான்? அவனுக்கு நம்ம லில்லியை நல்லாத் தெரியுமே.'

போகும்போதே ஒருமுறை பள்ளி எண்ணுக்கு போன்செய்து பார்த்தான். ரிங் போய்க்கொண்டே இருந்தது.

நன்றாக நினைவிருக்கிறது. நகரம் ஜகஜோதியாக ஒளிர்ந்து கொண்டிருந்தது. மரங்களில் எல்லாம் நட்சத்திரங்கள் பூத்ததுபோல வண்ண விளக்குகள் உதித்து விழுதுகளாய்ப் பூமி நோக்கி வந்து கொண்டிருந்தன. ட்ராபிக் ஜாம் ஆகி வாகன வரிசை நின்று நின்று ஊர்ந்துகொண்டிருந்தது. ஆற்றுப் பாலத்தில் அது நெடு நேரம் நின்றுகொண்டிருந்தது. ஆற்று நீரில் விளக்குகள் கரைந்து சரிகைபோலப் படபடத்தன. அந்தோனியார் கோவிலிலிருந்து மாலை பூசைக்கான மணி எழுந்து வந்தது. பக்கத்தில் வந்து நின்ற பைக் காரர் அவனை நோக்கிப் புன்னகைத்தார். இவனும் புன்னகைத்தான். 'ஆ! புது வருஷம் முடியறவரைக்கும் இந்த ரோட்டில இப்படித்தான் இருக்கும். இந்த நாற்கரச் சாலையை போட்டுத் தீரானுங்க இல்லை.'

'ஆமா. ஒரு மாநிலத் தலைநகரத்துக்கு பிச்சைக்காரன் கோவணம் மாதிரி இந்த ஒத்தை ரோட்டை வச்சிக்கிட்டு உயிரை வாங்கறாங்க. இந்தா இருக்கிற நாரோயிலுக்கு காலைலயும் அந்தியிலயும் போக இரண்டு மணிக் கூறாவுது.'

இன்னொருவர், 'ட்ராபிக் நெரிசல் மட்டுமா? ஆக்ஸிடண்டு. நித்தம் ஒரு ஆக்ஸிடண்டு.'

பிலிப் சப்பாத்துப் பாலத்தில் பூச்சிபோல நடந்து செல்கிற மனிதர் களைப் பார்த்தான். மீன் சந்தைக்குப் போய் வரச் சொன்னாள்

பியூலா. பண்டிகைக் காலம். எல்லாமே குதிரை விலையாயிருக்கும். ஆனால் மீன் இல்லாவிட்டால் தேவமலருக்குச் சாப்பாடு இறங்காது.

இன்னொருவர் தொடர்ந்து, 'இன்னிக்குக்கூட ஒரு ஆக்ஸிடண்டு' என்றார். 'இரண்டு பள்ளிக் குழந்தைகள் ரோட்டைக் கடக்கையில் கேரளா பஸ்லே மாட்டி...'

மற்றவர், 'அய்யோ' என்றார்.

பிலிப் அவசரமாக வண்டியைத் திருப்பி அவர்களிடமிருந்து தள்ளி நிறுத்த முயன்றான். யாரோ ஒருவர் திட்டினார், 'இங்கே எங்கே இடமிருக்குன்னு நுழையறீங்க?' யாரோ ஒருவர் நின்றுகாண்டிருந்த பேருந்திலிருந்து எட்டிப்பார்த்து, 'ஏ பிலிப்பு, கிறிஸ்துமஸ் வாழ்த்துக்கள்டே.'

பிலிப் வெட்டுப்பட்டவன்போல நிமிர்ந்து பார்த்து சன்னமாய் 'வாழ்த்துக்கள்' என்றான்.

யாரோ அவன் தோளில் கை வைத்தார்கள். 'பிலிப்பு என்ன இங்கே நிக்கறே?' அவன் திரும்பிப் பார்த்தான். சாஜன் வண்டியை நிறுத்தி நின்றுகொண்டிருந்தான். அவன் முகத்தில் கவலை இருந்தது. பிறகு அந்த போஸ்டரைப் பார்த்து பதறி கண்ணை விலக்கி, 'எங்கியாவது போகணுமா பிலிப்பு?'

பிலிப் வேண்டாம் என்பதுபோல விலகி நடந்தான். அவன் வண்டியைப் பின்னாலேயே உருட்டிக்கொண்டு வந்து, 'வண்டில போகலாம் பிலிப்பு.'

பல வருடங்களுக்குமுன்பு சாஜனை இதே தெருவில் வைத்து பிலிப் ஒரு முறை அடித்திருக்கிறான். ரொம்ப நாட்களாக அவர்கள் குடும்பங்களிடையே பகை இருந்தது. பதிலுக்கு சாஜன் ஐந்து பேரைக் கூட்டிக்கொண்டு வந்து பிலிப்பை அடித்திருக்கிறான். போலீஸ் வழக்கெல்லாம் பதிவாகி ஐரேனியஸ் பாதிரியாரின் சமாதானப் பேச்சுவார்த்தைகளுக்குப் பிறகு வழக்கு விலக்கிக்கொள்ளப்பட்டது. பிரச்சினைக்குக் காரணமான ப்ளோரி இருவருக்கும் கிடைக்காமல் போனாள். அவள் புருஷன் அந்த ஊரின் கடும் குடிகாரனாகக் கொஞ்ச நாள் திரிந்து ஒருநாள் காணாமல் போனான். பிலிப் கண் கூச ஒரு கணம் ப்ளோரியின் வீட்டை ஏறிட்டுப் பார்த்தான். அவள் வீட்டின் மாடிச் சன்னலின் திரைச்

சீலைகள் ஒருகணம் அசைந்து மீள்வதைப்போலத் தோன்றியது. அவள் புருஷன் தொலைந்துபோனபிறகு அவள் வெளியே வருவதேயில்லை.

'பிலிப்பு? பேச மாட்டியா?' சாஜன் குரல் மறுபடி கேட்டது. பிலிப் கண்களைத் தாழ்த்திக்கொண்டான்.

'அந்த பிலோமினாள் தேவிடிச்சி குடும்பம்தான் ஏதோ மந்திரவாதம் பண்ணி எம் வம்சத்தைக் கருவறுத்துடுச்சு.' அம்மா அடக்க ராத்திரி அன்றைக்கு கத்தியது நினைவுக்கு வந்தது.

அவன் சாஜனின் கண்களை உறுத்துப் பார்த்தான். அவன் உடைந்து, 'எங்களுக்கும் புள்ளை குட்டி இருக்கு பிலிப்பு. நானும் ஒரு தாயி வயித்துல ஜனிச்ச மனுஷப் பிறவிதான்' என்றான்.

பிலிப் அவன் வண்டியில் ஏறிக்கொண்டு, 'எங்கியாவது குடிக்கிற இடத்துக்குக் கூட்டிட்டுப் போடா. முழிச்சிருக்கவே முடியலை.'

தேவையானதை வாங்கிக்கொண்டு திரும்புகையில் வீட்டில் ஐரேனியஸ் சாமியார் அமர்ந்திருந்தார். அம்மா அவருக்கருகே நின்று விசித்துக்கொண்டிருந்தாள். அவள்தான் அவரைக் கூட்டிவந்திருக்கவேண்டும். ப்யுலாவின் அறையில் இன்னமும் எந்த அசைவும் இல்லை. பாதர், 'பிலிப்பு, நீனும் ப்யுலாவும் இங்க இருந்து கொஞ்சம் மாறி நில்லுங்க.'

அவன் கேட்காததுபோல, 'சகாயம், இதை உள்ளே கொஞ்சம் வையி. கொஞ்சம் தண்ணி கொண்டா.'

அவர் விடாது, 'பள்ளித் தாளாளரைக் கைது பண்ணியாச்சு' என்றார். பிலிப் ஆங்காரமாய்த் திரும்பி, 'அது சகாவு பண்ணின காரியம். உங்க சபை அவரைக் காப்பாத்தல்லா முயற்சி பண்ணுச்சு?'

அவர் பேசாதிருந்தார். 'ஐஸ்வர்யம் உள்ளவனும் கள்ளக் கடத்தல்காரனும்தான் உங்க சபையோட மக்கமாரு இல்லே? எங்க உதிரம் நீங்க அவங்களுக்கு கொடுக்கிற பலி.'

அவர், 'நடந்தது ஒரு விபத்து, பிலிப்.'

‘சிலரோட பொறுப்பின்மையால நிகழ்ந்த விபத்து. சிலரோட அலட்சியத்தால நிகழ்ந்த விபத்து’ என்று பிலிப் சீறினான். ‘உங்க பிள்ளைகளை யார் துணையும் இல்லாம ஒரு நேசனல் ஹைவேயில இறக்கிவிட்டுட்டுப் போயிடுவீங்களா? உங்க பிள்ளைகளை ஆயா இல்லாம ஒரு குடிகார ட்ரைவர்கிட்டே ஒப்படைப்பீங்களா? பள்ளிக்கூடம் சீக்கிரம் விடறோம்னு பெற்றோர்கள்கிட்டேகூடச் சொல்லாம செய்வீங்களா?’

பாதர், ‘யாரும் எதிர்பார்க்கலை பிலிப்பு. அன்னிக்கு அந்த இடத்துல ட்ராபிக் ப்ளாக் ஆகும்னு யார் எதிர்பார்த்திருக்க முடியும்? எல்லோருக்கும் பண்டிகை அவசரம்.’

‘இது முதல் தடவை இல்லை பாதர். ஏற்கெனவே நிறைய கம்ப்ளைன்ட் போயிருக்கு. அந்த வேன் ட்ரைவர் அவரோட சொந்தக்காரன். குடிகாரன். பொம்பளைப் பொறுக்கி. அவன்மேல ஏற்கெனவே ஒரு கேசு இருக்கு. தெரிஞ்சே வச்சிருக்கார்’ என்று கத்தினான். ‘பணத்திமிர். அவங்க பின்னால நீங்க இருக்கற திமிர்.’

அவர், ‘நான் அவர் பின்னால இல்லை பிலிப்’ என்றார்.

பிலிப் தளர்ந்து, ‘போங்க பாதர். இனி என்ன? என் செல்லங்க போயிட்டாங்க. இனி எதன்மீதும் எனக்கு ஆர்வமில்லை. எதுவும் அவங்களைத் திருப்பிக் கொடுத்திடப் போறதில்லை.’

‘நீ கொஞ்சம் இந்த இடத்தைவிட்டு மாறி நில்லு’ என்றார் அவர். மறுபடியும், ‘உன்னை, உன் அம்மையை, உன் புள்ளைங்களை எனக்குச் சின்ன வயசிலருந்தே தெரியும். உங்களை இப்படிப் பார்க்கவே கஷ்டமா இருக்கப்பா.’

‘நான் எங்கே போறது பாதர்? செத்தா என் மக்ககிட்டே போயிடலாம்னா, அங்கேதான் போக விரும்பறேன். ஆனா அதுக்கும் சம்மதிக்காத உங்க கடவுள நினைச்சா அடிவயித்தி லிருந்து கசப்பா வருது... ஆ! பண்டிகை! இவர் பண்டிகைக்கு என் மகள்க ரத்தத்தைல்லா குடிச்சிருக்காரு உங்க கருணாமூர்த்தி!’

அம்மா அழுதபடியே, ‘தேவ தூஷணை பண்ணாதே மவனே’ என்று கிட்டே வர, அவன் அவளைப் பிடித்துத் தள்ளினான். ‘போட்டி இங்கிருந்து. நான் பாட்டுக்கு துபாய்ல சந்தோஷமா

இருந்தேன். என்னை நைநைன்னு நச்சரிச்சி இங்கே கூட்டி வந்து கல்யாணம் பண்ணி வச்சி...'

சாமியார் எழுந்து, 'கொடைக்கானலுக்குப் போ' என்றார். 'அங்கே என் நண்பர் ஒருவர் இருக்கார். அங்கே நம்ம சபைக்குச் சொந்தமான ஆற்றுப்படுத்தும் மையம் ஒண்ணு இருக்கு. அங்கே போயி கொஞ்ச நாள் இரு. அங்கே போனா நீ இழந்த மனச் சமாதனம் உனக்குத் திரும்பக் கிடைக்கும்.'

பிலிப் சிரித்து, 'மனச்சமாதானம்!' என்றான். 'உங்க சமாதானத்தை வேற யாராவது பணம் உள்ளவன்கிட்டே விக்கக்கூடாதா பாதர். என்கிட்டே உங்களுக்கு என்ன கிடைக்கும்?'

அவர் நெருங்கி அவன் கைகளைப் பிடித்துக்கொண்டு, 'உன் துக்கம் எனக்குப் புரியுதுடே...'

பிலிப் கைகளை உதறிக்கொண்டு, 'உங்களுக்கு எப்படிப் புரியும் பாதர்? உங்களுக்கு ஆயிரம் புள்ளைங்க. ஆயிரம் பொண்டாட்டிங்க' என்றான் இகழ்ச்சியாக.

அம்மா எழுந்து, 'அப்படிப் பேசாதே மவனே. சொல்லுங்க பாதர். இவனுக்கு இன்னும் என்ன வயசாச்சி. கர்த்தர் நினைச்சார்னா இன்னும் இவனுக்கு நூறு சந்தானத்தைத் தர மாட்டாரா?'

பிலிப் அடுத்து என்ன செய்தான் என்று அவனுக்கு நினைவு வரவில்லை. உள்ளிருந்து சகாயம் ஓடிவந்து அம்மாவைத் தூக்குவதைத்தான் அடுத்து கவனித்தான். அவள் உதடு கிழிந்து ரத்தம் சொட்டித் தரையில் பரவிக்கொண்டிருக்க, பியூலா உள்ளிருந்து தள்ளாட்டமாய் எழுந்து வந்து, 'அத்தே இன்னிக்கு ராத்திரி ஆப்பத்துக்குக் கடலைக் கறி பண்ணனும். தேவமலர் இரண்டு நாளா கேட்டுட்டு இருக்கா' என்றாள்.

•

கொடைக்கானலுக்குக் கிளம்பும் அன்று மாலை திடீரென்று தோன்றி பிலிப் மகள்களின் பள்ளிப் பக்கம் போனான். மதியத்துக்கான இடைவேளை விடப்பட்டிருந்தது. பிள்ளைகள் புழுதி எழும்ப விளையாடிக்கொண்டிருந்தார்கள். உள்ளே வரிசையாக மஞ்சள் நிறத்தில் பள்ளி வாகனங்கள்

நிறுத்தப்பட்டிருந்தன. ஒருகணம் மனம் அதிர்ந்து கண்களை விலக்கிக்கொண்டான். காவலாளி அவனைக் கண்டுகொண்டு 'சார்' என்றான். பிலிப் பதில் பேசாது பிள்ளைகளையே பார்த்துக்கொண்டு நின்றிருந்தான். எத்தனையோ தடவை இந்த கேட்டின் முன்பு அவர்களுக்காகக் காத்திருந்திருக் கிறான். அந்த மாலை மட்டும் அதுபோல அவன் காத்திருந்திருப்பான் எனில்...

காவலாளி அவனை நெருங்கி, 'சின்ன பாப்பா என்கிட்டே நல்ல அன்பா இருக்கும் சார்' என்றான். 'அன்னிக்குப் போகும் போதுகூட எனக்கு கிறிஸ்துமஸ் வாழ்த்து சொல்லிச்சி.'

பிலிப் காவலாளி சொல்லிய காட்சியை மனத்தில் உருவாக்க முயன்றான். என் செல்லங்கள் இந்த மண்ணில் கடைசியாகக் கால் வைத்த தருணங்கள். அப்போது அவர்கள் என்ன நினைத்துக்கொண்டார்கள்? தேவமலருக்கு இந்த கிறிஸ்துமசுக்கு சிறிய சைக்கிள் வாங்கித் தருவதாகச் சொல்லி யிருந்தான் (பிங்க் கலர்). அவள் அதைக் காண மிகுந்த ஆவலாக இருந்தாள். லில்லியின் உடைகள் அன்று மாலை தான் தைத்து வருவதாக இருந்தது. அவள், 'டெய்லர் கொடுத்துடுவாராப்பா?' என்று கேட்டுக்கொண்டே இருந்தாள். பிலிப் கண் கலங்கி, குனிந்து, அந்தப் பள்ளி மைதானத்து மண்ணை எடுத்து, 'மகளே, நான் போறன்' என்றான்.

ரயிலடிக்கு பாதர் வந்திருந்தார். அம்மாவை வரவேண்டாம் என்று சொல்லிவிட்டிருந்தான். சகாயம், 'பிலிப்பு, ப்யுலாவைக் கொஞ்சம் கவனிச்சிக்க ' என்றார். ஒருவகையில் பிலிப்புக்கு அவள்மேல் பொறாமையாகக்கூட இருந்தது. அவள் பிரயாணத்துக்கு எப்போதும்போலவே மகள்களின் துணிகளையும் எடுத்து வைத்துக்கொண்டுதான் இருந்தாள். 'அண்ணே, அங்கே ரொம்பக் குளிருமே... போன தடவை ஊட்டில புள்ளைகளுக்கு வாங்கின ஸ்வெட்டரெல்லாம் எங்கே?' அவளிடம் ஏதோ சொல்லப்போன அம்மாவை சகாயம் அதட்டி அந்தத் துணிகளையும் எடுத்துக்கொடுத்தார். அவள் அவற்றை நெஞ்சோடு அணைத்துப் பத்திரமாக எடுத்து வைத்துக்கொண்டாள்.

அன்றைக்கு ரயிலில் கூட்டம் இல்லை. ரயில் நகரும்போது தன்னையும்மீறி ஒரு கேவல் எழுந்தது. போன தடவை பிரயாணம் குழந்தைகளுடன் மேற்கு நோக்கி இருந்தது. இரண்டு நாட்கள் வர்கலையில் தங்கியிருந்தார்கள். இரவும் பகலும் அதன் கடற்கரையிலேயே கிடந்தார்கள். டூ பீஸ் மட்டுமே அணிந்து கிடந்த வெள்ளைக்காரிச்சிகளைப் பார்த்து லில்லி 'ச்சை!' என்று நாணினாள். தேவமலருக்கு நாணமெல்லாம் இல்லை. அவர்களை ஆவென்று பார்த்தாள். அன்றிரவு பியூலா அறையில், 'பிள்ளைகளை எங்கே கூட்டிட்டு வந்து என்னத்தியெல்லாம் காமிக்கீக?' என்று சிணுங்கினாள். பிலிப் அவளை அணைத்துக்கொண்டு, 'இதிலென்னட்டி இருக்கு? கர்த்தர் படைச்ச ரூபம்தானே? ஆதாமும் ஏவாளும் இப்படித்தானே ஏதேன்லே திரிஞ்சாவ?' என்றான். 'அதுக்காக? சின்னப் பிள்ளைகளல்லா...' என்றாள் அவள். 'எது சின்னப் பிள்ளை? லில்லி பொறந்த அன்னிக்கு ஓர்மையிருக்கா? சின்னதா ஒரு வெள்ளைப் பல்லி மாதிரி கிடந்தா. எனக்குக்கூட இதுக்கா இத்தனை பாடுன்னு தோணுச்சு. இப்போ பாரு எப்படி இருக்கா உன் வெள்ளைப் பல்லி குட்டித் தேவதை கணக்கா? காலம் ரொம்ப வேகமா ஓடுது. நாளைக்கே திமுதிமுன்னு வளர்ந்து கல்யாணத்துக்கு நிப்பா பாரு.'

பிலிப் தன்னை உலுக்கிக்கொண்டான். காலம் இனி எங்கும் ஓடப்போவதில்லை. அது ஒரு டிசம்பர் மாதம் மாலைப் பொழுதில் நிரந்தரமாக நின்றுபோய்விட்டது.

இரணியலில் ஒரு வெள்ளைக்காரர் மட்டும் ஏறினார். அவனைப் பார்த்துப் புன்னகைத்தார். ரயில் சற்று நேரம் அப்படியே நின்றுகொண்டிருந்தது. இரண்டு தட்டான்கள் ரயில் பெட்டிக்குள் ஒன்றை ஒன்று துரத்திக்கொண்டு வந்தன. அவன் அவற்றையே பார்த்துக்கொண்டிருந்தான். ரயில் சட்டென்று கிளம்பியது. பிலிப் சற்றே பதற்றத்துடன் அந்தத் தட்டான்களைத் தேடினான். அவை லாகவமாக வெளியே போய்விட்டன.

வர்கலையில் கடலைவிட, அங்கு மனிதர்கள் பாரா கிளைட் மூலம் பறப்பது லில்லிக்கு வியப்பாக இருந்தது. 'நானும் இப்படிப் பறக்கணும் அப்பா' என்றாள். ப்யூலா, 'அம்மாடி. நான் விட

மாட்டேன்' என்றாள். பிலிப் அவள் தலையைத் தடவி, 'கொஞ்சம் நீ பெரிசாகணும். அதுக்குக் கை கால் பலம் வரணும். இப்படி குச்சி கணக்கா இருந்தியான்னா?'

ப்யுலா, 'காய்கறியே சாப்பிடறதில்லை. மீன் மட்டும் போதுமா?'

தேவமலர், 'பட்டம்பூச்சியெல்லாம் குட்டியா இருக்கப்பவே பறக்குதே?' என்றாள்.

பிலிப் ரொம்ப நாட்களுக்குப் பிறகு போனை எடுத்து செய்திகளைப் பார்த்தான். ஆறுதல் செய்திகளைத் தவிர்த்தான். கொடைக்கானலில் இருந்து ஐரேனியஸ் பாதிரியாரின் நண்பர் தாமஸ் ஒரு மின்மடல் எழுதியிருந்தார். அதைத் திறந்தான்.

அன்புள்ள பிலிப்,

ஐரேனியஸ் உங்களைப் பற்றி எல்லாம் சொன்னார். நான் உங்களது துயரத்துக்கு ஆறுதல் என்று எதுவும் சொல்லப் போவதில்லை. எங்களைப் போன்றவர்கள் சொல்லும் எதுவும் இங்கு சொற்களாகவே இருக்கும் என்பதை அறியாதவனல்ல நான். அது அப்பத்தைக் கேட்கிறவனுக்குக் கற்களை அளிப்பது. உங்களைத் தேற்றவும் குணப்படுத்தவும் ஒருவராலேதான் முடியும். அவர்கூட தனது இறுதிப்பாட்டை நெருங்கும்போது, 'முடியுமானால் இதை என்னிடமிருந்து நீக்கும் பிதாவே' என்று கலங்கியிருக்கிறார் எனில் நாம் எம்மாத்திரம்? தந்தை இந்தச் சிலுவையைச் சுமக்க உங்களை ஏன் தேர்ந்தெடுத்தார் என்று எனக்குத் தெரியாது. தந்தை என்று ஒருவர் இருக்கிறாரா, உண்மையில் அதுவும் எனக்கு நிச்சயமாகத் தெரியாது. நான் பிரார்த்தனைகள் செய்கிறேன். அவை எங்கு போகின்றன? அதுவும் எனக்குத் தெரியாது. கர்த்தர் நம் பிரார்த்தனைகளைக் கேட்கிறாரா என்று கேட்டால் அதுவும் எனக்குத் தெரியாது. ஆனால் ஒன்று சொல்வேன். எப்போதாவது மாலைப்பொழுதுகளில் இந்த மலைப் பிரதேசத்தில் நடக்கப் போகும்போது அவர் நமது பிரார்த்தனைகளுக்குப் பதில் சொல்வதுபோல உணர்கிறேன். அவரை மிக நெருக்கமாக, குரான் சொல்வதுபோல பிடரியில் துடிக்கும் நரம்பு போல, உணர்கிறேன். உண்மையில் அவர்தான் பதில் சொல்கிறாரா? பதில் சொல்வது அந்த மலைகளாகக்கூட இருக்கலாம்.

ஏனெனில் இந்த மலைகளைப் பற்றி இங்கு உலவும் கதைகள் விசித்திரமானவை. பெரும்பாலும் பழங்குடிகளின் கதைகள். அறிவியலுக்கும் நமது மதத்துக்கும் புறம்பாலான வெளிகளில் கிடக்கிற கதைகள். அதனாலேயே சில சமயம் இந்த மலைகள் கொடுக்கிற அமைதி எனும் மதுவை அருந்துகையில் எனக்குக் குற்ற உணர்வுகூட ஏற்படுவதுண்டு. ஆனால் இந்த மலைகள் நிச்சயம் நமக்கு மன அமைதியை அளிக்கின்றன. இதை நமது சபை முன்னோர்களும் உணர்ந்திருக்கவேண்டும். அதனால்தான் இப்படி ஒரு இடத்தில் இவ்விதமொரு மையத்தை ஏற்படுத்தியிருக்கிறார்கள் என்று தோன்றுகிறது.

அந்தக் கதைகளில் ஒன்றை இங்கே உனக்குச் சொல்லட்டுமா?

இந்தப் பக்கத்தில் உள்ளவர்களின் வாய்மொழிப்படி இந்த மலை உயிருள்ளது. அதற்கு நல்லவர்கள், தீயவர்கள் யார் என்று பகுத்தறியும் அறிவுள்ளது. தனக்குப் பிடிக்காதவர் எவரும் உள்ளே நுழைந்தால் அவர்களை வழி தவறச் செய்து கொன்றுவிடும் குணமுடையது. அதே சமயம் தனக்குப் பிடித்தவர்களை தாய்போல அணைத்துக்கொள்ளும் தன்மையுடையது.

போன நூற்றாண்டில் ஒரு சமயம் பிரபலக் கொள்ளைக்காரன் செம்புலிங்கம் இங்கே ஒளிந்திருந்திருக்கிறான். செம்புலிங்கம் பற்றி நீ கேள்விப்பட்டிருக்கிறாயா? அவனை தென்னகத்தின் ராபின் ஹூட் என்று சொல்லலாம். கொள்ளைக்காரனே தவிர ஏழைகளின்மீது கருணை உள்ளவன். டோனாவூரில் இருக்கும் நமது கன்னியர் மடத்தின்மீது அவனுக்கு நிறைய மதிப்புண்டு என்று சொல்வார்கள். ஒரு தடவை அவனைத் துரத்திக் கொண்டு ஒரு வெள்ளைக்கார அதிகாரி தலைமையில் படை இந்த மலைக் காட்டுக்குள் நுழைந்திருக்கிறது. ஒரு இடத்தில் பாதை இரண்டாகப் பிரிந்திருக்கிறது. வெள்ளைக்காரர் சிலரை மட்டும் தன்னுடன் நிறுத்திக்கொண்டு இரண்டு குழுக்களைப் பிரித்து அனுப்பியிருக்கிறார். இரண்டு குழுக்களும் காலைவரை திரும்பாமல் போகவே மறுநாள் கொடைக்கானலுக்குத் திரும்பி மேலும் கொஞ்சம் படைகளுடன் திரும்பி இருக்கிறார். அவர் எவ்வளவோ தேடியும் அந்தப் பாதைகள் பிரிந்த இடத்தை அவரால் கண்டுபிடிக்கவே முடியவில்லையாம். காணாமல் போன

அந்த வீரர்களும் இன்றுவரை வீடு திரும்பவில்லையாம். கொடைக்கானலில் இருந்தவரை செம்புலிங்கத்தை யாராலும் பிடிக்க முடியவில்லை என்று சொல்கிறார்கள்... இங்கு இருந்தவரை செம்புலிங்கத்தை இந்த மலைகள் காப்பாற்றின.

பிலிப் சலிப்புடன் போனை மூடிவைத்தான். மலைகள், மனிதர்கள், கடவுள்கள் என்று எதுவும், யாரும் என் பிள்ளைகளைக் காப்பாற்றவில்லை. மலைகள்கூடக் கள்ளர்களையே காப்பாற்றுகின்றன.

ஆஸ்பத்திரிக்குள் ஒரு சிறிய கூட்டம் இருந்தது. வெளியே ஓர் ஆம்புலன்ஸ் நின்றிருந்தது. அதன் வாசல் திறந்துகிடக்க அதன் படிகளிலிருந்து ரத்தம் ஒரு சாலைபோல இறங்கி ஆஸ்பத்திரிக்குள் ஏறிச் செல்வதைப் பார்த்தான். டாக்டர் ஒருவர் பணியாளர் ஒருவரை அதைச் சுத்தம் செய்யும்படிச் சத்தம் போட்டுக் கொண்டிருந்தார். அருகில் ஒரு போலீஸ் வாகனம் நின்றிருந்தது. பிலிப் அதன் அருகில் நின்றுகொண்டிருந்த கூட்டத்தை நோக்கிப் போனான். கிட்டே போனதும் அந்தக் கூட்டத்தில் அருள்ராஜ் இருப்பதைப் பார்த்தான். இவனைப் பார்த்ததும் அருள்ராஜ் விலகி வந்து, ‘பிலிப்பு? என்ன இங்கே?’ என்றான். பிலிப், ‘போன் வந்துச்சு’ என்றான். ‘இங்கே வரச் சொல்லி. புள்ளைகளுக்கு ஏதோ ஆக்சிடண்டுன்னு.’ அருள்ராஜின் கண்கள் சட்டென்று மாறின. அவன், ‘அய்யோ!’ என்று கத்தினான்.

பிலிப், வண்டி நாகர்கோவிலைத் தாண்டிவிட்டதை உணர்ந்தான். ப்யுலா வெளியே வெறித்தவண்ணம் அமர்ந்திருந்தாள். காற்றில் அவள் சிகை புரண்டுகொண்டிருந்தது. பத்து நாட்களிலேயே அவள் மிக வயதானவள்போல ஆகிவிட்டதைப் பார்த்தான். அவன் இதுவரை பார்த்தேயிராத நரை வெள்ளிகள் அவள் தலையில் மின்னின. கண்களுக்குக் கீழே கருத்த பைகள்.

‘ப்யுலா, சாப்பிடறியா?’

அவள் திரும்பி, ‘சாப்பிடலாம்’ என்றாள். பிறகு யோசித்து, ‘புள்ளைக வந்துடட்டுமே.’

பிலிப் அவளையே பார்த்தான். அவள் ஏதோ தப்பு செய்த குழந்தைபோலச் சங்கடமாக மறுபடியும் புன்னகைத்தாள்.

எதிரே இருந்த வெள்ளைக்காரர் புன்னகைத்து, 'Going far?' என்று கேட்டார்.

பிலிப், 'Very far' என்றான்.

அந்த இரவுதான் அவனது மிகக் கொடுமையான இரவாக இருந்திருக்கவேண்டும். ஆனால் அவனுக்கு அதுவெல்லாம் மிக தூரத்தில், வேறு யாருக்கோ நடப்பதுபோலவேதான் இருந்தது. குரல்கள்கூட எங்கோ தூரத்திலிருந்து வருவதுபோலத்தான் கேட்டன. தம்பி வந்து கதறியபோதுகூட இவன்தான் சமாதானப் படுத்தினான். விசயம் கேள்விப்பட்டு வந்த சகாவுதான் எல்லா வற்றையும் பார்த்துக்கொண்டார். ஆனால் அவர் எவ்வளவோ முயன்றும்கூட அன்றிரவே உடல்களை வாங்கக்கூட முடியவில்லை. 'ஆறுமணிக்கு மேலே போஸ்ட் மார்ட்டம் பண்ணக்கூடாது. கவர்ன்மெண்ட் ரூல்.'

தம்பி கொதித்து, 'அதெல்லாம் பண்ணக்கூடாது' என்று கத்தினான். அருள்ராஜ் நெருங்கி, 'கொஞ்சம் பெரிய ஆக்சிடன்ட் தம்பி. அடக்கத்துக்கு ஏத்ததா உடம்பைத் தயார் பண்ணவேண்டாமா?'

சகாவு பிலிப்பிடம் நெருங்கி, 'காலைலதான் தருவாங்களாம் பிலிப்பு' என்றார். பிறகு தயங்கி, 'நாம காலைல வரலாம்.'

பிலிப் அவரைப் புரியாமல் பார்த்து, 'சரி, காலைல வாங்க' என்றான். பிறகு சம்பந்தமில்லாமல், 'அந்த முந்திரி பேக்டரி சமரம் சரியாயிடுச்சா அண்ணாச்சி?'

அவர் அவன் கையைப் பிடித்து இழுத்து, 'இல்ல தம்பி, இப்போ நாம போகணும். காலைல வருவோம்.'

பிலிப் கைகளை விடுவித்துக்கொண்டு, 'நான் எப்படி என் பிள்ளைகளை விட்டுட்டு வர்றது?' என்றான். 'அதுவும் தேவமலருக்குப் புது இடம், இருட்டுன்னா ரொம்பப் பயம்' என்றவன் அங்கு நின்றிருந்த அட்டெண்டரிடம் ஒரு நூறு ரூபாயைச் சட்டென்று எடுத்துக் கொடுத்து, 'உள்ளே ராத்திரில எல்லா லைட்டையும் அணைச்சிராதீகண்ணே.'

பெரிய டாக்டர் வந்து, 'எல்லோரும் காலைல வாங்க. இங்கே நிக்காதீங்க ப்ளீஸ்' என்றார்.

யாரோ அவரிடம் ஆவேசமாகப் பேசப் போக, பிலிப் தடுத்து, 'இவங்க போயிடுவாங்க. நான் என் பிள்ளைகளைக் கூட்டீட்டுப்

போகாம எப்படி வீட்டுக்குப் போவேன்? அவளுக்குப் பண்டிகைக்குத் துணியெல்லாம் எடுத்து வச்சிருக்கு. சின்னவளுக்கு சைக்கிள் வேற வாங்கணும். பிங்க் கலர்' என்றான்.

சகாவு டாக்டரிடம், 'சார், புள்ளைங்களோட அப்பா இவரும் நானும் மட்டும் இன்னிக்கு இங்கே நிக்கோம்.'

அவர் தயங்கி, 'பிரச்சினை ஆகக்கூடாது. அவ்ளோதான். வேணும்னா இவருக்கு ஒரு அட்மிசன் போட்டு பெட்டு தரேன். காம்போஸ் இன்ஜெக்சன் போடச் சொல்றேன்.'

பிலிப், 'அதெல்லாம் வேணாம் டாக்டர். நான் தூங்கிட்டா புள்ளைங்க பயப்படும்' என்றான். ஆனால் எப்படியோ தூங்கி விட்டான். நடு இரவில் விழித்தபோது ஏதோ ஒரு வார்டில் இருந்தான். பக்கத்துப் படுக்கையில் சகாவு படுத்திருந்தார். நன்றாக உறக்கத்தில் இருந்தார். கொஞ்ச நேரம் அவரையே பார்த்தபடி அமர்ந்திருந்தான். வார்டின் எல்லா விளக்குகளும் அணைக்கப் பட்டு ஒரு சிறிய விளக்கு மட்டும் எரிந்துகொண்டிருந்தது. எங்கோ யாரோ வேதனையில் முனகும் ஒலி மட்டும். பிலிப் எழுந்து வெளியே வந்தான். ட்யூட்டி அறையில் பைல்களின்மீது தலை வைத்து சாய்ந்திருந்த அரைத் தூக்க நர்ஸ் நிமிர்ந்து பார்த்து, 'எங்கே?' என்றாள். பிலிப் 'ஒண்ணுக்கு' என்றான்.

பிலிப் மெதுவாகக் கீழே இறங்கி 'பிண அறை' என்று போட்டிருந்த அந்த அறையை நோக்கிப் போனான். பூட்டியிருந்தது. பெரிய புங்க மரத்தின் நிழலில் மௌனமாக இருந்தது. வெளியே இருந்த டீக்கடையிலிருந்துமட்டும் பெட்ரோமாக்ஸ் விளக்கின் புஸ் என்ற சத்தம் வந்துகொண்டிருந்தது. மற்றபடி மௌனம். பிலிப் சுற்றிவந்து ஒவ்வொரு சன்னலாய் முயற்சித்துப் பார்த்தான். கண்ணாடிச் சன்னல்கள். உள்ளே ஒன்றும் தெரியவில்லை. 'விளக்கு போடச் சொன்னேனே அந்தத் தாயோளியிடம்?' ஒரு கணம் கடும் கோபம் வந்து. பிலிப் லேசாக ஒரு சன்னல் கண்ணாடியைத் தட்டி 'லில்லி?' என்றான். 'லில்லி? தேவமலர்? நான்தான் அப்பா... டா...' என்று சொல்லிப் பார்த்தான்.

பதில் இல்லை. பிறகு இன்னொரு சன்னலுக்கு நகர்ந்து சன்னல் கண்ணாடியோடு முகத்தை ஒட்டி வைத்துக்கொண்டு, 'பேடிக்காத மக்களே... நான் இங்கேதான் இருக்கேன்.'

சற்று நேரம் அங்கே அப்படியே ஏதோ ஒரு சங்கீதத்தை உற்றுக் கேட்பதுபோல நின்றான். இப்போது அந்த வார்டு நர்சு மாடிப்படி உச்சியில் நின்று தன்னைத் தேடுவதைப் பார்த்தான். சரி, போகலாம் என்று மீள்கையில்தான் அந்தச் சத்தத்தைக் கேட்டான். உள்ளிருந்து. என்ன சத்தம் அது? எதுவோ நகர்வதுபோன்ற சத்தம். கிசுகிசுப்பு போன்ற சத்தம். ஒரு விளி போன்ற சத்தம். பிலிப் மிகுந்த ஆவேசத்துடன் ஓடி ஒரு பெரிய கல்லை எடுத்து சன்னலை உடைக்க ஆரம்பித்தான்.

திண்டுக்கல்லில் இறங்கும்போதே மதியம் ஆகியிருந்தது. பாதர் வண்டி அனுப்பியிருந்தார். ட்ரைவர், 'இருட்டறதுக்குள்ள மலை ஏறிடணும் சார். கொடைக்கானலுக்கு மேலே பத்து கிலோ மீட்டர் போகணும்' என்றான்

பியூலாவை வற்புறுத்திச் சாப்பிட வைத்தான். சில நாட்களிலேயே ப்யூலாவின் உடல்மொழி ஒரு சிறுமியைப்போல மாறிவருவதைக் கவனித்தான். கண்ணை மூடிக்கொண்டு கேட்டால் சில நேரங்களில் அவளது குரல் லில்லியின் குரல்போலவே ஒலித்தது. போகும் வழியெங்கும் அவள் காரில் ஒரு சிறு பெண்போலவே சுருண்டு தூங்கினாள். லேசாக வாய் பிளந்து சிறிய மகள் தேவமலர் போலவே...

கொடைக்கானலில் ட்ரைவர் வண்டியை நிறுத்தினான். 'சார், டீ சாப்பிட்டுக்கலாம்.' ப்யூலா இன்னமும் உறங்கிக் கொண்டிருந்தாள். ரெஸ்டாரண்டில் அந்த வெள்ளைக்காரர் அமர்ந்திருந்தார். அவனைப் பார்த்ததும் கையசைத்து, 'ஹலோ... மறுபடியும்...' என்றார். அவர் பக்கத்தில் ஒரு வெள்ளைக்காரி நெருக்கமாக இருக்க, அவர்கள் நடுவில் பூக்கள் சிதறிய கவுன் அணிந்து வைக்கோல் நிறத்தில் தலை முடியும் இரட்டை சடையும் சற்றே பெரிய பற்களுமாய் ஒரு சிறுமி இருந்தாள். அவளது வெளுத்த சருமத்தில் மருதாணிப் புள்ளிகள்போல வெயில் கன்றல்கள். அவள் ஒரு ஐஸ் க்ரீம் கூம்பைத் தின்றுகொண்டிருந்தாள். பிலிப் செலுத்தப் பட்டவன்போல அவர்களை நோக்கிப் போனான். வெள்ளைக்காரர் எழுந்து அவனுக்கு ஒரு நாற்காலியைக் கொடுத்தார்.

'காபி?'

அவன் ‘சரி’ என்றான். அந்தச் சிறுமி மிகக் கவனமாக ஐஸ் கிரீமைத் தின்றுகொண்டிருந்தாள். அப்போது அவள் முகத்தில் காணப்பட்ட தீவிரம் சாதாரண நேரங்களில் புன்னகையை வரவழைக்கக்கூடியது. தேவமலரிடமும் அவன் இதேபோன்ற ஒரு மனக்கூர்மையைப் பார்த்திருக்கிறான். குழந்தைகளுக்கே உரிய தீவிரம். அவளால் ஓர் எறும்பை ஒரு நாள் முழுவதும் பார்த்துக்கொண்டே நிற்க முடியும். வெள்ளைக்காரர் திடீரென்று, ‘இங்கே பட்டாம்பூச்சிகளைப் பார்க்க வந்தோம்’ என்றார்.

பிலிப், ‘என்ன?’ என்றான்.

‘பட்டாம்பூச்சிகள். பட்டாம்பூச்சிகள்பற்றி உங்களுக்கு ஏதாவது தெரியுமா?’

அவன் ஓர் இயந்திரம்போல, ‘தெரியும் உலகத்தின் மிக அரிதான பட்டாம்பூச்சி பாலோஸ் வெர்டிஸ். கலிபோர்னியாவில் இருக்கிறது. உலத்தின் மிக அழகான பட்டாம்பூச்சி, மயில் பட்டாம்பூச்சி எனப்படும் Banded peacock. இங்கே இந்தியாவில் கொடைக்கானலில் இருக்கிறது.’

அவர், ‘அற்புதம்’ என்றார். அவன் எழுந்து வெளியே வந்து காரில் ஏறிக்கொண்டான். ‘போகலாம்.’

கொடைக்கானலில் அன்று அவ்வளவு பனி இல்லை. தூரத்தில் மலை முகடுகள் தெளிவாக, தங்கக் கோபுரங்கள் போலத் தெரிந்தன. ட்ரைவர், ‘அம்மா முழிக்கவே இல்லை’ என்றான். வண்டி மெதுவாக சுற்றுலாப் பயணிகள் ஊடே நகர்ந்தது. சிகப்பு பீச் ப்ளம் பழங்கள் தள்ளுவண்டிகளில் குவிக்கப்பட்டிருந்தன. அவற்றை ஸ்வெட்டர் அணிந்த பெண்கள் பேரம் பேசி வாங்கிக்கொண்டிருந்தார்கள் மலைப்பாதை சட்டென்று உயர ஆரம்பித்தது. ‘இப்படியே போனா மூனாறு போயிடலாம் சார். வெள்ளைக்காரங்க போட்ட ஒரு ரோடு இருக்கு. இப்போ விட மாட்டாங்க.’

பிலிப் சுற்றிலும் விரிகிற பசுமையைப் பார்த்துக்கொண்டே வந்தான். வண்டியை இப்போது பெரும்பாலும் முதல் இரண்டு கியர்களில்மட்டுமே ஓட்ட முடிந்தது. வண்டி திணறியது. ‘இதான் சார் குணா படத்தில வருகிற குகை. சின்ன

வயசில இங்கே வந்து விளாண்டிருக்கேன். கொஞ்சம் பசங்க இங்கே வந்து செத்துப்போனதிலிருந்து இங்கேயும் விடறதில்லை.'

பிலிப் வெளியே எட்டிப் பார்த்தான். 'பிசாசின் சமையலறை' என்று ஒரு கைகாட்டி சொல்லியது. அதன்மேல் ஒரு குருவி மௌனமாகத் தாடையை இறுக்கிக்கொண்டு அமர்ந்திருந்தது. 'வண்டில கொஞ்சம் வேலை இருக்கு சார்' என்றார் ட்ரைவர். 'சாமிட்டே சொல்லிட்டே இருக்கேன்.' பியூலா பின் சீட்டில் எழுந்து, 'தலை சுத்துது' என்றாள். ட்ரைவர், 'இப்போ வந்துடும்மா' என்று சொன்ன கணத்தில் வண்டி சட்டென்று ஒரு குலுக்கு குலுக்கி நின்றுவிட்டது.

சற்று நேரம் வண்டியிலேயே அமர்ந்து பார்த்துவிட்டு பிலிப் கீழே இறங்கினான். ட்ரைவர் பானட்டிலிருந்து வியர்வை மினுங்கும் முகத்துடன் நிமிர்ந்து பார்த்து, 'பெரிய பிரச்சினையா இருக்கும்போல சார்' என்றான் பரிதவிப்புடன்.

பிலிப் ஒன்றும் சொல்லாமல் அவனையே பார்த்துக்கொண்டு நின்றிருந்தான். பிறகு செல்போனை எடுத்துப் பார்த்தான். டவர் சுத்தமாக இல்லை. 'இங்கே டவர் கிடைக்காது சார். ஒன்றரை கிலோமீட்டர் தாண்டி பாரஸ்ட் செக் போஸ்ட் இருக்கு. அங்கேதான் கிடைக்கும்.'

'இப்போ என்ன பண்றது?' என்றாள் ப்யுலா. அவள் கண்கள் இடுகிச் சிறுத்திருந்தன.

ட்ரைவர், 'தப்பா நினைச்சிக்கலைன்னா ஒன்னு சொல்லவா?' என்றான். 'வண்டியை இப்படியே விட்டுட்டு வர முடியாது. ஏதாவது லாரி பிடிச்சி கொடைக்கானலுக்கு போய் மெக்கானிக்கக் கூட்டிட்டு வரணும். உங்களால ஒரு கிலோமீட்டர் நடக்க முடியுமா?'

பிலிப் ப்யூலாவைப் பார்த்தான். அவள் சரி என்றாள். 'எனக்கும் நடக்கணும்போலத்தான் இருக்கு.'

'இப்படியே நடந்தீங்கன்னா ஒரு கிலோமீட்டர்ல பாரஸ்ட் செக்போஸ்ட் வரும். அங்கே சிக்னல் கிடைக்கும். அங்கிருந்து பாதருக்கு போன் பண்ணுங்க. அவரே வந்து கூட்டிட்டுப் போவார்' என்றான். பிறகு தயங்கி, 'போயிடுவீங்க இல்லே?

இல்ல, நான் வரணுமா?'

பிலிப், 'போயிடலாம் ட்ரைவர். நேர் ரோடுதானே. தவிர க்ளைமேட்டும் தெளிவா இருக்கு.'

அவர்கள் இருவரும் நடக்க ஆரம்பித்தார்கள். வானம் தெளிவாக இருந்தது. ட்ரைவர் அங்கேயே நின்றுகொண்டு பார்த்துக்கொண்டே இருந்தான். வளைவில் ஒருமுறை பிலிப் திரும்பிப் பார்த்து கை அசைத்தான். ட்ரைவர், 'அப்படியே போங்க' என்பதுபோலக் கையை ஆட்டினான். பிறகு பார்வையிலிருந்து தொலைந்துபோனான்.

காற்றில் இப்போது சட்டென்று குளிர் ஏறத் தொடங்கியதை பிலிப் கவனித்தான். ப்யுலா முதல் முறையாக, 'குளிருது' என்றாள். 'ஸ்வெட்டரை வண்டிலேயே விட்டுட்டு வந்துட்டோம்.'

பிலிப், 'இதோ வந்துடும்' என்றான்.

குளிர் மட்டுமல்ல, இப்போது வானம் சட்டென்று அடர்ந்து இருட்டுவதையும் பிலிப் கவனித்து, 'இங்கே சட்டுன்னு வெதர் மாறிடுதே...' பியூலா நெருங்கி அவனை அணைத்துக் கொண்டாள். அவள் கண்கள் இப்போது நன்கு திறந்திருந்தன. அவற்றில் நீண்ட நாட்களுக்குப் பிறகு தெளிவு திரும்பி யிருப்பதை அவன் கண்டான். அவை நீரால் நிரம்பியிருந்தன. 'பிலிப்பு, லில்லி இங்கே வரணும்னு கேட்டா, நினைவிருக்கா' என்றாள்.

பிலிப்பின் உடல் வாளால் ஊடுருவியதுபோல அதிர்ந்தது. அவளை நன்கு அணைத்துக்கொண்டான்.

இப்போது இருட்டு நன்கு முற்றியிருந்தது. மேகங்கள், கருத்த பட்சிகள்போல தரைக்கு இறங்கத் தொடங்குவதை அவர்கள் கண்டார்கள். பறவைகளின் சத்தம் வெளியில் முற்றிலுமாக நின்று ஒரு கனத்த அமைதி அங்கே சூழ்ந்துகொண்டது. பத்தடிக்கு அப்புறம் உள்ள பொருட்கள் பார்த்துக் கொண்டிருக்கையிலேயே பனிப்புகைக்குள் புதைந்து போயின. சூரியன் இருந்த இடத்தைக் காணவே இல்லை. பிலிப் மணி பார்க்க முயன்றான். அதன் கண்ணாடி முழுவதும் பனியால் மூடப்பட்டிருந்தது.

அவர்கள் தடுமாறித் தடுமாறி ஒருவரை ஒருவர் அணைத்துக் கொண்டு நடந்தார்கள். ஒரு கட்டத்தில் ஒளி முற்றிலுமாகவே நிலத்தின்மீதிருந்து விலக்கிக்கொள்ளப்பட்டு இருள் ஓர் ஊற்றுபோலச் சுரந்து சுரந்து பூமியை நிரப்பியது. பியூலா, 'பிலிப்' என்றாள். பிலிப் கைபேசியை உயிர்ப்பித்து அதிலிருந்த டார்ச்சை ஏற்ற முயன்றான். அதன் திரை உறைந்து நகர மறுத்தது. பிலிப், 'பயப்படாதே ப்யூலா, ஒரு கிலோ மீட்டர்தானே சொன்னான். இப்படியே போனா வந்துடும். கொஞ்சம் விரசலா நட' என்று சொல்லிக்கொண்டிருக்கும் போதே நிலவு ஒரு பெரிய பந்துபோல அவர்கள்மீது எழுந்தது. அவ்வளவு பெரிய நிலவை அவன் பார்த்ததே இல்லை. அது திடீரென்று வானில் எழுந்த வேகமும் வியப்பை அளிக்கக்கூடியதாக இருந்தது. வானில் ஏறக்குறைய செலுத்தப்பட்டதுபோல அது ஏறிக்கொண்டே போய், சரியாக அவர்கள் தலைமீது நிலைத்தது.

இப்போது ஒரு விநோதமான வெளிச்சம் பூமியின்மீது படர்ந்தது. வழக்கமாய் நிலவு சுரக்கும் வெள்ளி வெளிச்சமோ தங்க வெளிச்சமோ அல்ல அது. ஒரு மாதிரி மண் நிறத்தில் பழுப்பு வெளிச்சம். அந்த வெளிச்சத்தில் கை ரேகைகளைப் பார்த்தால் ரத்த நிறத்தில் தெரிந்தது. இப்போது அவர்கள் முன்பு பாதை மிகச் சரியாக இரண்டாகப் பிரிந்து கிடந்தது. அவர்கள் ஒரு கணம் திடுக்கிட்டு நின்றார்கள். ட்ரைவர் இந்தப் பிரிவு பற்றி எதுவுமே சொல்லியிருக்கவில்லை.

குளிர் இப்போது எலும்பைத் துளைக்கிற அளவுக்கு இருந்தது. பியூலா தன்னை அறியாமல் நடுங்கினாள். புதர்களிலிருந்து அடையாளம் காண முடியாத சலசலப்புகள் கேட்டன. ஒரு புதர் சட்டென்று தீப்பந்தம்போல ஒளிர்ந்து அணிவதை பிலிப் பார்த்தான். எங்கோ ஆந்தை ஒன்றின் கூச்சலும் சிறகடிப்பும் கேட்டது. காற்று ஊளையிடத் தொடங்கியது. பிலிப் ஒரு முடிவெடுத்தவனாக ப்யூலாவை இழுத்துக்கொண்டு வலது பக்கப் பாதையில் திரும்பினான். அந்தப் பாதை முழுவதும் யூகலிப்டஸ் மரங்களும் தேவதாரு மரங்களும் அடர்ந்திருந்தன. யூகலிப்டஸ் மரங்களின் உச்சியில் மாறி மாறித் தங்கும் நிலவும் இருட்டும் முதுகுத்தண்டில் விநோத அதிர்வைக் கொடுத்தன. மருந்துக்குக்கூட ஆள் நடமாட்டம் இல்லாது

பாதை ஹோ என்று தனித்திருந்தது. எங்கோ கிளிகள் கிறீச்சிடும் ஒலிகள் மட்டுமே கேட்டன. புதர்களில் நெருப்புத் துண்டங்கள்போல், ஒளிப்பொட்டுகள் பிரகாசிப்பதுபோல் பார்த்தான். ஓநாய்கள்? ச்சே. கொடைக்கானலில் ஏது ஓநாய்கள்? மின்மினிப் பூச்சிகளாக இருக்கக்கூடும்.

தலைக்குமேலே ஹூம் என்றொரு பெரிய ஊங்காரம் கேட்டது. அவர்கள் நிமிர்ந்து பார்த்தார்கள். ஒரு பெரிய பருந்து? ஏறக்குறைய மூன்றடி இருக்கக்கூடிய ராட்சதப் பருந்து மரத்துமேல் அமர்ந்திருந்தது. அதன் கனம் தாங்காமல் மரக்கிளை முனகுவதை அவர்கள் கேட்டார்கள். பருந்தாய் இருந்தாலும் அதன் முகம் ஒரு வௌவாலின் முகம்போல் இருந்தது. ஒரு வௌவாலின் பழுத்த நாவல் பழம் போன்ற கண்கள்.

வழி தவறிவிட்டோம் என்று இன்னும் சற்று தொலைவு போனபிறகே அவர்கள் உணர்ந்தார்கள். பியூலா நடுங்கி, 'திரும்பப் போயிடலாம் பிலிப்' என்றாள். ஆனால் அந்தப் பருந்து இப்போது மரத்திலிருந்து இறங்கி அவர்களது பாதையின் நடுவில் நின்றிருந்தது. இப்போது அது இன்னமும் வளர்ந்துவிட்டதுபோலத் தோன்றியது. ஏறக்குறைய ஒரு சிறிய மனிதனின் உயரம். அது அவர்களை நோக்கி நடந்து வர முயல்வதைப்போல இருக்க, அதன் கால்கள் பறவையின் கால்கள்போல அல்லாமல் ஓர் ஆட்டின் குளம்புகள்போல இருப்பதை பிலிப் கவனித்தான். ப்யூலா ஏறக்குறைய ஒரு வீறலாய், 'கர்த்தர் என் மேய்ப்பராக இருக்கிறார்' என்று சத்தமிட்டுப் பிரார்த்திக்க ஆரம்பித்தாள்.

இப்போது அவர்கள் அந்தச் சத்தத்தைக் கேட்டார்கள். ஒரு பெருங்காற்று அடிப்பதுபோன்ற சத்தம். கணவாயில் காற்று புகுந்து வருவதுபோல சத்தம். ஆரல்வாய்மொழிக் கணவாயில் அவன் அது போன்ற சத்தத்தைக் கேட்டிருக்கிறான். ஊஊஊம் என்று ஓர் ஆழமான கார்வை கொண்ட ஒலி. அவர்கள் ஏறக்குறைய அந்தச் சத்தம் வரும் திசை நோக்கி ஓடினார்கள். ஓடியோடி அவர்கள் அந்த மலை விளிம்பை அடைந்தார்கள். அங்கு அவர்களுக்கு கிடைத்த காட்சியை விவரிக்க பிலிப்பால் முடியவே இல்லை என்று பின்னால் பாதிரியார் சொன்னார்.

அங்கு அவர்கள் கண்டது ஒரு பெரிய பள்ளத்தாக்கு. பள்ளத்தாக்கு முழுவதும் பல்வேறு நிறங்களில் ஒளிரும் ரத்தினங்கள். நகைகள். ஆம், முதலில் அவர்கள் அப்படித்தான் நினைத்தார்கள். ஆனால் அவை ரத்தினங்களோ நகைகளோ அல்ல. அவை அசைந்துகொண்டிருந்தன. பிலிப் சற்றுமுன் நகர்ந்து மலை விளிம்பிலிருந்து பார்த்தான். அவை ஒவ்வொன்றும் மினுங்கி மினுங்கி ஓர் இருதயம் சுருங்கிச் சுருங்கி விரிவதுபோல ஒளி விட்டுக்கொண்டிருந்தன. காற்று முழுவதும் அந்த ஓங்காரச் சத்தம் கேட்டது, இப்போது அது அதன் அச்சுறுத்தும் தன்மையை இழந்து மென்மையாக, கம்பீரமாக இருந்தது. இப்போது நிலவொளியின் நிறம் மாறிவிட்டிருந்ததையும் அவர்கள் கவனித்தார்கள். அது உருக்கிய நெய் போன்ற பொன் நிறத்தில் வழிந்து பரவிக் கொண்டிருந்தது. ப்யூலா, 'கீழே பாரு பிலிப்' என்று கத்தினாள். பள்ளத்தாக்கு முழுவதும் பளிங்கு போன்ற நீர் நிரம்பியிருப்பதை அவன் அப்போதுதான் கவனித்தான். அது மிகச் சிறிய தளும்பும் சத்தங்களோடு அசைந்து கொண்டிருந்தது. அதனுள்ளே வானவில்லின் அத்துணை நிறங்களிலும் மீன்கள் நீந்திக்கொண்டிருந்தன. பியூலா அதை உற்றுக் கவனித்து, 'மீன்களல்ல, பட்டாம்பூச்சிகள்!' என்று கத்தினாள். நீந்தும் பட்டாம்பூச்சிகள்!

அவள் குரல் கேட்டதும் சட்டென்று அந்த நீந்தும் பட்டாம் பூச்சிகள் பெருங் கூட்டமாக நீரிலிருந்து எழுந்து வானத்தில் பறந்தன. காற்றில் அவை பறக்கும்போது வளையல்கள் கிணுங்குவது போன்ற ஓர் இசை ஏற்பட்டது. அவை வானத்தின் உச்சிவரைக்கும் போய் ஏறி, பின்பு கீழே வந்தன. ஒரு கட்டத்தில் அவை நிலவு முழுவதையும் மொய்த்துக் கொண்டதுபோல மறைத்துக்கொண்டன. வெளியெங்கும் ஒரு கனத்த மௌனம் நிரம்பியது. பிறகு அவை மிகுந்த வேகத்துடன் கீழே திரும்பி வந்தன. அவற்றின் வேகம் பிரமிக்கத்தக்கதாய் இருந்தது. அதே வேகத்துடன் அவை தலைகீழாக நீருக்குள் பாய்ந்தன. அப்போது பள்ளத்தாக்கில் இருந்த நீரிலிருந்து குழந்தைகள் முலை சப்புவதைப் போன்ற ஒரு சத்தம் ஏற்பட்டது. ப்யூலாவும் பிலிப்பும் பிரமிப்புடன் மலை விளிம்புவரை சென்று குனிந்து கீழே நீரில் வெட்டி

வெட்டித் திரும்பி நீந்தும் பட்டாம்பூச்சிகளைக் கவனித்தனர்.

பிறகு பிலிப்தான் முதலில் அவற்றைப் பார்த்தான். இரண்டே இரண்டு பட்டாம்பூச்சிகள் மட்டும் நீருக்குள் பாயாமல் வானிலேயே துடித்துக்கொண்டிருந்தன. இரண்டுமே சிறிய ஒளிரும் மயில் பட்டாம்பூச்சிகள். அவை மெல்ல அவர்கள் தலைமேலிருந்து இறங்கி அவர்கள் முன்பு வந்து சிறகடித்த வண்ணமே நின்றன. அவை சிறகடிக்கும் ஓசையைமட்டும் அவர்கள் துல்லியமாகக் கேட்டார்கள். ஒரு கணம் அவை பறப்பதை நிறுத்தி அந்தரத்திலேயே நிற்பதுபோல நின்றன. எதையோ எதிர்பார்த்து நிற்பதுபோல.

சற்று நேரம் அங்கே ஓர் ஆழ்ந்த மௌனம் நிலவியது.

அந்த ஒரு கணத்தில் ப்யூலா அவர்களைக் கண்டுகொண்டு, 'மக்களே!' என்று கதறினாள். 'மக்களே, லில்லி, தேவமலர்!'

என் குறிப்பு:

பிலிப்பின் கதையை நான் என்னுடைய வாழ்வின் மிகத் துக்கமான தருணம் ஒன்றில் கேட்டேன். பாதர் தோமஸ் அந்தக் கதையை என்னிடம் சொன்னதற்கு அதுவே ஒரு காரணமாகவும் இருந்திருக்கக்கூடும். ஒரு சிகிச்சைபோல. நாங்கள் இருவருமே சற்று மது அருந்தியிருந்தோம். பாதரின் பங்களா வெராந்தாவில் வனம் இரவில் எழுப்பும் ஓசைகளைக் கேட்டவாறு அமர்ந்திருந்தோம். சங்கப் பாடல்களில் சொல்வதுபோல நள்ளென்று இரையும் யாமம்.

நான், 'அந்த இரவு அந்தப் பள்ளத்தாக்கில் அவர்களுக்கு என்ன நடந்தது பாதர்?' என்றேன். அவர் தனது சிவந்த கண்களைத் திருப்பி என்னைப் பார்த்து, 'நீ என்ன நினைக்கிறாய்?'

நான் தயக்கமே இல்லாமல், 'பிரமை. Delusion' என்றேன். 'அவர்கள் அடைந்தது ஒரு தீவிரமான மன உடைவு.'

அவர் பேசாதிருந்தார்.

நான் சற்று சினத்துடன், 'நீங்கள் என்ன சொல்கிறீர்கள்? அது கர்த்தர் காட்டிய ஓர் அடையாளம் என்றா?' என்று கேட்டேன். 'அல்லது அந்த மலைத் தெய்வத்தின் செய்தி?'

அவர் சிரித்து, ‘எது உண்மை என்பது இருக்கட்டும். அது கடவுளின் வெளிப்பாடு என்ற விஷயம் ஏன் உனக்கு இவ்வளவு கோபத்தை அளிக்கிறது?’

நான், ‘ஏனென்றால்... ஏனென்றால்...’ என்று தடுமாறினேன். ‘ஏனென்றால் அது ஆபாசமானது. அது கடவுளாகவே இருந்தாலும், ரத்தமும் சதையுமான இரண்டு உயிர்களைப் பறித்துவிட்டு அதற்குப் பதிலாக ஒரு பிரமையை அளிப்பது.’

அவர் எழுந்து அங்குமிங்கும் கொஞ்சம் நடந்தார். பிறகு மீண்டும் உட்கார்ந்து இன்னொரு பெக் ஊற்றிக்கொண்டார்.

‘பிலிப்பும் அவன் மனைவியும் மூன்று நாட்கள் இங்கு வரவே இல்லை. நாங்கள் வனத் துறையின் உதவியோடு மலையெங்கும் தேடினோம். கிடைக்கவே இல்லை. சலித்துக் கைவிட்டோம். நான்காம் நாள் காலையில் கதவு திறக்கும் போது இருவரும் நாம் அமர்ந்திருக்கும் இதே திண்ணையில் அமர்ந்திருந்தனர். என்னைக் கண்டதும் பிலிப் எழுந்து வந்து, ‘ஸ்தோத்திரம் பாதர்’ என்றார். நான் அவர்களிடம், ‘எங்கு போயிருந்தீர்கள்?’ என்று கேட்டேன். அவர் சிரித்து, ‘எங்கள் மகள்களிடம்’ என்று சொன்னார். அவ்வளவுதான். அதன் பிறகு அவர்கள் தங்கள் ஊருக்குத் திரும்பவில்லை. மறு வாரமே இங்கே பிலிப் சிறிய அளவில் ஒரு பட்டாம்பூச்சிப் பூங்காவை உருவாக்க ஆரம்பித்தார். பட்டாம்பூச்சிகள் பற்றிய அவரது அறிவு வியக்கத்தக்கதாக இருந்தது. சில வருடங்களி லேயே அவரது பூங்கா பெரிய அளவில் விரிவாக்கப்பட்டது. எங்கிருந்தெல்லாமோ அவருக்கு உதவிகள் வந்து குவிந்தன. இன்று தென்னகத்தின் பெரிய பட்டாம்பூச்சிப் பண்ணையாக இது இருக்கிறது. ஆயிரக்கணக்கான பட்டாம்பூச்சி இனங்கள் இங்கு இருக்கின்றன. வெளிநாடுகளிலிருந்தெல்லாம் இதைப் பார்க்க மனிதர்கள் வருகிறார்கள். போன மாதம் டிஸ்கவரி சானலிலிருந்து ஓர் ஆவணப்படத்துக்காக வந்து போனார்கள்’ என்றார். பிறகு நிறுத்தி என்னை உற்றுப் பார்த்து, ‘நீங்கள் சொல்கிற அந்த மனப்பிரமை அவரைக் காப்பாற்றிவிட்டது. ஆயிரக்கணக்கான அரிதான பட்டாம்பூச்சி இனங்களையும்’ என்றார். ‘காலையில் பட்டாம்பூச்சிகள்

சிறிய மேகம்போல அவரைப் பின்தொடர அவர் மலைக்குள் நடை போவதை நீங்கள் காணவேண்டும்.'

நான் திகைத்துப்போய் அமர்ந்திருந்தேன். பிறகு, 'அவர் தனது மகள்கள்பற்றி எப்போதாவது பேசுவதுண்டா?'

பாதர் எழுந்து தனது கச்சையைத் தளர்த்திக்கொண்டு, 'உண்டு' என்றார். 'ஆனால் எப்போதும் நிகழ்காலத்தில். இறந்த காலத்தில் அல்ல.'

7

ஆடியில் கரைந்த மனிதன்

நான் எப்போதும் எனது தம்பி பெயரையும் என் மகன் பெயரையும் குழப்பிக்கொள்வேன். இவனை அவன் என்றும் அவனை இவன் என்றும் அழைப்பேன். ஏன் இப்படிக் குழப்பிக்கொள்கிறேன் என்பது இன்றுவரை எனக்குத் தெரியாது.

என் மனத்தில் இதுபோல நிறைய உணர்வுகள் ஒன்றுக்கு ஒன்று தொடர்பின்றிச் சிக்கிக் கிடக்கின்றன. அல்லது விழித்திருக்கும் புத்தியின் கண்ணுக்குப் புலப்படாத எதோ ஒரு தர்க்கத்தில் அவை கோக்கப்பட்டுக் கிடக்கின்றன.

என் பையன் பிறந்து ஒரு வருடம் இருக்கும். அப்போதுதான் எனக்கு அவன்மீது ஒரு அன்பும் ஒட்டுதலும் உருவாகத் தொடங்கியிருந்தது. பிறந்த அன்றைக்கு மாமியார் ஒன்றரை முழத்துக்கு ஒரு பெரிய துவாலையில் அவனைச் சுற்றிக் கொண்டுவந்து காண்பித்தபோது எனக்குச் சற்று அருவருப்பாகக்கூட இருந்தது. மாமியாரின் சிரிப்பைக் கண்டு எரிச்சலாக வந்தது. எதோ இவரது சாதனை என்பதுபோல இளிக்கிறாரே?

அதன்பிறகு மூன்று மாதங்கள் பயல் இரவு, பகல் என்றில்லாமல் வீல் வீல் என்று வில்வண்டி வைத்து என் தூக்கத்தைக் கெடுத்தான். முதல் பார்வையில் எனக்கு அவன் ஒரு மனிதக் குழந்தை மாதிரியே படவில்லை. நான் பார்த்த ufo படங்களில் வரும் பெரிய கண், சிறிய உதடு வேற்றுக் கிரகவாசிகளைப்போல இருந்தான். ஒருவேளை எனது குழந்தை மாற்றப்பட்டுவிட்டதோ என்றுகூடச் சந்தேகம் வந்துவிட்டது. நான் படித்த புத்தகங்களில், இதுமாதிரி நிகழ்கிறது ஒன்றும் பெரிய அதிசயம் இல்லை என்று சொல்கிறார்கள். அமெரிக்கர்களில் பாதிப் பேர் இப்படி மாற்றப்பட்டவர்கள்தான் என்று பட் ஹாப்கின்சும் ரூத் மாண்ட்கோமெரியும் சொல்கிறார்கள். ஆனால் நல்லவேளை யாக - பாலைவனத்தின் நடுவே புதருக்குள் தீப்பிழம்பாய் எரிந்த தேவனுக்கு ஸ்தோத்திரம் - அந்த மூன்றுமாத சோதனை ஓட்டம் முடிந்ததும் பயல் திருந்தி ஓர் அழகான மனிதக் குழந்தை ஆகிவிட்டான். என்னை அடையாளம் கண்டு கொள்ளவும் சிரிக்கவும் கூடச் செய்தான். தூக்கியதுமே முன்பு அழுகிறவன், தனது சிறிய கரங்களால் இப்போது என்னை இறுகப் பற்றிக்கொள்ளவும் ஆரம்பித்துவிட்டான். முதன் முதலாய் அவன் என் தோள்மீதே தூங்கி விட்டபோது ரொம்பப் பெருமையாக இருந்தது. யாரோ ரிசர்வ் பேங்க் நிதியை முழுவதும் என்னை நம்பிக் கொடுத்துவிட்டதுபோல் இருந்தது.

ஒருநாள் நானும் எனது தம்பியும் எங்கேயோ மாலையில் கிளம்பிப் போய்க்கொண்டிருந்தோம். அவன் சாயங்காலம் ஆனதும் ஏதாவது ஒரு பெருமாள் கோயிலுக்கோ அனுமார் கோயிலுக்கோ போவான். அல்லது சுத்தமல்லியில் ஒரு ராகவேந்திர மடம் உண்டு. அங்கு போவான். நான் புகைக்கப் போவேன். சாயங்காலம் ஆனால் அவனுக்குப் பக்தி அதிகம் தேவைப்படும். எனக்கு பங்க். அப்போது சாலையில் எங்களைத் தாண்டி ஒரு பையன் மிக வேகமாக சைக்கிளில் ஏறக்குறைய எங்களை இடிப்பதுபோலப் போனான். அவனது அம்மா யாருடனாவது ஓடிப்போய்விட்டாளா என்ன என்று நான் சபித்துக்கொண்டிருந்த வேளையிலேயே ஒரு பெரிய சத்தம் கேட்டது.

தெருவின் திருப்பத்தில் படுத்திருந்த தாய் நாயின் இரண்டு குட்டிகளின்மீதிலும் அவன் வண்டியை ஏற்றிவிட்டான். தாய் நாய் ஓவென்று கத்தியபடி அவனை விரட்டிப் போனது. குட்டி நாய் வலியில் துடித்துக்கொண்டிருக்க நான் ஐயோ என்று கத்தியபடியே அந்த நாயைத் தூக்கிக் எடுத்து அணைத்துக்கொண்டேன். அதன் கண்ணிலிருந்து ஒரு பெரிய துளிக் கண்ணீர் வழிந்து என் தொடையில் விழுந்தது. நான் கதறி அழுவதுபோல் உணர்ந்தேன்.

சைக்கிளைத் துரத்திப் போன தாய் நாய் திரும்ப ஓடிவந்தது. அடிபட்ட தனது குட்டியையும் அதைத் தூக்கி வைத்து அழுது கொண்டிருக்கும் என்னையும் பார்த்தது. குட்டியைத் தன் நாவால் நக்கியது. பிறகு என்னையும் நன்றியுடன் புறங்கையில் நக்கியது.

குட்டிக்குப் பெரிய அடி இல்லை. அதிர்ச்சிதான். உலகம் இவ்வளவு கொடுமையானதா என்பதுபோல அதன் கண்கள் கேட்டன. முதல் அதிர்ச்சிபோல் இருக்கிறது. சீக்கிரமே பழகிவிடும். அவர்களை விட்டுவிட்டு நடந்தபோதுதான் எனது தம்பி சொன்னான். 'நீ அந்த நாய்க் குட்டியைத் தூக்கும்போது திரும்பத் திரும்ப உன் பையன் பேரைச் சொல்லிகிட்டே இருந்தே.'

நான் ஒருநிமிடம் உறைந்து அங்கேயே நின்றேன். 'அந்தக் குட்டியோட கண்ணு சிவா கண்ணு மாதிரியே இருந்தது. எல்லாக் குழந்தைகளுக்கும் ஒரே மாதிரித்தான் கண் இருக்குது இல்லே?'

'உனக்குப் பைத்தியம்.'

நான் மறுக்கவில்லை. பைத்தியமாய் இருப்பது எங்கள் ரத்தத்தில் ஓடுகிறது. பின்னாளில் தம்பி தன் சமநிலையை இழந்தபோது அவனைப் பரிசோதித்த டாக்டர் அப்படித்தான் சொன்னார். 'செத்துப்போன அப்பா, உங்கள் தம்பிமூலமாக உங்களைத் தொட முயல்கிறார். அவரது பைத்தியத்தின் கணக்கு இன்னமும் தீர்க்கப்படாமல் நிற்கிறது அல்லவா?'

ஊசி போட்டதுமே அவனுக்கு மிகுமயக்கம் உடனே வந்து விட்டது. ஆட்டோவில் தூக்கிவைத்து வீட்டுக்குக்

கொண்டுவந்தோம். அப்படியானால் அந்தக் கணக்கை நான் விடுவிக்காதவரை அது எங்களைத் தொடர்ந்து வந்து கொண்டே இருக்குமா? அப்பாவுக்கு எதனால் பித்துப் பிடித்தது? 'உங்க அப்பாரு சாவு இயல்பான சாவு இல்லே தம்பி' என்றார் ஆறுமுகநேரியில் ஒரு புகழ்பெற்ற ஜோசியர். அவருக்கு ஒரு கண் இல்லை. லோக்கல் டிவியில்கூட வந்து பலன் சொல்வார். 'சிங்க ராசி நேயர்களே, உங்களுக்கு இன்று நாள் முழுவதும் சந்திராஷ்டமம். சாக்கிரதையாக இருக்க வேண்டும்.' நீங்கள் பார்த்திருக்கக்கூடும்.

அவர் சொன்னார். 'துர்மரணம் அது. அவருக்கு ஆயுசு இன்னமும் இருக்கு.'

'அப்படின்னா?'

'உங்க சொந்தக்காரங்க யாரோ வச்ச ஏவல் அது. அதும் கொடுமை தாங்காம செத்துப்போயிட்டாரு. பைத்தியம் எல்லாம் இல்லே. பில்லி சூனியம்.'

'யார்?' என்று நான் பலவீனமாய்க் கேட்டேன். அம்மாவின் ஏற்கெனவே இடுங்கிய கண்கள் இன்னும் அச்சத்தில் இடுங்கி, 'அம்மா, தாயே, கோமதி! இதுவென்ன சோதனை?'

வீட்டிற்கு வந்து, படுத்துக்கிடந்த தம்பியிடம் சொன்னேன். 'நம்ம அப்பாவுக்கு யாரோ பில்லி சூனியம் வச்சுட்டங்களாம். நாம் கும்பிட்ட தெய்வங்கள் எல்லாம் எங்கு போயின?'

அவன், 'எல்லாம் கர்மா' என்றான்.

சில சொற்களை சிலரிடம் அறிமுகப்படுத்துவது ஆபத்து. அவர்களிடம் அது விஷம்போல வேலை செய்கிறது. இந்த 'கர்மா' என்ற சொல்லை அவன் எனது புத்தகங்களிலிருந்து தான் பிடித்துக்கொண்டான். அப்பா இறந்தபிறகு அவன் வேலைக்கு எங்கும் போகாமல் வீட்டிலேயே கிடக்க ஆரம்பித்தான். ஏறக்குறைய நான்கு வருடங்கள். பின்னால் மனச் சோர்வு பற்றிய ஒரு புத்தகத்தைப் படித்தபோது, அவன் அப்போது தீவிர மனச் சோர்வில் இருந்திருக்கிறான் என்பது புரிந்தது.

'ஆனால் ஏன் இப்படிக் கிடக்கிறாய்? ஏதாவது வேலைக்குப் போகலாமே?' என்றபோதெல்லாம், 'எல்லாம் கர்மத்தின்படி

நடக்கும்' என்று சொல்லிவிடுவான். 'எனக்கு இப்ப அஷ்டமாதிபதி தசை நடக்குது. இப்ப என்ன பண்ணினாலும் கதைக்கு ஆவாது.' இந்த ஜோதிட இழவுகளையும் அவன் எனது புத்தகங்களிலிருந்துதான் கற்றுக்கொண்டான். ஈரச் சுவரைக் கரையான் அரிப்பதுபோல அவை அவன் மனத்தை அரித்திருக்கின்றன. சுவர் ஈரமாய் இருந்ததை நாங்கள் கவனிக்கவில்லை.

ஏவல் பில்லி சூனியம் எடுப்பது எளிதான கார்யம் அல்ல. நிறையச் செலவாகும். எங்கள் அப்பாவுக்கு யார் அதைச் செய்திருக்க முடியும்? எல்லோருக்கும் ஒரு சித்தியின்மீது தான் சந்தேகமாகி இருந்தது. ஒரு சூனியக்காரியின் எல்லா அங்க குண லட்சணங்களும் அவரிடம் இருந்தன. அவர் கொஞ்சநாள் பெந்தகொஸ்தே மதத்தில் சேர்ந்து பல மொழிகளில் பிசாசுகளை விரட்டிக்கொண்டிருந்தவர். அவருடைய முன்பல் நீட்டம் காரணமாக அவர் எந்த மொழி பேசினாலும் நிச்சயமாக உங்கள்மீது எச்சில் தெறிக்கும். ஆகவே பிசாசுகளுடன் நிறையப் பரிச்சயம் இருந்திருக்க வாய்ப்புண்டு என்று சந்தேகப்பட்டோம்.

ஆனால் லோக்கல் மந்திரவாதி முதல் சென்னை மவுண்ட் ரோடில் ஹை டெக் ஆபீஸ் வைத்துக்கொண்டு பேய் விரட்டும் ஆவியுலக ஆராய்ச்சியாளர்வரைக்கும் முயற்சித்தும் அப்பாவைப் பற்றி இருந்த பேய் ஓடவில்லை.

'எல்லோருக்கும் அவரவர் பெயர் பொறித்த சக்கரம் தனித்தனியே இருக்கிறது' என்று அப்பா சொல்வார். சக்கரம் என்றால் மலையாளத்தில் பணம். அப்பாவின் ஆச்சிக்கு சுசீந்திரம். ஆகவே மலையாளக் கலப்பு தவிர்க்க முடியாது. 'சில நேரம் அது வேறு ஒருத்தர் பையில் இருக்கிறது. உடையார் விளி கேட்டதும் அது எழுந்து, 'சேட்டா இதோ வந்துட்டேன்' என்று எழுந்து உருண்டு உருண்டு போய் அவர்கள் பையில் நங் என்று விழுந்துவிடும்' என்பார்.

எங்கள் பையில் இருந்த சக்கரங்கள் யாவும் உருண்டு உருண்டு ஓடி அவர்கள் பையில் விழுந்தன. 'எல்லாம் கர்மா. கர்மப் பணம். போகட்டும்' என்றான் தம்பி.

ஆனால் ஒவ்வொரு சக்கரமும் எங்கள் குருதியில் நனைத்த சக்கரம் அல்லவா?

ஆனால் இப்படிச் சொன்ன தம்பிக்கும் இதே சொல் சொல்லப் பட்டது.

வேப்ப மரங்களின் நிழலில் ஸ்கூட்டியை உதைத்துக் கிளம்புமுன்பு குதிரைவால் கொண்டையும் மேல்நோக்கி மூச்சு வாங்கும் கிளிமூக்கு மாங்காய் மார்புகளுமாய் இருந்த டாக்டரை வழிமறித்துக் கேட்டபோது, 'உங்க தம்பிக்கு வந்திருப்பது acute schizo disorder. ரெண்டு மாசமா அதோட வாழ்ந்திட்டிருக்கார். ஆழமாப் பதிஞ்சிருக்கு. ஆபீசுக்குப் போகாம ஒரு வாரம் ரூம்லேயே இருந்திருக்கார். இரண்டு நாள் சாப்பிடவே இல்லை.'

நான் திரும்பி, 'என்னடா? டாக்டர் ஏதோ சொல்றாளே?'

அவன், 'ஒன்னுமில்லையே? என்ன சொன்னா?'

'ஒரு மாசம் ஆபீசுக்குப் போகலியா?'

'... ...'

'ஏன்?'

'அங்கெ அவன் இருக்கானே?'

'யாரு?'

'உன்னி கிருஷ்ணன்.'

'அது யாரு?'

'அவன்தான் உன்னிகிருஷ்ணப் பணிக்கர். மலையாள மந்திரவாதி. அவங்க அவனைக் கூட்டி வந்திருக்காங்க.'

'எவங்க?'

'அந்தப் பொண்ணோட ஆளுங்க.'

'எந்தப் பொண்ணு?'

'அதான் அந்தப் பொண்ணு. ஆபீஸ்ல ரெட்டை சடை போட்டுட்டு.'

'ஆபீசுக்கு ரெட்டை சடை போட்டுட்டு இன்னமும் பொண்ணுங்க வருதா?'

‘... ...’

‘இரண்டு நாளா சாப்பிடக்கூட இல்லியாமே?’

‘ஹோட்டல்லயும் அவன் இருக்கான்.’

‘யாரு?’

அவன் சலித்து, ‘அதான் அந்த உன்னிகிருஷ்ணன். ஹோட்டல் பையன்கிட்டே சோத்துல விசத்தைக் கலந்திடுன்னு அவன் காசு கொடுக்கறான். அவங்களுக்கு நான் அந்தப் பொண்ணை லவ் பண்றது பிடிக்கலை. அவங்க கவுண்டர். ரொம்ப சாதி பார்ப்பாங்க.’

‘எந்தப் பொண்ணு?’

‘அதான் அந்த இரட்டை சடை கவுண்டர்ப் பொண்ணு.’

‘அந்தப் பொண்ணும் உன்னை லவ் பண்ணுதா?’

‘அப்படித்தான் நினைக்கறேன்.’

‘சொல்லுச்சா?’

‘அது சொல்லலை. ராகவேந்திரர் வந்து சொன்னார்.’

‘ராகவேந்திரரா?’

‘ஆமா. இரண்டு தடவை என் சொப்பனத்தில வந்து சொன்னார்.’

‘அப்படியா? அந்தப் பொண்ணுகிட்ட பேசலாமா? அந்த ஹோட்டலில போய்க் கேட்கலாமா?’

அவன் மிகுந்த பதற்றம் அடைந்து, ‘முடியாது. அவங்க ரொம்பப் பெரிய ஆளுங்க. இந்த ஊர் முழுக்க அவங்க ஆளுங்கதான். வந்தா உன்னையும் கொன்னுடுவாங்க. இந்த டாக்டர்கூட அவங்க ஆள்தான். உள்ளே விஷ ஊசி வச்சிருக்கு. எப்படியும் என்னைக் கொன்னுடுவாங்க.’

‘அப்படியா? ராகவேந்திரர் உன்னைக் காப்பாத்த மாட்டாரா?’

‘முடியாது. என் கர்மா இப்படி இருக்கறப்போ அவரு என்ன செய்ய முடியும்?’

அவன் கண்களிலிருந்து கண்ணீர் வழிந்தது. என் மனம் விம்மியது. அவனை அணைத்துக்கொள்ள நினைத்தேன். ஆனால் எங்கள் வீட்டில் யாருமே யாரையும் தொட்டுப் பேசுவதில்லை. அணைத்துக்கொள்வது பழக்கமே இல்லை. அப்பா இறப்பதற்கு முந்தினநாள், 'கடுமையாக கால் வலிக்கிறது. மருந்து கொடு' என்று கதறிக்கொண்டிருந்தார். மருந்து கொடுத்தாலும் கால் வலி போகவில்லை. 'நான் வேணா கால் அமுக்கிவிடட்டுமா?' என்றதும் பதறி, 'வேணாம், வேணாம். இன்னொரு ஊசி போடச் சொல்லு' என்றார். ஸ்பரிசம் எங்களுக்கு எப்போதுமே பதற்றத்தைத் தந்திருக்கிறது. 'டேய் சிவா என்னடா இது?' என்று விம்மினேன்.

அவன் சிரித்தான். 'மறுபடி என் பேரையும் உன் பையன் பேரையும் குழப்பிட்டே.'

பிறகு நினைத்துக்கொண்டாற்போல சட்டைப்பையிலிருந்து ஐயாயிரம் ரூபாயை எடுத்துக்கொடுத்தான். 'இந்தா வச்சிக்க. உன் பையனுக்குப் பொம்மை வாங்கிக் கொடு. நான் அவனுக்கு ஒண்ணுமே வாங்கிக் கொடுக்கலை. இப்ப வேணாம். நான் செத்தப்புறம்.'

'பிரமை ரொம்ப ஆழமா இருக்கு. எலெக்ட்ரிக் ஷாக் கொடுக்கணும்னு டாக்டர் சொல்லிட்டுப் போயிருக்காங்க' என்று நர்ஸ் சொன்னதும் பதறி அந்தம்மாவிடம் மீண்டும் போய் விழுந்தோம். 'டாக்டர், யார் இந்த உன்னி கிருஷ்ணன்?'

'அவர் பயத்தோட உருவம். அதுக்கு அவர் கொடுத்திருக்கிற பேர். அப்படி ஒருத்தர் இல்லை.'

'அந்தப் பொண்ணு?'

'அவரோட ஆசையோட உருவம். அதுக்கு அவர் கொடுத்த பேர். அப்படி ஒரு பொண்ணு இருக்கலாம். இல்லாம இருக்கலாம். அதுமேல இவரு ஆசைப்பட்டிருக்கலாம்' என்ற டாக்டர் அன்றைக்குத்தான் தலைக்கு ஷாம்பூ போட்டிருப்பாள்போல. தலை நுரைத்துப் பொங்கி முகத்தில் பறந்தது. 'ரொம்ப ஆழமாப் போயிடுச்சு. இரண்டு மாசமா

இந்தப் பயத்தோட வாழ்ந்திருக்கார். அவரும் அந்தப் பொண்ணும் லவ் பண்றது மாதிரியும், அதைத் தெரிஞ்சிகிட்டு அவளோட சொந்தக்காரங்க தனக்குப் பில்லி சூனியம் வச்சிட்ட மாதிரியும் தன்னைத் தொடர்ச்சியா கண்காணிக்கற மாதிரியும் நினைச்சிப் பயந்துபோயிருக்கார். ஒரே அறையில ஒரு பெரிய காட்டு மிருகத்தோட வாழற மாதிரி, இப்ப அவருக்குள்ள இரண்டு பேர் இருக்காங்க. அதாவது இரண்டு மெமரி. ஒண்ணு அவரு, இன்னொன்னு அந்த உன்னிகிருஷ்ணன். உன்னிகிருஷ்ணனை எரேஸ் பண்ணனும். அது ஒரு பிழை நினைவு. ஆனா அது ஒரு பிழை நினைவுன்னு அவருக்குச் சொல்லிப் புரியவைக்க முடியாது. It is never real for you but it is ever so true for him. மருந்து கொடுக்கணும். ஆனா அது மட்டும் போதாது. அது மெதுவாத்தான் வேலை செய்யும். உடனடி ரிலீபுக்கு ஷாக் கொடுக்கணும்.'

விஷயம் தெரிந்த உறவினர், 'ஷாக் மட்டும் கொடுத்துடாதீங்க. பையன் திரும்பிக் கிடைக்க மாட்டான். இப்படித்தான் எங்க ஊர் சாட்டப்பத்துல...' என்று அந்தச் சாமி கொண்டாடியிடம் அழைத்துப் போனார். நான் ஏற்கெனவே அப்பா விசயத்தில் இந்தச் சடங்குகளிலெல்லாம் நுழைந்து பார்த்தாயிற்று என்று சொல்லிப் பார்த்தேன். 'நீங்க சரியான ஆள்கிட்டே போகலை. இந்தம்மா காளிகிட்டே நேர்ல பேசுவாங்க. பெரிய பெரிய மந்திரி எல்லாம் இவங்ககிட்டே வராங்க.'

நள்ளிரவில் ஒரு சிறிய அறையில் அகல் விளக்குகள் மட்டுமே மினுங்கும் வெளிச்சத்தில் மஞ்சள் சேலை மஞ்சள் ஜாக்கட்டில் பளீரென்று மஞ்சள் பூசிய முகத்தோடு எஸ் ஜானகி மாதிரி என்னா என்று விழித்துப் பார்க்கும் வண்டிச் சக்கரப் பொட்டு, சீவல் சேர்த்த வெத்திலை போட்டுச் சிவந்த நாக்குடன் அந்த அம்மாவே காளியின் ப்ரோடோடைப்போல இருந்தாள். மிகக் கவனமாகத் தேர்ந்தெடுக்கப்பட்ட ஒப்பனை. அந்தக் கண்கள் மட்டும் ஏதோ ஒரு போதையில் அமிழ்ந்ததுபோல் இருந்தன. நீரில் மிதக்கும் விளக்குகள்போல. அவள் இதழ்களே மீண்டும் கண்கள் ஆனதுபோல.

நீளமான லிங்கம் போன்ற ஒரு குத்துக்கல்லின்மீது ரத்தப் பொட்டின்கீழே அகன்று விரிந்த இரண்டு பொன்மணிக் கண்கள்தான் காளி. பக்கத்தில் ஐந்தடிக்கு ஒரு பெரிய கொடுவாள்.

கேரளத்தில் வெளிச்சப்பாடுகள் துள்ளித் துள்ளி சன்னதம் கொள்ளும்போது கையில் அதிர்வது போன்ற ஒரு வாள்.

எல்லோரும் வட்டத்தில் அமர்ந்தோம். சிறிய அறை என்பதால் மிக நெருக்கமாக. சாமியாடியின் தொடை என்னோடு உரசிற்று. ஒரு வாழைத் தண்டைத் தொட்டாற் போல எவ்வளவு குளிர்ச்சியாக இருக்கிறது அவள் தொடை. அவளது அக்குள் ஈரத்திலிருந்து அவளது உடல் வாசனை சமீபத்தில் மூத்திரம் பெய்த மண்போல எழுந்து அங்கிருந்த தூப வாசனையை எல்லாம் மீறி அறை எங்கும் பரவி மூச்சடைத்தது.

நான் காளியின் கொடுவாளை எண்ணிக் கண்களைத் தாழ்த்திக்கொண்டேன்.

அதேபோல மனத்தைத் தாழ்த்திக்கொள்ள முடிந்தால் எவ்வளவு நன்றாய் இருக்கும்? குதிரைகளின் முகத்தில் மாட்டப்பட்டிருக்கும் blinkers போல்.

Blink!

'என்னாச்சு மக்களே?' சாமியாடி புன்னகையுடன் கேட்டாள்.

Blink!

'பேடிக்கவேணா மக்களே. அம்மைகிட்ட கேக்கறேன்' என்று கண் மூடிக்கொண்டாள்.

சன்னதத்தில் கண் மூடி மூச்சு வாங்கும்போது தொட்டில்போல அவள் மார்புகள் மேலே போய்ப் போய் வந்தன. அவற்றைத் தொட்டுப் பார்க்கவேண்டும் என்ற இச்சை அபாரமாய் எழுந்தது. பப்பாய்ங்!

Blink!

அவள் சட்டென்று வீரிட்டு, 'ஐயோ! குஞ்சு வல்லாதொரு வாதையின் பிடியிலானு!' அறை முழுக்க மீட்டிவிட்ட வாத்தியம்போல அதிர்ந்தது. 'அம்மே, இப்ப இந்த முறியில உண்டு அவ பறையறது. இன்னும் ஒரு திவசம் லேட் ஆயிருந்தாலும் உங்க கொச்சு நிங்களுக்கு கிட்டியிருக்காம் பாடில்லா!'

நாங்கள் உறைந்து கிடந்தோம்.

அச்சம் ஒரு முட்டை உடைந்து மஞ்சள் கரு பரவுவதுபோல அறையில் கந்தக வீச்சதொடு பரவியது.

Blink!

நான் அச்சத்துடன் அறையைச் சுற்றிப் பார்த்தேன். இந்த அறையில் எங்கள் கண்ணுக்குத் தெரியாமல் இன்னொரு ஜோடி விழிகளாய் காளியும் இருக்கிறாள்! நான் படித்த தாந்திரீகப் புத்தகங்கள் எல்லாம் நினைவுக்கு வந்தன.

Blink!

எனக்குள் ஒரு காட்சி.

தன் தலையில் தானே வெட்டி ரத்தம் குடிக்கும் சின்ன மஸ்தா - தசமஹா வித்யா எனப்படும் சக்தியின் பத்து வடிவங்களில் ஒன்று - காலடியில் எழும்பிய லிங்கத்தோடு கிடக்கும் சிவனின்மீது ஏறி அமர்கிறாள். சிவனின் குறி ஒரு பெரிய அடி குழாய்ப் பம்புபோல அசைய அசைய காளியும் மேலும் கீழுமாய் அசைகிறாள். ஒரு தங்க முட்டை அவளுள் உருவாகிறது. அதைநோக்கி வெள்ளி அம்புகள் சரமழை என்று விரைகின்றன.

Blink!

நான் சோர்ந்துபோனேன். என்ன இது? இந்த இடத்திலும் வருமா காமம்? ஒருவேளை இது காமம்தானா? வேறு ஏதாவதா? ஒருவேளை அச்சத்தைக் காமத்தால் பதிலீடு செய்துகொள்கிறேனா?

காமம் இல்லை கர்மம்.

எனது கர்மவினைதான் என்னை இதுபோன்ற புனிதத் தருணங்களிலும் ஆபாசமாய் எண்ண வைக்கிறதா?

எனக்குள் ஹிஹி என்று ஓர் இளிப்புக் குரல் கேட்டது. சாத்தானின் குரல். கலகக் குரல். எல்லாப் புனிதங்களையும் எதிர்த்துக் கலகம் செய் என்று கிசுகிசுத்தது. ‘புனிதங்கள் உன்னைக் காப்பாற்றாதபோது நீ ஏன் இன்னும் அவற்றுக்கு அடிமையாக இருக்கிறாய்?’

நான் அதனிடம் பேசினேன். ‘கடவுளுக்குப் பயப்படுதலே ஞானத்தின் ஆரம்பம் என்று சொல்லி இருக்கிறதே?’

‘ஆனால் காமமே அறிவின் கனி என்று மெய்யாலுமே நான் உனக்குச் சொல்கிறேன்.’

என் மூளையின் ஒரு பக்தியில் வெளிச்சமும் மறுபகுதியில் இருட்டும் ஒன்றுடன் ஒன்று விடாது போரிட்டுக்கொண்டே இருக்கின்றன. இருட்டு ஒரு பிசின்போல, தார்போல அடைத்திருக்கிறது. The sacred and the profane இரண்டும் பக்கத்தில் பக்கத்தில் இருக்கின்றன. அமிர்தமும் மலமும் போல.

ஆனால் மலமே எப்போதும் ஜெயிக்கிறது.

ஆன்மா விருப்போடுதான் இருக்கிறது. ஆனால் சதையே ஜெயிக்கிறது.

எனக்கு எப்போதுமே இது நிகழ்ந்திருக்கிறது. கோயிலில் சாமி கும்பிடும்போதுதான் எனக்குள் மிக ஆபாசமான எண்ணங்கள் கிளம்பிவரும். பீறிட்டு வாந்திபோல. ஒரு முக்கியமான எழுத்தாளரை ஒருதடவை நேரில் சந்திக்கப் போனேன். நான் மிகவும் மதிக்கும் ஓர் எழுத்தாளர். நீண்ட நாட்கள் திட்டமிட்டு, கனவுகண்ட ஒரு சந்திப்பு. அனால் அவரை நேரில் சந்தித்தபோது நான் மிக மோசமாக நடந்துகொண்டேன். அவரை எவ்வளவு எரிச்சல்படுத்த முடியுமோ அவ்வளவு எரிச்சல்படுத்தினேன். அவருக்கு எதிரான சொற்கள் என் அகத்தில் எழுந்துகொண்டே இருந்தன. அவர் கிட்டத்தட்ட என்னை வீட்டை விட்டுத் துரத்தினார். நான் ஏன் அப்படிச் செய்தேன் என்று நெடுநாட்கள் எனக்குப் புரியவே இல்லை.

நான் பற்களைக் கடகடவென்று கடித்துக்கொண்டேன்.

இது என் விஷயம் இல்லை. என் தம்பி விஷயம். அவன் வாழ்க்கை. எனக்காக அவனைத் தண்டித்துவிடாதே காளி!

Blink!

ஆனால் காளிகளும் பகவதிகளும் மாடன்களும் defunct ஆன நிரலிகள். இப்போது புதிய நிரலிகள் வந்துவிட்டன. தொரசின், லித்தியம் இன்னும் பிற. அவற்றைத் தொழுவதே சாலவும் நன்று. பேயோட்டிகள் சாட்டையால் அடிப்பதைக்

கூடக் குறுக்கி மிக நாகரிகமாக எலெக்ட்ரிக் ஷாக் தெரபி என்றாக்கிவிட்டார்கள்.

நீ ஏன் பழைய நிரலிகளைக் கும்பிடுகிறாய்?

ஆனால் அப்பாவுக்கு எப்போதும் ஒரே தெய்வம்தான். சங்கரன்கோயில் கோமதி. (ஆனால் அவரும் லித்தியத்தைக் கும்பிடும் காலம் வந்ததே.) ஒவ்வொரு ஒடுக்கு வெள்ளியும் ஒவ்வொரு ஆடித்தபசும் அங்கு போகாது இருக்கமாட்டார். 'உன்னை அல்லால் எனக்கு வேறோர் தெய்வம் இல்லை' என்று இருந்தவர். ஆனால் அப்படிப்பட்ட பக்திக்கார பாசக்கார அப்பாவை 'போடா மயிரே!' என்று கைவிட்டு விட்டது சங்கரன்கோவில் கோமதி. எல்லாப் பரிகாரங்களும் முனை முறிந்துவிட்டபிறகு திடீரென்று ஒருநாள் தோன்றி அவரை வண்டியில் வைத்து அவருக்குப் பிரியமான கோயிலில் அவருக்குப் பிரியமான தெய்வத்தின்முன் அமர வைத்தோம். அவள் முன்பிருந்த ஸ்ரீ சக்கரக் குழியில் உட்கார வைத்தோம். அது ஆதிசங்கரர் கைகொண்டு வரைந்ததாமே...

அதில் அமரவைத்து எல்லோரையும் விலக்கி, 'சார், ஒரு நிமிஷம். அப்பா சேவிச்சுக்கட்டும். ரொம்ப உடம்பு முடியலை.'

எல்லாரும் கருணையுடன் விலகி நிற்க சக்கரக் குழியில் அமர்ந்த அப்பாவுக்கு எதிரே அரையில் தங்கப்பாவாடை அணிந்து நின்றிருந்த கோமதியை யாரென்றே தெரியவில்லை. கோமதிக்கும் அப்பாவைத் தெரியவில்லை. 'கோன் ஹை தும்?' என்றுவிட்டது.

இனி இவனால் பயனில்லை என்று துப்பிவிட்டதோ என்னவோ?

திராவிட சிசு தன் சிசுக் கரங்களால் கருங்கல் தரையில் வரைந்து அழுத்திய சக்கரக் குழியில் அமர்ந்தும் தான் பல பிறவிகளாய் வழிபட்டுக்கொண்டிருந்த வேணுவன பகவதியை விட்டு விட்டு அப்பா தனது மூளையில் குடிபுகுந்துகொண்டுவிட்டிருந்த மிருகத்தைத்தான் வழிபட்டுக்கொண்டிருந்தார் அல்லது அதுதான் அவரது உண்மையான தெய்வமோ என்னவோ?

Phantoms in the brain may mutate into Gods in the brain, *மிஸ்டர் விலையனூர் ராமச்சந்திரன்.*

மலையாளச் சாமியாரிணி தம்பிக்கு ஒரு தாயத்து கட்டி விட்டாள். ‘இதை எப்பவும் கழட்டாதே குஞ்சே! இதுதான் உன்னோட காவல்.’ எனக்கு நம்பிக்கையே இல்லை. ‘சங்கரன்கோயில் கோமதியைவிடப் பெரிய தவசியா நீ?’ என்று எனக்குள் இருந்த உன்னிகிருஷ்ணன் பேசினான். ‘எல்லாம் கர்மா’ என்று உறவினர் சொன்னார்.

எனது இலக்கிய நண்பனோ, ‘உன் தம்பியைக் குஞ்சை அவிழ்க்கச் சொல் முதலில். அதுதான் அவனது பிரச்சினையே’ என்றான். 'He is suffering from chronic sexual deprivation.'

அன்றிரவு எனக்கொரு கனவு வந்தது. ஒரு ராட்சதத் தாயத்து, ஒரு பெரிய கோட்டை போல அதன் கயிற்றுடன் என்னைச் சுற்றிக் கிடக்கிறது. நான் அதனுள் கிடந்து கரமைதுனம் செய்துகொண்டிருக்கிறேன். தாயத்தின் மறுபுறம் கோட்டை வாசலில் ஏசுநாதர் கையைப் பிசைந்துகொண்டு நிற்கிறார். தாயத்து ஒரு தீச்சுவர்போல அவரை உள்ளே விடாமல் தடுத்துவைத்திருக்கிறது. வழியில் காளி காவல் நிற்கிறாள். அவளுக்கு ஆடையே இல்லை. அவளது நாக்கு மட்டுமே வளர்ந்து அவள் மார்மீதும் பெண்மைமீதும் ஒரு பாம்புபோல அலைகிறது. ஆனால், அந்தப் புழுக்கத்திலும் உடல் முழுக்க அங்கி போர்த்தி இருக்கும் essene போல ஏசு, தனது ஆட்டுக் கண்களை விலக்கிக் கொண்டு, ‘நான் சாரைப் பார்க்கவேண்டும், அவசரமாக.’

‘முடியாது. சார் முக்கியமான வேலையில் ஈடுபட்டுக் கொண்டிருக்கிறார். நீண்ட நாட்கள் கழித்துக் கரமைதுனம் செய்துகொண்டிருக்கிறார். யாரையும் உள்ளே விடக்கூடாது என்று உத்திரவு. அது கிடக்கட்டும். இந்தப் புழுக்கத்திலும் இவ்வளவு டிரஸ் எதுக்கு? கழற்றிப் போட்டுவிட்டு விடுதலையாக இரும்.’

அவர் கேட்காமல், ‘எல்லா துவாரங்களிலும் மணல் புகுந்து விடுமே?’ என்றார். பிறகு, ‘அவசரமாக பார்க்கவேண்டும். உயிர் போகும் விஷயம்.’

‘இதுவும் உயிர்போகும் விசயம்தான்!’ காளி உள்ளே திரும்பிப்பார்த்து, ‘இதோ இப்போது போய்விடும்’ என்று அட்டகாசமாகச் சிரிக்கிறாள். பிறகு, ‘மணல்? இங்கு ஏது

மணல்? பாலும் தேனும் விந்தும் சுரோணிதமும் பொங்கி ஓடுகிற பூமி இது. இங்கு ஏது மணல்?'

ஏசு அதிர்ந்து, அவளை அடையாளம் கண்டுகொண்டு, 'இஷ்டார்! உன்னை நான் கொன்றுவிடவில்லையா? நீ இன்னும் உயிரோடுதான் இருக்கிறாயா?' என்று கேட்க காளி சட்டென்று தனது தலையை வெட்டி பீறிடும் ரத்தத்தை ஒன்றரை லிட்டர் கோகோ கோலா பாட்டிலில் பிடித்து ஏசு நாதரிடம் நீட்டி, 'பாலைவனம் எல்லாம் கடந்து வந்திருப்பீர்கள். தாகமாய் இருக்கும். குடியும்' என்கிறாள்.

நானே ஜீவ ஊற்று என்று சொன்ன ஏசுநாதர் பின்னங்கால் பிடரியில் பட ஓடுகிறார். 'யாரு கிட்ட!' என்று சிரிக்கிறாள் காளி.

கடைசியில் நான் தம்பியை அவனது உன்னிகிருஷ்ணனிடமே விட்டுவிட்டு என் வாழ்வுக்குத் திரும்பினேன். கடைசியில் அந்த உன்னிகிருஷ்ணனைத் தம்பி எங்கிருந்து கண்டுபிடித்தான் என்பதையும்கூடக் கண்டுபிடித்தேன். அதையும் புத்தகங்களிலிருந்துதான் எடுத்துக்கொண்டிருந்திருக்கிறான். அப்போது பத்திரிகைகளில் உன்னிகிருஷ்ணப் பணிக்கர் என்ற கேரளத் தாந்திரியைப் பற்றி ஒரே பரபரபரப்பாக இருந்தது. அந்தத் தகவல் மட்டும் எப்படியோ ஒரு விஷ விதைபோல அவன் அகத்தில் விழுந்துவிட்டிருக்கிறது. சுவர் ஈரமாக இருந்த நேரம்.

ஒருபக்கம் மாத்திரைகள். மறுபக்கம் உன்னிகிருஷ்ணன். மறுபக்கம் கொங்கைகள் குடை சாயும் கொற்றவை. அவள் கொடுத்த தாயத்து. 'பயப்படாமப் போயிட்டு வாங்க! உங்க தம்பியை நல்லாப் பார்த்திகிடுதோம்' என்று உன்னிகிருஷ்ணனும் கொற்றவையும் சேர்ந்து சொன்னார்கள். 'அந்த எழவெடுத்த குளிசைகளை மட்டும் தொடவேணாம்னு அவன்கிட்டே சொல்லி வைங்க.'

ஆனால் பாருங்கள். கர்மா பாதியில் எதையும் விடுவதில்லை. நான் எழுதும் கதைகள்போலவோ செய்யும் காதல்கள் போலவோ அல்ல அது. ஊருக்குத் திரும்பி வந்த அன்றைக்கு இரவு நான் இருந்த வாடகை வீட்டின் சொந்தக்காரியின் மூத்த பையன் விபத்தில் இறந்துபோனான். பெண் நண்பியிடம் செல்போனில் பேசிக்கொண்டே திருவட்டார் பாலத்தில்

வண்டியில் வந்துகொண்டிருந்தபோது போன் தவறி அதைப் பிடிக்கும் அவசரத்தில் குனிந்து வண்டி கவிழ்ந்து கல் பாலத்தில் தலை மோதிப் பிளந்து உள்ளே ரத்தம் ஜாம் மாதிரிப் பரவி மார்த்தாண்டத்தில் ஸ்கேன் எடுத்துப் பார்த்து 'திருவந்திரம் கொண்டுபோங்க. இங்கே முடியாது' என்று சொல்லி பே பே என்று ஒலிக்கும் சைரன் கத்தக் கூட்டிப்போன ஆம்புலன்ஸ் வேனில் நானும் இருந்தேன். ஒரு இழுப்பு மட்டுமே இருந்துகொண்டிருந்தது. யார் கூப்பிட்டாலும் பதில் இல்லை. 'சார், நீங்க கூப்பிட்டுப் பாருங்க' என, நான் கூப்பிட்டதும் திடீரென்று ஹூம் என்று ஒரு பெருமூச்சு விட்டான் பாருங்கள், எனக்கு அடி வயிற்றைக் கலக்கிவிட்டது. அதன்பிறகு அவன் எந்தச் சத்தத்துக்கும் அனங்கவே இல்லை. மூன்றுநாள் ஐசியுவில் இருந்து சர்ஜரி நிச்சயிக்கப்பட்ட முந்தின தினம் செத்துப்போனான். விதவைத்தாய்க்கு ஒரே பையன். அவனை புதைத்துவிட்டுவந்த அன்று - இங்கேயெல்லாம் ஹிந்துக்களும்கூட வீட்டுக்குள்ளேயே ஓர் இடம் ஒதுக்கிப் புதைத்துவிடுவார்கள் - நான் மட்டும் ஒத்தையில் அந்தப் பெரிய தோட்டம் சூழ்ந்த அந்தப் பெரிய கேரளபாணி ஓட்டுவீட்டில் இருந்தேன். அந்த அம்மாவைத் தற்காலிகமாய் வேறு இடத்துக்கு மாற்றிக் கொண்டுபோய் வைத்திருந்தார்கள்.

அது மிகத் தவறான ஒரு முடிவு. என்னை அவர்கள் அப்படித் தனியே விட்டிருக்கக்கூடாது. அதிலும் அப்பா, தம்பி என்று இரண்டு முன் அனுபவங்கள் இருக்கையில். அன்றிரவு அந்தப் பையன் மண்ணைத் தோண்டிக்கொண்டு கிளம்பி மேலே வந்துவிட்டான். எழுந்து நேராய் அந்தம்மாவின் போர்சனைப் போய்த் தட்டி, 'அம்மே அம்மே, வல்லாது விசக்குன்னு அம்மே, சீக்கிரம் சாப்பாடு இடு' என்று ரொம்ப நேரம் தட்டிக்கொண்டிருந்தான்.

நான் உயிரைக் கையில் பிடித்துக்கொண்டு படுத்திருந்தேன்.

சற்றுநேரம் அமைதி.

பிறகு என் வீட்டுக் கதவும் தட்டப்பட்டது. 'சார், சார், கதவைத் திறங்க. நான் உள்ளே வரணும். வெளியே ரொம்ப தணுக்குது.'

நான், ‘உன்னி, இங்கே யாரும் இல்லே. உங்க அம்மா, தாத்தா வீட்டுல இருக்கு. அங்கே போ’ என்று கத்தினேன்.

ஒரு கணம் அமைதி. ‘இல்லே, இது என் வீடு. இங்கேதான் வருவேன்.’

‘இல்லே, நீ இங்கே வர முடியாது, உன்னி. நீ செத்துப் போயிட்டே.’

இறந்துபோன அந்தப் பையனின் பெயரும் உன்னிகிருஷ்ணன் தான் என்பதில் உள்ள செய்தி என்னைத் தாக்கிறது.

மீண்டும் அமைதி.

பிறகு மீண்டும் கதவு பலமாகத் தட்டப்பட்டது. ‘அதெல்லாம் கிடையாது, நாங்க இங்கேதான் வருவோம்.’

இம்முறை இன்னொரு குரலும் சேர்ந்திருந்தது. அந்த வீட்டின் முன்னால் பிள்ளையைக் கடித்துத் தின்னும் நீலியின் கோயில் ஒன்று உண்டு. நான் அந்தக் கோயிலுக்குப் போவதே இல்லை. ‘ஒரு ஆரமாவது வங்கிக்கொடுங்க’ என்று எனது மனைவி சொன்னாள். நான், ‘சிறுதெய்வ வழிபாடு தவறு’ என்று உறுதியாக மறுத்துவிட்டேன். அதன் குரல்தான் அது என்று கண்டுகொண்டேன். அதனால் அதற்கு என்மீது கோபம் உண்டு. ஐயோ சிறு தெய்வங்கள் எல்லாம் உயிர் பெற்று வருகையில் இந்தப் பெரும் தெய்வங்கள் எங்கு போயின?

கதவு மீண்டும் ஆங்காரமாய்த் தட்டப்பட்டது.

இனி எப்போது வேண்டுமானாலும் கதவு உடைந்து விழக்கூடும்.

ஆனால்...

அவர்கள் தட்டுவது எனது வீட்டுக் கதவை மட்டுமல்ல, என் மூளையின் ஒரு பகுதியின் கதவை என்று உணர்ந்தேன்.

அமிர்தத்தை மலம் பெருகித் தின்ன முயற்சிக்கிறது.

வெளிச்சத்தை ஒரு புழுபோல இருட்டு விழுங்க முயற்சிக்கிறது.

கதவு அதிர்ந்துகொண்டே இருந்தது. இன்னும் பலமாக.

எனக்கு மெல்ல, நீரலையில் தெளிந்துவருவதுபோல, என் தம்பியின் முகம் நினைவில் வந்தது. என் மகனின் பெயரோடு.

பிறகு அந்த நாய்க் குட்டியின் அடிபட்ட முகம்.

அதன் பெயர் என்ன?

என் தம்பியின் பெயர் என்ன?

எனது மகனின் பெயர் என்ன?

எல்லாப் பெயர்களும் நதிக்குள் விழுந்து மறையும் காசுகள் போலத் தொலைந்து மறைவதை நான் பார்த்துக் கொண்டிருந்தேன்.

என் பெயர் மட்டுமே மிச்சமிருந்தது.

உன்னிகிருஷ்ணன் பெயரும்.

எனக்கு சட்டென்று அந்தக் கணத்தில் எல்லாம் புரிந்தது.

எனக்குப் பைத்தியம் பிடிக்காமல் இருக்க ஒரே ஒரு வழிதான் இருக்கிறது.

நான் அழிந்து, முற்றிலும் உன்னிகிருஷ்ணனாக மாறிவிடுவது.

முற்றிலும் மலமாக.

பிளவுதான் பிரச்சினை.

அப்பாவின் பைத்தியக் கணக்கும் தீர்க்கப்பட்டுவிடும்.

அந்தச் சங்கிலி என்னோடு முடிந்துவிடும்.

என் மகன் அவன் பெயருடனேயே இங்கு இருப்பான்.

ஒற்றை ஆகிவிட்டால் எல்லாம் சரியாகிவிடும்.

ஆம்.

எந்த ஒற்றையானால் என்ன?

நான் எழுந்து, கதவைத் திறந்தேன்.

8

யாமினி அம்மா

அந்த இடத்துக்கு அவர்கள் எப்படி வந்து சேர்ந்தார்கள் என்று தெரியவில்லை. ஏன் வந்து சேர்ந்தார்கள் என்பதும் சரியாகத் தெரியவில்லை. எதனிடமிருந்தோ தப்பித்து வந்திருக்கிறார்கள். நான் அவர்களிடம் எதற்குப் போய்ச் சேர்ந்தேன், எப்படிப் போய்ச் சேர்ந்தேன் என்பதற்கும் அதே காரணம்தான். எதனிடமிருந்தோ தப்பித்துக்கொள்ள...

'இந்த ஊர்ல தங்க ஒரு இடம் கிடைக்குமா?' என்றதற்கு ஒரு கணம், அங்கிருந்த ஒரேயொரு டீக்கடையில் நெடுநேரம் மௌனம் நிலவியது.

கடைசியாக, 'ஏன் இங்கே தங்கணும்?' என்றார் ஒருவர் சற்றே விரோதமாக.

நான் தயங்கி, 'நான் ஒரு எழுத்துக்காரன்' என்றேன்.

யாரும் பேசாது இருந்தார்கள். நெய்யாறு புழையின் ஈரக் காற்று ஒரு மாதிரி இரும்பு வீச்சத்துடன் மேலே மோதியது. தூரத்தில் ரட்ரட்டென்ற சத்தத்துடன் சிறிய இன்ஜின் பொருத்திய படகுகளில் மாணவிகள் சீருடைகளுடன்

வந்துகொண்டிருந்தனர். நான் டீயை வைத்துவிட்டு எழுந்தேன்.

‘அந்த சிறீதரன் வீட்டு மாடியைக் கேட்கலாம்!’ என்று ஒருவர் சொன்னார். ‘பாவம்… அவ கைச்செலவுக்கு ஆகும்.’

‘யாமினி போட்டோ ஸ்டுடியோ’ மாடியில் நான் இப்படித்தான் குடிவந்து சேர்ந்தேன்.

யாமினி, அந்த வீட்டின் பெண் குழந்தை. சிறீதரன் அவளின் அப்பா இல்லை என்று பின்னால் தெரிந்தது. உண்மையில் நான் தங்க நேர்ந்ததுதான் ஸ்டுடியோ. ஆனால், அது எப்போதாவது அதற்குப் பயன்படுத்தப்பட்டிருக்குமா என்பது சந்தேகம் தரும்படி இருந்தது. அந்த ஊரில் யார் புகைப்படம் எடுத்துக்கொள்ளப் போகிறார்கள்?

இரட்டை மரக்கால்களில் கவட்டையை விரித்து நிற்கும் விநோதப் பூச்சிபோல பழைய கேமிரா ஒன்று. அதன்மீது தூசு படிந்த ஒரு கறுப்புப் போர்வை. பின்னால் கிச்சன்போல் இருந்த அறையைத்தான் இருட்டு அறையாக சிறீதரன் உபயோகப்படுத்த உத்தேசித்திருந்தான் என்பது தெரிந்தது. மரத்தளம் முழுவதும் சிந்திக்கிடந்த டெவலப்பரின் கறைகள். ஜன்னலை இறுகப் பூட்டிவைத்திருக்க, நான் அதைத் திறக்க முயன்றபோது யாமினி, ‘பூச்சி வரும் அங்கிள்…’ என்றாள்.

யாமினிக்கு லேசாகப் பூனைக் கண்கள். சிரிக்கும்போது கன்னத்தில் குழி விழுந்தது. ஆனால், போஷாக்குக் குறையின் காரணமாக ஒட்டிய கன்னங்கள். சிறுத்து நீண்ட கைகள். அவள் எப்போதும் அணிந்திருக்கும் பினஃபோரில் நூல்கள் பிய்ந்து காற்றில் அலைந்துகொண்டிருந்தன. உற்றுக் கவனித்தால் அவள் உடல் எப்போதும் மெலிதாக நடுங்கிக் கொண்டிருப்பதை நீங்கள் பார்க்கலாம்.

யாமினியின் அம்மா பெயரை நான் ஒருபோதும் அறிந்தது இல்லை. அவள் எனக்கு மட்டுமல்ல, நாட்டுக்காரர்களுக்கும் யாமினியம்மாதான். அவள் முதலில் நான் தங்கிக்கொள்ள அனுமதி அளிக்கவில்லை. ‘முடியாது’ என்று சொல்லிவிட்டு முற்றத்தைப் பெருக்க ஆரம்பித்துவிட்டாள். அவள் தலைமுடியில் எண்ணெய்ப் பசையே இல்லை என்பதைக்

கவனித்தேன். காய்ச்சலில் விழுந்தவள்போல் இருந்தாள். ஆனால், அழகி என்பது அவள் நகரும்போது தெரிந்தது. குனியும்போது, சட்டென்று நினைவுவந்தாற்போல் முண்டின் மீது துண்டை இழுத்துக்கொண்டாள். அப்போது அவள் முகத்தில் செம்மை படர்ந்தது.

'முடியாதுனு பறஞ்சதல்லோ?' அவள், என் கண்களைப் பார்க்கவே இல்லை என்பதைக் கவனித்தேன். அவற்றை என்னைப் பார்க்க வைத்துவிட்டால், ஒருவேளை அவள் சம்மதித்துவிடலாம் என்று தோன்றியது. யாமினிதான் நிமிர்ந்து கண்கள் கூச என்னைப் பார்த்தாள். நான் அவளைப் பார்த்தபடி, 'பணம் தர்றேன்' என்றேன்.

அவள் கையில் பெருக்குமாறுடன் கொஞ்ச நேரம் அப்படியே தூரப் பார்த்தபடி நின்றுகொண்டிருந்தாள். பிறகு மெல்லிய குரலில், 'எத்தனை தரும்?'

சிறீதரன் எப்போது வருவான், போவான் என்று யாருக்கும் தெரியவில்லை. அவன் ஒரு குடிகாரன் என்று டீக்கடைக்காரர் சொன்னார்.

'இந்தக் குட்டி அவன்கிட்டே எப்படியோ மாட்டிக்கிட்டுது' என்றார். 'வட கேரளத்துல எங்கோ நல்ல தரவாட்டுக் குட்டினு தோணுது. வர்றப்போ ஒரு சூரியப் பிரபைபோல இங்கே வந்தா. பின்னே தொடங்குச்சு அடியும் பிடியும்...'

பிறகு, அவர் என்னைக் கூர்ந்து பார்த்து, 'பின்னே ஒரு காரியம். தனிச்சப் பொண்ணுனு உங்க பாண்டித்தனத்தைக் காட்டவேண்டா. அப்படி சேட்டை பண்ணின இவிடத்து சட்டாம்பி ஒருத்தனைக் கைக்கத்தியால அறுத்து எறிஞ்சிட்டா!'

யாமினி, நெட்டாவில் இருந்த கிறிஸ்துவப் பள்ளி ஒன்றில் இரண்டாம் வகுப்புப் படித்துக்கொண்டிருந்தாள். புழுதி ஒரு போர்வைபோலக் கிடக்கும் சாலையில் ஏறக்குறைய இரண்டு கிலோமீட்டர் நடந்து போய்வருவாள். கேரளத்துக்கும் தமிழகத்துக்கும் நடுவே சட்டவிரோதமாக மரம், மணல், பிற விஷயங்களைக் கடத்தும் லாரிகள் பிசாசுத்தனமாக விரையும் பாதை அது. மழை பெய்யும் தினங்களில் அந்தச் சாலை, வெள்ளத்தில் மிதக்கும். கேரளம், தமிழகம் இரண்டாலும் கைவிடப்பட்ட ஒரு முனை.

எனக்கு இரவுச் சாப்பாடு ஒரு பிரச்சினையாக இருந்தது. டீக்கடை நாயரிடம் காலை தோசை சாப்பிடுவேன். சிலநேரம் புட்டும் பயறும். மதியம் நெட்டாவில் ரப்பர் வாரிய ஆபீஸுக்கு எதிரே ஒரு கடையில் சோறும் ஆற்று மீனும் கிடைக்கும். இரவு என்பது அந்த இடத்தில் தனித்து இருப்பவருக்கான இடம் அல்ல. நெடுமங்காடு ரோடு வரை சில நேரம் போகவேண்டியிருக்கும்.

ஒருநாள் அப்படிப் போய்விட்டு, ஒரு லாரியில் நடு இரவில் திரும்பிவந்தேன். மாடிப்படியில் கால் வைத்ததும் கீழே விளக்கு போடப்பட்டது.

'ஆரு?'

நான் தயங்கி, 'நான்தான். சாப்பிட நெடுமங்காடு ரோடு வரைக்குப் போய்வந்தேன்!'

வெளிச்சம், சற்று நேரம் மௌனமாக இருந்தது. பிறகு அணைக்கப்பட்டது.

மறுநாள் காலையில், நான் எழுந்து வெளியில் போனபோது வாசலில் யாமினியின் அம்மா கொடியில் துணிகளை உலர்த்திக்கொண்டிருந்தாள். அவளைக் கடக்கும்போது முகம் பார்க்காமல், 'இனி ராத்திரி வெளியே போவேண்டாம்' என்றாள். 'சக்கரம் கொடுத்தா, கொஞ்சம் கஞ்சியும் கிழங்கும் பப்படமும் வைப்பேன்...'

அவ்விதமே அது முடிவாயிற்று. ஆனால், இதில் ஒரு சிரமம் இருந்தது. எனக்கு மாலையில் நிறைய நேரம் இருந்தது. 'மலைப் பகுதிகளில் இரவுகள் மிக நீளமானவை. துணையாக மதுவோ, மங்கையோ இல்லாதவருக்கு, அது பாவியின் நரகம்போல நீண்டுகொண்டே போகும்' என்று டீக்கடைக்காரர் சொன்னார். தவிரவும் பல நேரங்களில் மின்சாரம் இருக்காது.

நான், மாடியின் வெளி வெராந்தாவில் ஓர் உடைந்த நாற்காலியைப் போட்டுக்கொண்டு, தூரத்தில் புழையில் அலையும் வெளிச்சப் புள்ளிகளைப் பார்த்தவண்ணமே இருப்பேன். கீழே அவ்வப்போது யாமினி படிக்கும் சத்தம் அல்லது பாதரசத் திட்டுகள்போல அவள் அம்மா சிந்தும் சிறுசிறு பாத்திரச் சத்தங்கள் கேட்டபடியே இருக்கும்.

ஒருநாள் யாமினியின் அம்மா பாடினாள். நான் அந்தப் பாட்டைக் கேட்டது இல்லை. அது ஓர் இடைக்கால மலையாளச் சினிமாப் பாட்டு.

'அ ராத்திரி மாஞ்சு போயி... ஒரு ரத்த சோகமாய்...' அப்போது அவள் குரல் எப்படி நடுங்கியது என்று நான் நினைத்துக் கொண்டேன்.

'ஆயிரம் கினாக்களும் போயி மறைஞ்சு...'

எம். டி. வாசுதேவன் நாயரின் கதையில் ஹரிஹரன் இயக்கத்தில் வந்த ஒரு படம். நான் அந்தப் படத்தைத் திரிச்சூரில் ஒரு தியேட்டரில் பார்த்தேன். அந்தப் படத்தை என்னுடன் பார்த்த பெண் பிறகு தூக்கு மாட்டிச் செத்துப்போனாள். எனக்குச் சட்டென்று அந்தப் பாடலைக் கேட்டதும் படத்தில் நடித்த நடிகையின் முகம் நினைவுக்கு வந்தது. மிக அழகான பெண். அவளே பின்னால், நீலப் படங்களிலெல்லாம் நடிக்க நேர்ந்தது ஒரு துயரம். ஒரு சாயலில் யாமினியின் அம்மா அந்த நடிகைபோல் இருக்கிறதாக எனக்கொரு மயக்கம் தோன்றியது.

பாட்டு முடிந்ததும், சட்டென்று அந்த இடத்தை ஒரு பெரிய மௌனம் சூழ்ந்துகொண்டது. அதைத் தாங்க முடியாதது போல இரவுப் பூச்சிகள் கூட்டமாக இரைய ஆரம்பித்தன. பின்னர் அவையும் நின்று தொலைவில் நீர் தளும்பும் ஓசை மட்டும் 'மெதுக் மெதுக்' என்று கேட்டுக்கொண்டிருந்தது. நான் அவ்விதமே தூங்கிவிட்டேன்.

மறுநாள் ஏனோ என்னால் எழுந்திருக்க முடியவில்லை. கீழே யாமினி பள்ளி கிளம்பும் சத்தம் கேட்டது. பிறகு நிசப்தம். சற்று நேரத்தில் யாமினியின் அம்மா வீட்டுக்குள் நடமாடும் சத்தம், நதியில் துடுப்பு போடும் சத்தம்போலக் கேட்டது. அவள் வீடு ஒரு சிறிய நதி. அதனுள் இங்கும் அங்கும் அலையும் படகு அவள் என்று நான் நினைத்தேன். சற்று நேரம் கழித்து அவள் உடலை ஆடைகள் உரசும் சத்தம். அவளது இறுகிய தொடைகள் அவள் உடுத்தியிருக்கும் ஒற்றை வேஷ்டிக்குள் நகரும் சத்தம் என்றும் தோன்றிற்று. புன்னகைத்துக்கொண்டேன்.

அவள் 10 மணிக்குமேல் பக்கத்தில் இருக்கும் அண்டி ஆபீஸுக்கு வேலைக்குப் போவாள். 2 மணிக்கு வருவாள். நான் நாளை அந்த அண்டி ஆபீஸில் வேலை கேட்டுப் போகலாம் என்று நினைத்தேன். பகலில் சும்மா இருப்பது இரவில் துயரத்தை அதிகரிக்கிறது. ஆனால், நாளை. இன்று போக முடியாது. ஏனோ உடல் ரொம்ப வலிக்கிறது.

விழித்தபோது, வெயில் வீட்டின் மறுபக்கத்துக்கு வந்திருந்தது. யாரோ வாசலில் கதவுக்கு அப்பால் நிற்பது போல் இருந்தது. மூச்சுக் காற்று; நிழல்; நான் படுக்கையில் இருந்தவாறே அதைப் பார்த்துக்கொண்டே இருந்தேன். என் பிரமை என நினைத்துக் கண் மூடப் போகும்போது, 'என்னாச்சு... புறத்தப் போகலியா?' என்றாள் யாமினியின் அம்மா.

'கொஞ்சம் பனிபோல இருக்கு. ராத்திரி ரொம்ப நேரம் பனியில உட்கார்ந்திருந்தது...'

'இது விஷப் பனியாக்கும். உட்காரக் கூடாது!'

'நேத்து நீங்க பாடினீங்க...' என்றேன் நான்.

நிழல் அசையாது இருந்தது. பிறகு ஒன்றும் பேசாமல் கீழே போனது. கொஞ்ச நேரம் கல்போல இறுகிய மௌனம். ஒரு ஈ, ஈஈஈஈஈவென்று கத்திக் கத்தி அதை உடைக்க முயன்று தோற்றுப்போய்விட்டது.

மீண்டும் விழித்தபோது என் அருகில் யாமினி நின்றிருந்தாள்.

'அங்கிள், இதைச் சாப்பிடுங்க!'

அவள் கையில் பாத்திரம் நிறைய சூடு கஞ்சியும் மரவள்ளிக் கிழங்கு பப்படமும் இருந்தன. 'இதைக் குடிச்சப்புறம் கட்டன் சாயா தரலாம்னு அம்மா சொன்னா...'

நான் அவள் கன்னத்தை வருடி, 'உங்க அம்மா பேர் என்ன?'

அவள் கன்னத்தில் நண்டுகள் ஆற்று மணலில் உருவாக்குவது போலக் குழிகள் தோன்ற, 'அம்மாவோட பேரு... அம்மா தன்னே...' என்று சிரித்தாள்.

எனக்கு மூன்று நாட்கள் காய்ச்சல் இருந்தது. இரண்டாவது நாள் கஞ்சியோடு வருகையில் யாமினி, 'அம்மா உங்ககிட்டே கொஞ்சம் காசு கேட்டா...' என்றாள். நான் 100 ரூபாய் எடுத்துக் கொடுத்தேன்.

காய்ச்சல் கழிந்து இறங்கிய அன்று யாமினியம்மா வழக்கம் போலத் துணி உலர்த்திக்கொண்டிருந்தாள். நான் நின்று, 'தேங்க்ஸ்...' என்றேன். அவள் கேட்காததுபோலத் தொடர்ந்து துணியை விரித்துக்கொண்டிருந்தாள்.

பிறகு தயங்கி, 'உங்க அண்டி ஆபீஸ்ல எனக்கு எதுவும் வேலை கிடைக்குமா?'

அவள் பேசவில்லை.

அன்று இரவு யாமினி கஞ்சியுடன் மேலே ஏறி வந்தாள். வந்தவள், 'அங்கிள், நீங்க கதை எழுதறவரா?' என்று கேட்டாள்.

அப்படித்தான் யாமினிக்கு நான் கதை சொல்ல ஆரம்பித்தேன். ஆரம்பத்தில் அவளுக்குச் சொல்ல ஆரம்பித்த கதை, எனக்கு நானே சொல்லக்கூடியதாகவும் ஆகிப்போனது. பின்னர் யாமினியின் அம்மாவுக்கும். நான் சொல்லும் கதைகளை அவளது அம்மாவும் கூர்ந்து கேட்கிறாள் என்பதை நான் மெல்லப் பின்னர் உணர்ந்தேன். பாதியில் உறங்கிவிடும் யாமினியைத் தூக்கிக்கொண்டு போகும்போதெல்லாம் அவளிடமிருந்து ஒரு நீண்ட பெருமூச்சை கதவின் பின்னாலிருந்து உணர்ந்திருக்கிறேன்.

ஒருதடவை யாமினி, 'நீங்க நேத்திய கதையை முடிக்க வேணாம்னு அம்மா சொல்லச் சொன்னா. அது ரொம்ப அழுகையா இருக்காம்!' அது ஆலிவர் ட்விஸ்ட்டின் கதை.

யாமினிக்குப் புராணக் கதைகளைப் பிடித்திருந்தது. நிறைய ராட்சஸர்கள் வரும் கதை. ஆனால், அவர்களை அழிக்கக் கூடாது; புத்திசொல்லி விட்டுவிடவேண்டும் என்று ஒருநாள் சொன்னாள்.

'அப்பாவை ராட்சஸன் என்று அம்மா சொல்வா...'

அவள் அப்பா என்று யாரைச் சொல்கிறாள் என்று எனக்குக் குழப்பமாக இருந்தது; கேட்கவில்லை.

எனக்கு அண்டி ஆபீஸில் வேலை கிடைத்தது; யாமினியின் அம்மா சொல்லித்தான். கணக்கு வேலை. ஒவ்வொருத்தர் தோலி உரிக்கிற அண்டிப் பருப்புகளின் அளவையும் கணக்கு வைக்கிற வேலை. பெரிய வேலை இல்லை; பெரிய சம்பளம் இல்லை. ஆனால், ஒரு வேலை. வேலை இல்லாவிடில் நம் உடல் துருப்பிடிக்கிற ஓசை நமக்கே கேட்கிறது.

ஒரு சனிக்கிழமை யாமினியை அழைத்துக்கொண்டு நான் நெடுமங்காடு போனேன். ஓணம் நெருங்கி வந்து கொண்டிருந்தது. அவளது பினஃபோர்கள் முற்றிலும் தூர்ந்து போய்விட்டன. அவளுக்கு சில செட் பாவாடைச்சட்டைகளும் பின்னர் யோசித்து யாமினியின் அம்மாவுக்கு ஒரு கசவுப் புடைவையும் வாங்கினேன். தங்கக் கரையிட்ட அந்தப் புடைவையில், தலைக்கு நன்றாக எண்ணெய்ப் பூசி, நெற்றிக்கு ஒரு சந்தனக் குறியும் அணிந்து வந்தால், அவள் மிக அழகாக இருப்பாள் எனத் தோன்றியது.

'இது அம்மைக்கு' என்று யாமினியிடம் சொல்லிக் கொடுத்தேன். அன்று இரவு மிக ஆழமாக உறங்கினேன். உண்மையில் நெடுநாட்களுக்குப்பிறகு நான் எனது சொந்தத் துயரங்களை எல்லாம் மறந்து, முகத்தில் புன்னகை ஒரு வண்டல்போலத் தேங்கத் தூங்கிய இரவு அது. ஆனால், எல்லாம் காலை வரும் வரைதான்!

காலை கதவைத் திறக்கும்போது கதவையொட்டி நான் கொடுத்த புடைவைப் பொதி இருந்தது. நான் மிகச் சோர்வையும் தன்னிரக்கத்தையும் உணர்ந்தேன். திடீரென்று, நான் இங்கு என்ன செய்துகொண்டிருக்கிறேன் என்றொரு கேள்வி எழுந்தது. இந்த இடத்தைவிட்டுப் போய்விட வேண்டும் என்று தோன்றிவிட்டது. இன்று இரவு நான் இங்கு தங்கக்கூடாது. அன்று நான் கீழே இறங்கி வரவில்லை; வேலைக்குப் போகவும் இல்லை. மாடியிலிருந்து யாமினியின் அம்மா வழக்கம்போல வேலைக்குப் போவதைப் பார்த்துக் கொண்டே இருந்தேன். அவள்மேல் ஏனோ கடும் சினம் எழுந்தது. முகத்தைத் திருப்பிக்கொண்டேன்.

பிறகு, தோள் பையை எடுத்து எனது துணிகளை அதில் அடைத்தேன். சில நூறு ரூபாய்களை ஒரு பேப்பரில் சுற்றி

அவள் வீட்டுக் கதவின்கீழ் வைத்துத் தள்ளினேன். ஒரு கணம் 'போகிறேன்...' என்று ஒரு குறிப்பு எழுதிவைக்க யோசித்துத் தவிர்த்தேன். எதற்கு? அவள் அதைப் பொருட்படுத்தப்போவதே இல்லை. பையை எடுத்துக் கொண்டு ஆலமரங்கள் ஊடே வெயில் தூண்கள்போல இறங்கும் சாலையில் நடந்தேன். அங்கே போனால் அருமனைக்கு பஸ் கிடைக்கும்.

மனம் வெகு மௌனமாக இருந்தது. அதே சமயம் புறத்தே எதையும் கவனிக்கவும் இல்லை. ரொம்ப ஆழ இறங்கிவிட்ட கிணற்று நீர்போல் ஆகிவிட்டது போதம். ஆகவே, என் முன்னால் தட்டென்று வந்து நின்ற மோட்டார் சைக்கிளை முதலில் நான் கவனிக்கவில்லை. அதன் பின்னாலிருந்து ஒரு கன்னியாஸ்திரி வேகமாகக் குதித்தாள். நான் அவள் கால்களைக் கவனித்தேன். அவள் காலெல்லாம் ஏன் சேறாக இருக்கிறது?

'நிங்கள்தன்னே யாமினியொட அச்சன்?'

நான் அதற்கு என்ன பதில் சொல்வதென்று தெரியாமல், 'ஏன்?' என்றேன்.

'ஒரு சிறிய பிரஸ்னம். யாமினிக்கு ஒரு ஆக்சிடெண்ட் ஆயி' என்றாள் அவள்.

நான் அஞ்சியது நிகழ்ந்துவிட்டது. யாமினி, ஒரு லாரிக்குள் விழுந்துவிட்டாள். துரத்திவரும் தாசில்தாரிடமிருந்து பறந்து வந்த ஒரு மணல் லாரி, அவள் கால்மீது ஏறிவிட்டது.

பாதிரியாரின் காரில் நாங்கள் அவளை காரக்கோணம் மருத்துவக் கல்லூரிக்குக் கொண்டுபோனோம். அவள் முற்றிலும் மயங்கியிருந்தாள். அவளது அம்மாவின் மடியில் தூங்குவதுபோலக் கிடந்த அவளை யாராவது கூப்பிட்டுக் கொண்டே இருந்தார்கள். அவள் எதற்கும் பதில் சொல்லவே இல்லை. அவள் வலது கால் இருந்த இடம் ரத்தச் சகதியாக இருந்தது. அதன்மீது போர்த்தியிருந்த துணி சிவந்துகொண்டே இருந்தது. அவள், நான் வாங்கிக்கொடுத்த புதிய பினஃபோரில் இருந்தாள்.

வளர்த்த எதுவும் இல்லை. அவள் காரக்கோணம் போவதற்கு முன்பே அதிக ரத்தச் சேதம் காரணமாக இறந்துபோனாள். அவளை வீட்டுக்கு அதே காரில் திரும்பக் கொண்டுவந்து, சற்று தூரத்தில் ரப்பர் மரங்களிடையே எரித்தோம். அந்தச் சிறிய ஊரின் மொத்த ஆணும் பெண்ணும், அந்த மாலை அங்கு இருந்தார்கள். எல்லோரும் யாமினியின் அம்மாவிடம் பேசிக்கொண்டே இருந்தார்கள். அவள் யாரிடமும் பேசவே இல்லை. அவள் கண்களைப் பார்த்தால் பயமாக இருந்தது.

'நீ அவளைக் கொஞ்சம் கவனிச்சுக்கணும்...' என்றார் டீக்கடைக்காரர்.

அன்று இரவு முழுவதும் தொலைவில் யாமினியின் உடல் பொலிந்து பொலிந்து எரிந்து அணைவதைப் பார்த்தபடியே, அவள் வீட்டின் முன்னால் அமர்ந்திருந்தேன். எரிபூச்சிகள், ஒரு பெரிய மேகம்போல எழுந்து வீட்டின்மீது இங்கும் அங்கும் அலைந்துகொண்டிருந்தன. நான் அப்படியொரு காட்சியை முன்பு கண்டதே இல்லை. வீட்டின் உள்ளே எந்தச் சத்தமும் இல்லை. ஒருமுறை எழுந்து கதவுக்கு அருகில் போய் காதை வைத்துக் கேட்டேன். தள்ளிப் பார்த்தேன். இடைவெளி வழியாகக் கண்ணை இடுக்கிப் பார்த்தேன்.

உள்ளே நடு அறையில் யாமினியின் அம்மா அமர்ந்திருந்தாள். மேலே தொங்கும் ஒற்றை பல்பின் வெளிச்சம் அவள் தலை மேலே, ஒரு தங்க வட்டம்போல சிதறிக்கொண்டிருந்தது. அவள் எதையோ படித்துக்கொண்டிருந்தாள். எதைப் படிக்கிறாள்? நான் திரும்பி வந்து நாற்காலியில் அமர்ந்துகொண்டேன். சட்டென்று எனக்கு விளங்கியது. அது யாமினியின் பாடப்புத்தகம்.

நான் இன்னவென்று தெரியாத பதற்றத்துடன் அங்கேயே வெகுநேரம் கால்கள் நடுங்க அமர்ந்திருந்தேன். ஒருகட்டத்தில் சட்டென்று தாங்க முடியாது உடைந்துவிட்டதுபோல போதம் இளகியது. 'இனி என்ன' என்பது போன்ற ஒரு சோர்வு எழுந்து மனத்தை மூடியது.

எத்தனை மணிக்கு மாடிக்கு ஏறிப் போனேன், எப்போது தூங்கினேன், எதனால் விழித்தேன் என்பது தெரியாது. மார்பில் எதுவோ கனமான ஓர் உணர்வு. யாமினியின் அம்மா!

அவள் கண்ணீர் என் மார்பின்மீது அருவியாகச் சொட்டிக் கொண்டிருந்தன. அவள் உடல் முழுவதும் வெட்டி வெட்டி அதிர்ந்துகொண்டே இருந்தது. அவள் முதுகு, பாம்பின் படம்போலச் சுருங்கி விரிந்து சுருங்கி விரிந்துகொண்டிருந்தது. நான் அவள் முகத்தை நிமிர்த்த அவள் நீண்ட ஒரு கேவலுடன் என்னைக் கட்டிக்கொண்டாள்.

'எண்டப் பொன்னு மோள் யாமினியே' என்றவள் பெருங்குரல் எடுத்து அழத் தொடங்கினாள்!

9

சுரமானி

தமிழவனைத் தவிர தலைநோவு தராது இலக்கியக் கோட்பாடுகளைத் தமிழில் எழுதக்கூடியவர் யார் என்று கார்த்திகைப் பாண்டியனிடம் போனில் விசாரித்துக் கொண்டிருந்தேன். காலை நடை என்றால் போன் கொண்டு போகக்கூடாது, இலக்கியம் பேசக்கூடாது என்ற மனைவியின் அறிவுறுத்தலையும்மீறி.

கார்த்திகைப் பாண்டியன் தமிழின் புதிய தலைமுறை எழுத்தாளர்களில் முக்கியமான ஒருவர். ஆனால் அவர் களுக்கு இருக்கும் கலகக்கார பாவனைகள் எதுவும் இல்லாதவர். தமிழ் இலக்கியத் தீவிரவாதிகள், 'த்தா... இந்த போகன் சங்கர், அவன் என்ன மயித்தடே எழுதுறான்னு இந்த கிழவனுங்க அவனைத் தூக்கி வச்சுக் கொண்டாடறானுங்க' என்று வீராவேசம் அடைந்து சோமபானம் அருந்தி மன மொடிந்து மட்டையாகும்போது ரூம்பாயிடம், 'தம்பி, தப்புக் கணக்கு சொல்றே. ஏழு முட்டை தோசை இல்லே. மூணு ஆம்லேட், நாலு முட்டை தோசை' என்று சரியாகக் கணக்கு சொல்லி அவர்களைக் காப்பற்றுகிற தெளிவு உடையவர். ஆனால் அதே சாந்தத்தை எழுத்தில் காண்பிக்க மாட்டார்.

ஒரே ரத்தக் களரி. காமச் சகதி. இது சம்பந்தமாக அவருக்கும் அவரது துணைவியாருக்கும் ஒரு வழக்கு நீண்ட நாளாக நடைபெற்றுவருவது உபரித் தகவல்.

கவிஞர் சுகுணா திவாகரின் கவிதைப் புத்தகத்துக்கு விமர்சன உரை வாசித்ததிலிருந்துதான் இப்படி இலக்கியக் கோட்பாடு கள்மீது மீண்டும் ஆர்வம் தோன்றி அல் துஸார், லெவி ஸ்ட்ராஸ், சசூர் என்று வாசித்துத் தள்ளிக்கொண்டிருக் கிறேன். அங்கு 'அரசியல்கவிதை என்பது அரசியல் கவிதையாவது என்ற உருமாற்றம். அது நிகழாவிட்டால் அது வெறும் துண்டுப் பிரசுரம்' என்று நான் ஒரு பிரகடனம்போலச் சொன்னதை ஒரு தமிழ் மார்க்சிய நண்பர், 'பழைய உருவவியல் கூச்சல்' என்று நிராகரித்தார். நான் 'கேரளத்தில் சச்சிதாநந்தன்...' என்று ஆரம்பிக்க, 'கேரளத்தில் பட்டினியால் செத்தவன் என்று எவருமில்லை' என்றார். 'தேங்காய் தின்றாவது மனிதன் அங்கு பிழைத்துக்கொள்ள முடியும். தேங்காய் தின்ற கொழுப்பு கன்னத்தின் உச்சியில் மின்ன அவன், நல்ல வடிவும் அழகும் பொருந்திய அரசியல் கவிதைகளை எழுத முடியும். நாங்கள் பன்றியோடு போராடி நிலத்தைத் தோண்டி பனங்கிழங்கு தின்று சீவிப்பவர்கள். எங்கள் விலாவைப் பாருங்கள், நாங்கள் முற்றிலும் எலும்புகளால் செய்யப்பட்டவர்கள் என்பது தெரியும். எங்களிடம் உங்கள் அழகுணர்ச்சிக்கு அரிந்துகொடுக்க சதை இல்லை.'

கார்த்திகைப் பாண்டியன், தமிழவனைத் தவிர மற்றவர்கள் எல்லோரும் தலைவலி மட்டுமல்ல, தவறான தகவல் களையும் கொடுப்பவர்கள்தான் என்றார்.

குழித்துறையில் பனி இன்னும் மேலேறவில்லை. காதலின் மீதிருந்து எழும்ப மறுக்கும் காதலன்போல என்றோர் உவமை தோன்றிற்று. வழியெங்கும் பூசணிப் பூக்கள் மட்டும் சிறிய சூரியன்கள்போலப் பூத்திருந்தன. அவற்றின் ஓரங்கள் மிக அவசரமாக முடிக்கப்பட்ட ஓவியங்கள்போலக் கசங்கி யிருப்பதைக் கவனித்தேன். ஒரு பெரிய வண்டு வந்து என்னுடைய இருப்பைப் பொருட்படுத்தாது ஒவ்வொரு பூவாக ஊசி போட்டுக்கொண்டிருந்தது.

நான் அப்போதுதான் அவரைக் கவனித்தேன். என் பின்னாலேயே வந்துகொண்டிருந்தார்போல. கையில் ஒரு முற்றிய தெங்கு. 'சாரே, இதை வச்சிக்கிட்டு ஒரு இருபது ரூபா தரணும்.'

நான் நின்று, 'எனக்கு தேங்கா வேணாம் பெரியவரே.'

அவர் முகம் ஒருகணம் கசங்கி மீண்டது. 'சாயா குடிக்க வழியில்லை. அதுக்காவது ஏதாவது தரனும்.'

நான் சட்டைக்குள் கைவிட்டேன். ஒரு பத்து ரூபாயைத்தவிர எதுவுமில்லை. அதைக் கொடுத்தேன். அவர் அந்தத் தேங்காயைச் சட்டென்று எறிந்துவிட்டு விடுவிடுவென்று போனார். கேரளத்தில் பசியால் செத்தவன் எவனுமில்லை. அநேகமாக சாராயக் கடைக்கு போகிறார் என்று தோன்றிற்று.

நைச்சியமாக என்னிடமிருந்து பிடுங்கிக்கொள்ளப்பட்ட பத்து ரூபாய் அது என்று தோன்றிற்று. நான் இந்த பை-ஃபோகல் கண்ணாடி போட்டுக்கொண்டு நாடியை உயர்த்தி உயர்த்திப் பார்க்க ஆரம்பித்ததிலிருந்துதான் என்னை நிறையப் பேர் ஏமாற்றுவதாகத் தோன்றுகிறது. ஆனால் கண்ணாடி அணியாமல் சென்னை செல்லும்போதெல்லாம் இதுபோல எத்தனையோ பத்து ரூபாய்கள் என்னிடமிருந்து நிச்சியமாக பிடுங்கிக்கொள்ளப்பட்டிருக்கின்றன. அது பற்றியெல்லாம் எனக்கு ஏன் சங்கடம் தோன்றுவதில்லை? மோஷணம் (திருட்டு) நகர லக்ஷணம் என்று நமக்குள்ளேயே பதிந்துவிட்டதோ? அங்கே பெரிய ஓட்டல்களில் பத்து ரூபாய்க்குக் கீழே டிப்ஸ் வைத்தால் பாவம் என்பதுபோன்ற ஒரு சூழலை அவர்கள் எவ்விதமோ உருவாக்கிவிட்டிருக்கிறார்கள். அது வழிப்பறி என்று நமக்குத் தோன்றுவதில்லை. தோன்றினாலும் ஒன்றும் செய்ய இயலுவதில்லை. ஆகவேதான், 'இங்கு டிப்ஸ் கிடையாது' என்று எழுதிப் போட்டிருக்கும் ஓட்டல்கள் எனக்கு மிகுந்த ஆறுதலைத் தருகின்றன.

ஆனால் எல்லா பத்து ரூபாய்களும் ஒரே மதிப்புடையன அல்ல என்பதும் உண்மைதான்.

•

எனக்கு எப்போதுமே உடைகள் சரியாகப் பொருந்துவதே இல்லை. எவ்வளவு கவனமாக இருந்தாலும் கழுத்தை இறுக்கிப் பிடித்து, பேசும்போதெல்லாம் மூச்சு திணறச் செய்கிற சட்டைகளையோ, சட்டை என்ற பெயரில் பாதிரியார் அங்கிகளையோதான் நான் திரும்பத் திரும்பத் தேர்ந்தெடுக்கிறேன்.

'ஆறில் சுக்கிரன்' என்றார் அவர். அந்தத் துணிக்கடையின் சிப்பந்தி, என் முகத்தைப் பார்த்து. 'ஆறில் சுக்கிரன். உடைகளோடு பிணக்கு. கவிதை எழுதுகிறவன். பல் வலி, சக்தி முந்துதல் போன்ற பிரச்சினைகளை உடையவன்.'

நான் அதிர்ந்து அவரைப் பார்த்தேன். 'சக்தி முந்துதல் என்றால்?' அவர், அதான் என்பதுபோலக் கண் காட்டிச் சிரித்தார்.

'நான் சொன்னது உண்மையா இல்லியா? கவிஞர்களுக்கு, கலைஞர்களுக்கு பொதுவாகவே இந்தப் பிரச்சினை உண்டு. எது எதை உண்டுபண்ணுகிறது என்று தெரியவில்லை' என்றார்.

நான் அப்போதுதான் என்னுடைய சக்தி முந்தியதால் ஏற்பட்ட ஒரு பிரச்சினையில் இருந்தேன். முந்தின தினம்தான் 'அவள்' திடீரென்று போன் பண்ணி, 'கவிஞரே ஒரு பிரச்சினை...'

'என்ன?'

'நான் நினைக்கிறேன், உனக்கொரு மகன் பிறக்கப் போகிறான்...'

நான் 'ஐயோ' என்றேன்.

'என்ன ஐயோ? நான் அன்றைக்கே சொன்னேனே, எதையாவது மாட்டிக்கொள் என்று?'

நான், 'எங்கே சொன்னாய்?' என்றேன் ஈனஸ்வரத்தில்.

'நான் கடைசி நேரத்தில் தடுத்துக்கொள்ளலாம் என்று நினைத்தேன். Coitus interruptus. எங்கள் கடவுளால் அனுமதிக்கப்பட்ட ஒரே கருத்தடை அதுதான்.'

அவள், 'ஆ' என்றாள். 'எல்லா விஷயங்களிலும் நீ உன் கடவுளைக் கேட்டுத்தான் நடக்கிறாய் என்பதை இன்றுதான் கண்டுபிடித்தேன்.'

'என் வாழ்வில் மதமும் கடவுளும் ஒரு முக்கியமான இடத்தை வகிக்கின்றன. என் கவிதைகளில் மத உருவகங்கள் நிறைய வருகின்றன என்பதை எஸ். ராமகிருஷ்ணன்கூடக் கண்டுபிடித்து எனது புத்தக வெளியீட்டு விழாவில் சொன்னாரே...'

'அவர் எதையாவது சொல்வார். பேச்சை மாற்றாதே. உன் புத்தக வெளியீடு இருக்கட்டும். எனக்குள் நீ வெளியிட்ட இதை என்ன செய்வது? உன்னால் முடியாததை நீ ஏன் செய்கிறாய்? முந்திரிக் கொட்டை! உண்மையில் அரை நிமிஷம்கூட நீ தாக்குப் பிடிக்கவில்லை.'

அரை நிமிஷத்துக்கு இவ்வளவு பெரிய தண்டனையா என்பதுபோல நான் கலங்கினேன்.

'மறுநாளே நீ ஒரு மாத்திரையை சாப்பிட்டிருக்கலாம்.'

'உனக்காக என் உடம்பை நான் கெடுத்துக்கொள்ளணுமா? உண்மையில் உறைபோடக்கூட காணாத இந்த சாமானைத்தான் நீ உன் எழுத்துகளில் இந்த ஆட்டு ஆட்டுகிறாயா?'

நான் சற்று நேரம் மௌனத்துக்குப் பிறகு, 'இப்போது என்ன செய்வது?'

அவள், 'பெற்றுக்கொள்வது' என்றாள். 'உன்னைப்போலவே ஒரு முட்டாள் முந்திரிக்கொட்டைப் பிள்ளை.'

நான் பேசாது, 'ரொம்ப சிக்கலாகிவிடும்' என்றேன். 'கலைத்துவிட்டால் என்ன?'

அவள் சற்று நேரம் கழித்து, 'சரி' என்றாள். கோபமாக இருப்பதுபோலப் பட்டது.

'சீக்கிரமே பண்ணிவிடு' என்றேன்.

'ம்ம்.'

'என்றைக்குப் போகிறாய்?'

அவள் பேசவில்லை.

'ரொம்ப வலிக்குமா?'

'இல்லை இனிக்கும்.'

'இல்லை, உடம்பைக் கீறும்போது வலிக்காதா?'

அவள் சட்டென்று சீறி, 'முட்டாளே, அது டி அண்ட் சி. அது பண்ண சற்றுப் பொறுத்திருக்கவேண்டும். உடனே பண்ண மாட்டார்கள். உடனே பண்ணவேண்டும் என்றால் மாத்திரைகளைத்தான் உபயோகப்படுத்தவேண்டும். ஒரு மாத்திரையை உள்ளே சாப்பிட்டுவிட்டு ஒரு மாத்திரையை உள்ளே வைத்துக்கொள்ளவேண்டும். இதுகூடத் தெரியாத புண்ணாக்கா நீ?'

கடைப் பணியாள் என் முகத்தைப் பார்த்து மீண்டும், 'நான் சொன்னது உண்மையா இல்லையா?'

நான் சிரித்து, 'கவிதையா? அதற்கும் எனக்கும் ரொம்ப தூரம்' என்றுவிட்டு நகர்ந்தேன்.

●

சுரமானி என்றொரு கருவி உண்டல்லவா? ஓர் உலோகத்தின் அதிர்வெண்ணைக் கண்டுபிடிக்க உதவும் ஒரு கருவி என்று நினைவு. பனிரெண்டாவது இயற்பியல் வகுப்புகளில் பால்சாமி சாரின் மீசைக்குப் பயந்து படித்தது. அவர் இப்படித்தான் அடிக்கடிக் கேட்பார், 'நான் சொன்னது உண்மையா இல்லியா?'

பால்சாமி சார் வ உ சி மைதானத்துக்கு எதிராக இருந்த ஒரு தெருவில் இருந்தார். கனடியன் கால்வாயில் சரியாகப் போய் முடிகிற தெரு அது. அவர் வீட்டுக்கு அதிகாலையிலேயே டியூஷனுக்குப் போவது உண்டு. நான் ஒரு நாளும் பாடத்தைக் கவனித்ததே இல்லை. சன்னல் வழியாக வாய்க்காலின்மீது எப்போதும் பறந்துகொண்டே இருக்கும் தட்டான்களைப் பார்த்தபடியே இருப்பேன். தற்போது அவர் எங்கிருக்கிறார் என்று தெரியவில்லை. அந்தத் தெருவில் இப்போது சிறப்புக்

குழந்தைகளுக்கான ஒரு பயிற்சி மையம் இருந்தது. நான் போய்க் கேட்டபோது, ‘பெரும்பாலும் இங்கே காது கேட்காத குழந்தைகளைத்தான் எடுத்துக்கொள்கிறோம். உங்கள் குழந்தைக்குக் காது கேட்குமா?’

காது கேட்பது ஒரு குறையாக அந்த இடத்தில் மாறிவிட்டதை எண்ணி வியந்தபடியே வெளியே வந்தேன்.

எல்லா பத்து ரூபாய்களும் ஒரே மதிப்புடையன அல்ல.

•

எனக்கு ஆறில் சுக்கிரன் என்று கண்டுபிடித்துச் சொன்னவரை சில வருடங்கள் கழித்து ரயிலில் பார்த்தேன். சென்னை புத்தகக் கண்காட்சிக்குப் போய்விட்டு வழக்கம்போல ‘தலைநோவு தரும் புத்தகங்கள்’ என கார்த்திகைப் பாண்டியன் வர்ணிக்கும் புத்தக மூட்டைகளோடு அனந்தபுரி எக்ஸ்ப்ரசில் திரும்பிக்கொண்டிருந்தேன். கலை என்பது உண்மையில் மேற்கட்டுமானத்தைச் சார்ந்ததா, இல்லையா? வர்க்க அஸ்திவாரத்துக்கும் மேற்கட்டுமானத்துக்கும் உள்ள தொடர்புதான் என்ன? வர்க்கம் கலை வெளிப்பாட்டைப் பாதிக்கிறதா, அல்லவா? இதுபோன்ற தலை கனத்த கேள்விகள் நிரம்பிய புத்தகங்கள். மதுரையோடு பெட்டி காலியாகிவிட்டது. ஆகவே எல்லாப் புத்தகங்களையும் அருகில் பரப்பிக்கொண்டு காலை வெயிலில் படித்துக் கொண்டிருந்தேன்.

எனக்குத் தலை வலித்தது. ஒரு டீ குடிக்கவேண்டும்போல் இருந்தது. ஆனால் சாயா விற்பவர்கள் திடீரென்று காணாமல் போய்விட்டார்கள். மாறாக அல்வா விற்பவர்கள்தான் வரிசையாக வந்துகொண்டிருந்தார்கள். ‘அல்வே அல்வே திருநெல்வேலி அல்வே...’

இப்படி ஒரு ரயில் பிரயாணத்தில்தான் நான் எனது புகழ்பெற்ற இந்த அரசியல் கவிதையை எழுதினேன் என்பது குறிப்பிடத்தக்கது.

சீனியர் அல்வா விற்பவருக்கும்
ஜூனியர் அல்வா விற்பவருக்கும்

ரயிலில் பெரிய சண்டை
சீனியர் அல்வா விற்பவருக்குக் கை முறிந்தது
அவரது அல்வாப் பொட்டலங்கள் இருப்புப்
பாதையில் சிதறின
அவர் இந்தத் துயரச் சம்பவம் பற்றி
கைக்காயம் ஆறியதும் கவிதை எழுதுவார்

அல்வா ஒரு அபாயகரமான பொருள்
அல்வா வன்முறையைத் தூண்டுகிறது
அல்வாவில் நிறைய அரசியல் இருக்கிறது
எல்லோரும் அல்வாவிடம் எச்சரிக்கையாக
இருக்கவேண்டும்
அல்வாவில் ரத்தம் சேர்க்கிறார்கள்.

இந்தக் கவிதை வெளியானதும் தமிழின் மூத்த கவிஞர்களில் இருவரும் இளைய கவிஞர்களில் இருவரும் எனக்கு ஜென்ம விரோதி ஆகிவிட்டார்கள் என்பதும் குறிப்பிடத்தக்கது.

கோவில்பட்டி தாண்டியதும் என்னருகே வந்து ஒருவர் களைப்புடன் அமர்ந்தார். அவர் உடம்பிலிருந்து வியர்வை வீச்சம் குப்பென்று வீசியது. 'அல்வா வேணுமா சார்? ஒரிஜினல் சாந்தி அல்வா. கிலோ அறுபது ரூபாதான்.'

நான் சலித்து, புத்தகத்திலிருந்து கண் விலக்காமல், 'வேண்டாம்' என்றேன்.

அவர், 'நாப்பது கொடு சார் போதும்.'

நான் 'வேண்டாம்' என்றேன்.

சற்று நேரம் மௌனம். வெயில் திடீரென்று கோபப்பட்டது போல எரிந்து மங்கியது. கண்ணகியின் சிலம்பு மணிபோல என்றொரு உவமை தோன்றியது. எனக்கு என் மனநிலை பற்றிச் சற்றுக் கவலை ஏற்பட்டது. இதுமாதிரி காவிய உவமைகளை இன்றைய வியாசர் ஜெயமோகன் அல்லவா துவாபர யுக வியாசரிடமிருந்து நேரடியாக டவுன்லோட் செய்துகொண்டிருக்கிறார்? இவற்றையெல்லாம் நான் எழுதினால் பின்நவீனத்துவத்துக்கும் ரொம்பப் பின்னால் வந்துவிட்ட இன்றைய கவிஞர்கள் என்னைப் பற்றி என்ன நினைப்பார்கள்?

‘பத்து ரூபாயாவது கொடு சார், பசிக்குது.’

நான் நிமிர்ந்து பார்த்தேன். மெலிந்த தூக்கிய கன்னத்து எலும்புகளுடன் அவரேதான்.

‘நீங்க அந்தத் துணிக்கடைல வேலை பார்த்தீங்க இல்லே?’

அவர் சோர்வுடன், ‘ஆமாம்’ என்றார். ‘வந்திருக்கீங்களா?’

‘ஆமா. ஜோசியம் சொல்வீங்க.’

அவர், ‘ஆமாம்’ என்றார், இன்னும் சோர்வுடன்.

‘நான் கவிதை எழுதுவேன்னு சொன்னீங்க... அப்புறம்...’

அவர், ‘ஆ...மாம்’ என்றார். ‘அது உண்மையா இல்லையா?’

நான், ‘உண்மைதான்’ என்றேன். ‘எல்லாம்...’

அவர் என்னைச் சுற்றிக் கிடக்கும் புத்தகங்களைப் பிரித்துப் பார்த்தார்.

‘ஏன் அந்த வேலையை விட்டீங்க?’ என்றேன்.

அவர், ‘நானும் கவிதைல்லாம் எழுதுவேன்’ என்றார். ‘ஆனா பாருங்க, எனக்கு மூணுல சுக்கிரன். பிரகாசிக்க முடியாது.’

நான் அவருக்கு இருபது ரூபாயை எடுத்துக் கொடுத்துவிட்டு, ‘ஏன் அந்த வேலையை வீட்டீங்க? திருநெல்வேலில அந்த வேலையை ஏறக்குறைய அரசாங்க வேலை மாதிரின்னுல்லா சொல்லுவாங்க.’

அவர், ‘அதான் சொன்னேனே, நான் கவிதை எழுதுவேன்னு. அதான்’ என்றார்.

எனக்குப் புரிந்தது. ஒருதடவை கொல்லம் அருகே இருந்த திருடன் மணியம் பிள்ளையை, காலச்சுவட்டில் வந்த அவரது சரித்திரத்தைப் படித்துவிட்டு நண்பர் சாம்ராஜுடன் பார்க்கப்போனேன். இந்தத் திருடன் மணியம் பிள்ளை மலையாளத்தில் தனது வாழ்க்கைச் சரித்திரத்தை, எல்லாவற்றையும் திறந்து எழுதியிருக்கிறார். இப்படி மலையாளத்தில் திருடன், கன்யாஸ்திரி, உடலை விற்கும் பெண், நக்சலைட்டை என்கவுண்டர் என்ற பெயரில் சுட்டுக்

கொன்ற போலீஸ், இன்னும் பலர் திறந்து எழுதிய வாழ்க்கை சரித்திரங்கள் நிறையக் கிடைக்கின்றன. ஷகிலாகூட அங்கேதான் முதலில் தன் மனத்தைத் திறந்து காண்பித்தார். ஆனால் தமிழில் யாரும் இப்படித் தங்களைத் திறந்து காண்பிப்பது இல்லை என்பது ஏனென்று தெரியவில்லை.

மணியம் பிள்ளை ஜெயிலிலேயே பாதி வாழ்க்கை இருந்திருக்கிறார். மிகத் துயரமான, கடுமையான வாழ்வு அவருடையது. 'என் உடம்பில் உடையாத எலும்பே இல்லை' என்பார். 'நான் ஒரு சாகாத ஏசு நாதர்.'

அவற்றையெல்லாம் எப்படித் தாங்கிக்கொண்டீர்கள் என்று நான் கேட்டேன். ஏனெனில் அவர் ஆள் ஒன்றும் பெரிய பயில்வான் அல்லர். அவர், 'உடம்பல்ல, மனம்தான் அடி தாங்குவது' என்றார். பிறகு நானும் சாம்ராஜும் சேர்ந்து அவருடன் கொஞ்சம் மது அருந்தினோம். சாம்ராஜ் தமிழில் ஒரு முக்கியமான கவிஞர் மட்டுமல்ல, பெரிய விமர்சகரும் கூட. அவர் எதைப் பார்த்தாலும் படித்தாலும், 'இது படமாக வில்லை, இது கவிதையாகவில்லை' என்று சொல்லிக் கொண்டிருப்பார். ஒரு தடவை திருவனந்தபுரத்தில் புகழ் பெற்ற ஒரு கஞ்சிக் கடைக்குக் கூட்டிப் போனார். அங்கே கஞ்சியும், தேங்காய்த் துகையலும், மீன் வறுவலும், பப்படமும்தான் பிரதான உணவு. ஜேசுதாஸ், அப்துல் கலாம் போன்றவர்களெல்லாம் விரும்பிச் சாப்பிடும் கடை. அன்று அவர் சாப்பிடும்போது சர்வரை அழைத்து, 'தம்பி, இந்த அப்பளம் அப்பளமாகவே இருக்கிறது, பப்படமாகவில்லை' என்றதை அவன் அவ்வளவு ரசிக்கவில்லை.

சாம்ராஜ், மணியம் பிள்ளையிடம் தனது சில கவிதைகளை வாசித்துக் காண்பித்தே தீருவேன் என்று அடம் பிடித்து, வாசித்துக் காண்பித்தார். என்னையும் வாசித்துக் காண்பிக்கச் சொன்னார். நான் என்னுடைய இந்தக் கவிதையைச் சொன்னேன்.

> மயிரடர்ந்த
> மிருகத்தின்
> ராட்சதக் கைகளில்
> இருந்தது

சிறிய பூ
கம்பீரமாய்...
வைத்திருந்த மிருகம்தான்
பதற்றத்துடன் இருந்தது

அவர், ‘ஆ!’ என்றார். ‘இந்தக் கவிதை எனது ஜீவிதம்!’

நான் அவரிடம் மீண்டும் அத்தனை இடிகளை எப்படித் தாங்கிக்கொண்டார் என்று கேட்டேன். ஏனெனில் நான் கொஞ்ச நாட்களாக அரசை எதிர்த்துப் புரட்சிக் கவிதைகள் எல்லாம் எழுதிக்கொண்டிருக்கிறேன். என்றைக்காவது ஒருநாள் நான் நிச்சயம் ஜெயிலுக்குப் போய் உதை வாங்குவேன் என்று எனக்கொரு பயம் இருந்தது. இல்லா விட்டால் கவிதை விமர்சகர்களிடமிருந்தாவது. அவர் இப்போது வேறொன்று சொன்னார். ‘முதலில் ஒண்ணும் பெரிசாக் கஷ்டமா இல்லே. பின்னாலே, சேரக் கூடாதவங்க கூடச் சேர்ந்து சில புத்தகங்கள் படிக்க ஆரம்பிச்சிட்டேன். அதுக்கப்புறம்தான் இடி வாங்குறது கொஞ்சம் கஷ்டமாயிடுச்சு... தலைக்குள்ள அந்தப் புத்தகங்களோட அடி வாங்குறது ரொம்பக் கஷ்டம். அது உங்க வலியை இரட்டிப்பாக்கிடும்.’

அல்வாக்காரர் எழுந்துகொண்டு, ‘நான் வரேன் சார்’ என்றார். பிறகு சற்றுப் போய்விட்டு, திரும்பி வந்தார். கையில் சிறிய, கிழிந்த, எண்ணெய் படிந்த நோட்டுப் புத்தகம். ‘இதில என்னோட கவிதைகள் இருக்கு. படிச்சுப் பாருங்க. இருபது வருஷமா எழுதினது’ என்றார். எனக்கு அது வியப்பளிக்கவில்லை. ஒருவகையில் நான் அதை எதிர்பார்த்திருந்தேன்.

நான் வாங்கிக்கொண்டேன். நுணுக்கி நுணுக்கி எழுதப்பட்ட சுமார் நூறு கவிதைகள் அதில் இருந்தன. கடைசிப் பக்கங் களில், ‘முத்து முத்து முத்து’ என்று மட்டுமே பக்கம் முழுவதும் எழுதப்பட்டிருந்தது. ‘முத்துலக்ஷ்மி. என் பொண்ணு. கண்ல கேன்சர் கட்டி வந்து மூளைக்குப் பரவி, செத்துப்போச்சி’ என்றார்.

நான் திடுக்கிட்டு, ‘அய்யோ’ என்றேன். அவர் எதுவும் பேசாது இருந்தார். நான் பிறகு, ‘நிச்சயம் படிச்சுப்

பார்க்கிறேன்' என்றேன். 'இதை எப்படி உங்களுக்குத் திருப்பிக் கொடுக்கறது?'

அவர், 'கொடுக்கணும்னு பெரிய அவசியம் ஒண்ணுமில்லை. இருந்தா இங்கே ரயில்லே எங்கியாவதுதான் இருப்பேன்' என்றார்.

நான் அந்தக் கவிதைகளைப் படித்துப் பார்த்தேன். சத்தியமாக எதுவுமே புரியவில்லை. ஒரு மிகக் குழம்பிய மனது அல்லது நமக்கு முற்றிலும் அறியப்படாத தளத்தில் இயங்கும் ஒரு மனத்தின் கிறுக்கல்கள் என்றுதான் தோன்றியது. நான் எனக்குத் தெரிந்த முக்கியமானதோர் இலக்கிய விமர்சகரிடம் அந்தக் கவிதைகளைப் பிரதி செய்து அனுப்பிவைத்தேன். அவரிடம் அவை படிக்கப்படாமல் நெடுநாள் கிடந்தன. ஒரு நாள் திடீரென்று அவர் போன் செய்து, 'நீ அன்று அனுப்பிய கவிதைகள்... அவை உன்னுடையவையா?'

நான், 'இல்லை' என்றேன். 'ரொம்பக் குழந்தைத்தனமாக இருக்கிறது இல்லையா?'

'இல்லை, அற்புதமாக இருக்கிறது! இவற்றை எழுதியவன் நிஜமாகவே ஒரு மகாகவி. பிரமிளுக்குப்பிறகு தமிழில் இப்படியொரு ஆளுமை வந்ததே இல்லை' என்றார் அவர். 'நாம் இவற்றைப் பதிப்பிக்கலாம். இதை எழுதியது உண்மையில் யார்? அந்த ஆளை நான் பார்க்கவேண்டும்.'

நான் நம்ப முடியாமல், 'உண்மையாகவா?' என்றேன். சற்றுப் பொறாமையாகக்கூட இருந்தது. 'நான் அவரிடம் கேட்டுச் சொல்கிறேன்.'

அடுத்தமுறை சென்னை செல்லும்போது மறக்காமல் அந்த நோட்டுப் புத்தகத்தை எடுத்துக்கொண்டேன். கோவில்பட்டி தாண்டியதும் முதலில் தென்பட்ட அல்வா விற்பவரிடம் அவரைப் பற்றி விசாரித்தேன்.

'ஆறுமுகமா?' என்றார் அவர். 'அவன் போன வருசமே மணியாச்சி ஸ்டேஷன்ல ரயில்ல விழுந்து செத்துப் போயிட்டானே?'

நான் ஒருகணம் அதிர்ந்துபோனேன்.

'ஏன்?' என்றேன்.

அவர், 'அவனுக்கு கோட்டி சார்' என்றார். 'எப்பப் பார்த்தாலும் ஏதாவது புஸ்தகத்தோட அலைவான். கொஞ்சம் கஞ்சாவேற உண்டு.'

நான், 'அவர் பொண்ணு ஒன்னு செத்துப் போச்சுன்னு சொன்னாரே. அந்த துக்கத்தில...'

'அந்தப் புள்ளை செத்துப்போனதே இவனாலதான்' என்றார் அவர். 'கண்ல கேன்சர்னு முதல்லயே அரவிந்த்ல கண்டு பிடிச்சிட்டாங்க. அந்த ஒரு கண்ணை மட்டும் எடுத்தா அது பொழைச்சிருக்கும். 'என் பொண்ணு கண்ணை எடுக்கணும்னு எப்படிச் சொல்வே நீ?' அப்பிடின்னு ஆசுபத்திரிலேயே ஒரே சண்டை போட்டான் இவன். அந்தப் பொண்ணைத் தூக்கிட்டு கோவில் கோவிலா அலைஞ்சான். நாகர்கோவில்ல நாட்டு வைத்தியம் பார்க்கிற ஆசான்மார்க்க கிட்டே போனான். ஏதேதோ ஜோசியக் காரணம் சொன்னான். ஒரு நாள் என்கிட்டேய, 'நான் கவிதை எழுதுறவன். எனக்கும் கடவுளுக்கு நேரடி கனெக்சன் இருக்கு. அவர் என் பொண்ணை ஒன்னும் பண்ண மாட்டார். நீ உன் சோலியைப் பாரு. உனக்கு இதெல்லாம் புரியாது' அப்பிடின்னு சொன்னான். இடைப்பட்ட நேரத்தில பிள்ளை கேன்சர் மூளைக்குப் பரவி செத்துப்போச்சி.'

அவர் சற்று நேரம் சும்மா இருந்தார். 'அவன் செத்துப்போன அன்னக்கு ரயில்ல ஒரு ஆளோட அல்வா விக்கறதுல தகராறு வந்து அவர் மூஞ்சில அல்வாப் பொட்டலத்தை வீசி எறிஞ்சிட்டான். அவங்க எல்லாம் சேர்ந்து அவனை பெண்டு நிமிர்த்திட்டாங்க. அன்னிக்குத்தான் மணியாச்சில வண்டி நிக்கறப்ப அதில சாடிட்டான்' என்றார். 'ஏன் கேக்கறீங்க? அவனை உங்களுக்கு எப்படித் தெரியும்?'

நான், 'அவரோட பொருள் ஒண்ணு என்கிட்டே இருக்கு.'

'ஓ... அவன் பொண்டாட்டியும் இதே ரயில்லதான் போளி வித்துட்டு வருவா. இன்னிக்குக் காணோம்... ஆ... இதோ நிக்கறா. ஏய், ஏய், மணியம்மை, இங்கே செத்தே வா' என்று அப்போது ரயில் இருந்த மணியாச்சி பிளாட்பாரத்தில் நின்றுகொண்டிருந்த ஒரு பெண்ணை அழைத்தார்.

இறுகச் சுற்றிய கொண்டையுடனும் களைத்த முகத்துடனும் ஒரு சில்வர் பாத்திரத்தோடு அந்தப் பெண் வந்தாள். 'ஆ, இதோ வந்துட்டேன். போளி வேணுமா சாமி? கடம்பூர் போளி... எத்தனை வேணும்?'

நான் நடுங்கும் கைகளுடன் அந்த நோட்டுப் புத்தகத்தை வெளியே எடுத்து ஜன்னல் வழியாக, 'இல்லே, இது உங்க வீட்டுக்கராரோடது. என்கிட்டே கொடுத்திருந்தாரு. இதில இருக்கிற கவிதைகளை நாங்க வெளியிடலாம்னு...'

அவள் நிமிர்ந்தாள். அவள் முகத்தில் இருந்த களைப்பு அகன்று அதில் ஒரு சிகப்பு பரவியது.

என்னையும் அந்த நோட்டுப் புத்தகத்தையும் மாறி மாறி மாறிப் பார்த்தாள். அவள் அதை வாங்கிக்கொள்ளவில்லை. ரயில் புறப்படும் சமிக்ஞையாகக் கூவியது. நான் மறுபடியும் அதை அவளிடம் சற்றுப் பதட்டமாக நீட்டி, 'இவற்றை நான் வெளியிடலாமா? இவை உண்மையிலேயே ரொம்ப...'

அவள் சட்டென்று அதைப் பிடுங்கினாள். பிறகு நான் பார்க்க அதைக் கந்தல் கந்தலாகக் கிழித்தாள். அவை மணியாச்சி ரயில் நிலையம் முழுவதும் காற்றில் தத்தித் தத்திப் பறந்தன.

பிறகு என் கண்களைப் பார்த்துக்கொண்டே சட்டென்று பக்கவாட்டில் திரும்பி 'தூ' என்று துப்பினாள்.

'த்தூ...'

நான் கடைசியாகப் பார்த்தபோதும் அவள் தூ தூவென்று துப்பிக்கொண்டேதான் இருந்தாள்.

10

பொதி

'மேடைல ரொம்பக் கூட்டமா இருக்கே, அவங்க இறங்கட்டும்' என்று நான்காவது தடவையாக என்னை ஒருவர் தடுத்து இறக்கிவிட்டுவிட்டார். நான் என் கையில் இருந்த பரிசுப் பொதியை ஒரு மலப் பொதிபோல உணர்ந்தேன். நான் அந்த நிகழ்வுக்கு வந்திருக்கக்கூடாது. ஆனால் வராமல் இருக்கவும் முடியாது. அதிகாரியின் கடுத்த முகம் மீண்டும் ஒருமுறை நினைவில் வந்தது. அவர் வீட்டு நிகழ்ச்சிக்கு வந்திருக்கும் இந்த வேளையில்கூட அவரது முகக் கடுமை குறையவில்லை. என்னைப் பார்த்ததும், 'ம்ம்' என்று உறுமினார். அலுவலகத்தில் உறுமுவதுபோலவே. 'வந்துவிட்டாயா நாயே?' என்பதுபோல.

ஆனால் அவர் எல்லாரிடமும் அப்படி இல்லை என்பதையும் கவனித்தேன். அவர்களிடம் அவர் முழுக்கப் புன்னகையாக இருந்தார். அவர் கைகள் யார் கைகளையாவது குலுக்கிக் கொண்டே இருந்தன. அவர் சிரிக்கும்போது அவரது தொந்தி குலுங்கியது.

ஒரு பெரிய ஓட்டலின் கார்டனில் விருந்து நடைபெற்றுக் கொண்டிருந்தது. நீண்ட வெள்ளைக் காலுறைகள் அணிந்த

மேசைகளில் ஆவி பறக்கும் ஸ்டீல் பாத்திரங்களில் விதவிதமான உணவுகள். பஃப்ஃபே முறைதான். ஆனால் யாரும் சாப்பிடு என்று சொல்லாமல் சாப்பிட மனம் இடம் தரவில்லை. உண்மையில் கொலைப்பசியாக இருந்தது. பதினோரு மணி பார்க்க ஒரு டீ மார்த்தாண்டத்தில் குடித்தது.

என்னுடன் வேலை பார்ப்பவர்களில் சிலர் புல்தரையில் சிரித்தவண்ணம் அமர்ந்து சாப்பிட்டுக்கொண்டிருந்தனர். அவர்களில்கூட ஒருவரும் என்னை 'சாப்பிட்டாயா' என்று கேட்கவில்லை. சாப்பிட வரும்படி அழைக்கவும் இல்லை. ஒரு கடைநிலை ஊழியர் மட்டும் லேசாகக் கையை உயர்த்தினார்.

உண்மையில் நானும் அவர்களும் வெவ்வேறு கிரகங்களில் இருப்பதுபோலத் தோன்றியது. அல்லது அவர்கள் நிலத்தில் இருப்பதுபோலவும் நான் நீருக்குள் இருப்பதுபோலவும். என்னுடைய ஒவ்வொரு அசைவும் சிரமமாக சுய உணர்வுடன் செய்யவேண்டியிருக்க, அவர்கள் காற்றில் புரளும் இலைகள் போல இயல்பாக இருந்தார்கள். சிரித்தார்கள். கூடினார்கள்.

அப்போதுதான் அந்தப் பெண் என்னருகில் வந்தாள்.

'சாப்பிடலியா?' என்றாள். நடுவயதில் ஒரு பெண். நான் புதிய நிறத்திலான அவளது லிப்ஸ்டிக்கைப் பார்த்துக்கொண்டே, 'இல்லை' என்றேன். அவள், 'நான் எடுத்துட்டு வரட்டா' என்றாள். நான் பேசாதிருக்க, 'இதைக் கையில வச்சுக்கோங்க' என்று அவளது கைப்பையை என்னிடம் கொடுத்துவிட்டுப் போனாள். மிக மலிவான ஒரு கைப்பை. அதன் முனைகள் பிரியத் தொடங்கியிருந்தன. அவள் சற்றுத் தூரம் போய் விட்டுத் திரும்பிவந்து, 'நீங்கள் வெஜிடேரியன் இல்லையே?' நான், 'ஆமாம், நான் வெஜிடேரியன்தான்' என்றேன். அவள் முகம் விழுந்தது.

அவள் போய் இரண்டு தட்டுகளிலும் சாப்பாடு எடுத்துவந்தாள். என் தட்டில் இருந்த சிக்கனை அவள் எடுத்துக்கொண்டாள். 'சாரி!'

இருவரும் அமர்ந்து சாப்பிடத் தொடங்கினோம். அவள் தன்னுடைய வயிற்றைச் சுற்றி சேலையை இறுக்கமாகக்

கட்டியிருந்தாள். உட்காரச் சற்றுச் சிரமப்பட்டாள். சில பின்களை விடுவித்தபிறகுதான் சாப்பிபிட முடிந்தது. அப்போது அவளது வயிற்றில் தொப்புளுக்குக்கீழே நிறையப் பிரசவ வரிகளைப் பார்த்தேன்.

சாப்பிட்டுக்கொண்டிருக்கும்போது ஒருமுறை நான் எனது சக பணியாளர்களை ஓரக்கண்ணால் பார்த்தேன். அவர்கள் முகத்தில் லேசாக வியப்பு தெரிந்தது. அவள், 'சிக்கன் நல்லாருக்கு' என்றாள். அன்றைக்கு முதன்முறையாகச் சற்று லேசாக உணர்ந்தேன். அவள் நன்றாகவே சாப்பிட்டாள். சாப்பிட்டதும் எழுந்து காப்பி வாங்கி வந்தாள்.

காப்பி குடித்து முடிந்ததும் எங்களிடையே சற்று நேரம் மௌனம் நிலவியது.

நாங்கள் இருவரும் சற்று நேரம், தொடங்கியிருந்த இசைக் கச்சேரியைக் கவனித்துக்கொண்டிருந்தோம்.

ஒரு சிறிய பெண், ஜானகியின் புகழ்பெற்ற 'ஆடிவா காற்றே பாடிவா காற்றே ஆயிரம் பூக்களை நுள்ளிவா' பாடலை மிக நன்றாகப் பாடினாள்.

நான், 'இது என்ன படம்? சட்டுன்னு மறந்து போயிடுச்சு.'

அவள் உடனே, 'கூடு எவிடே?' என்றாள். 'எனக்கு மறக்கவே மறக்காத படம். ரகுமான் எனக்கு ரொம்ப இஷ்டம்.'

பாட்டு முடிந்ததும் அவள் மெதுவாய் என் காதில் குனிந்து, 'ஏதாவது முறிக்குப் போகலாமா?' என்றாள்.

நான் அவளை ஏறிட்டுப் பார்த்தேன். அவள் கைப்பையி லிருந்து ஒரு கைக்குட்டையை எடுத்து, கரையும் மேக்கப்பைத் துடைத்துக்கொண்டாள். அது இன்னும் இழிந்து முகத்தைக் கோரமாக்கியது.

நான், 'எனக்கு இங்கே எந்த அறையையும் தெரியாது.'

அவள், 'சாரமில்லை, என் வீடு இங்கேதான் இருக்கிறது. சாலைத் தெருவுக்குக்கிட்டே.' பிறகு சற்றுத் தயங்கி, 'ஐநூறு ரூபாய்' என்றாள். என் கண்களில் எந்த அணக்கமும் தென்படாதது கண்டு, 'ஆயிரம் ரூபாயானால் முழு இரவு இருக்கலாம்.'

நான் என்னுடைய பாக்கட்டைத் தடவி, ‘முன்னூறு ரூபாய்தான் கொண்டுவந்தேன்.’

அவள் வேகமாக எழுந்து, ‘சேரி, போகலாம். ஆனா ஒரு மணி நேரம் மாத்திரம்.’

நாங்கள் இருவரும் எழுந்து வெளியே வந்தோம். இப்போது அவளை நான் உன்னிப்பாகக் கவனித்தேன். உயரியது போன்று தோற்றம் தரும் போலி ஆடை அணிகலன்கள். நடை உடை பாவனைகள். அவளுக்கு ஹை ஹீல்சுகளில் நடப்பது இன்னும் பழக்கமாகவில்லை என்பதைக் கவனித்தேன். அடிக்கடியொருதடவை சாய்ந்து நிலைப்படுத்திக் கொண்டாள். அவர் பின்னங்கால்களில் வெடிப்புகள் இருந்தன. அவற்றின்மீது மஞ்சள் தடவியிருந்தாள். அம்மா அப்படிச் செய்வாள்.

அவள் என்னை சாலைத்தெருவின் எண்ணற்ற கிளைத் தெருக்களில் புகுந்து புகுந்து அழைத்துப்போனாள். நான் சோரும்போதெல்லாம், ‘இங்கனதான் இங்கனதான்’ என்றாள். ஒரு கட்டத்தில் எனக்குப் பயமாகப் போய் விட்டது. இவள் எங்கோ என்னைக் கொண்டுபோய் என்னை சதிக்கப்போகிறாள். இவள் கூட்டிப்போகும் இடத்தில் இவளது கூட்டாளிகள் எனக்காகக் காத்திருக்கிறார்கள். அவர்கள் நிச்சயமாக என்னுடைய தங்கச் செயினையோ கிட்னியையோ பிடுங்கிக்கொள்ளப்போகிறார்கள்.

சாலைத் தெருவின் அன்றைய குப்பை முழுவதும் தெருக்களில் விபத்தில் சிக்கிய ஒரு மனிதனின் உள்ளுறுப்புகள்போல வெளியே கிடந்தன. கடைகள் அடைக்கப்பட்டுக் கொண்டிருந்தன. திறந்திருந்த மிகச் சில கடைகளில் சில வயாதனவர்கள் உயர்த்திய கண்ணாடி வட்டம் மூலமாகப் பேரேடுகளைப் புரட்டி அன்றைய கணக்குகளைச் சரிசெய்து கொண்டிருந்தார்கள். மறுநாள் கேரளத்தில் ஹர்த்தால்போல. ‘பெட்ரோல் விலை உயர்வை எதிர்த்து பாரதிய சமரம்!’ என்று தெருவெங்கும் சிகப்பு போஸ்டர்கள் அலறின.

நாங்கள் முதலில் தங்க ஆசாரிகளின் பகுதியைக் கடந்து போனோம். அங்கிருந்து எப்போதும் வீசும் ஒரு கெமிக்கல்

வாசனை இன்னும் இருந்தது. எனக்கு அன்றைய நிகழ்வில் அதிகாரியின் மகள் அணிந்திருந்த நகைப்புதையல் நினைவுக்கு வந்தது. 'ஒரு கிலோ ஸ்வர்ணம்' என்று யாரோ சொன்னது. ஒரு கிலோ ஸ்வர்ணத்தையும் அணிந்துகொண்டு அந்தப் பெண் நிர்வாணமாக நிகழ்ச்சியில் நின்றிருப்பதுபோல ஒரு காட்சி தோன்றியது. அந்த ஸ்வர்ணம் முழுவதையும் நீக்கி விட்டால் அவள் நிச்சயம் மிக அசிங்கமாக இருப்பாள். அத்தனை ஸ்வர்ணத்துடனும் முகப் பூச்சுடனுமே அவள் மிக அசிங்கமாகத்தான் இருந்தாள். வெறும் உடலின் அசிங்கம் மட்டுமல்ல அது, ஆன்மாவின் அசிங்கம் அது என்று தோன்றியது.

நாங்கள் இப்போது அரசாங்க தானியக் கருவூலத்தில் லோடு இறக்கிக்கொண்டிருந்த லாரிகளைத் தாண்டிப் போய்க் கொண்டிருந்தோம். அவர்கள் மூட்டைகளைக் கீழே எறியும் போது தூசு பறந்தது. ஒருவன் என்னைத் தேவையற்ற கடுமையுடன் 'மாறிக்கடா' என்று திட்டினான்.

அடுத்த சந்து முழுக்கக் குதிரைகள் நின்றுகொண்டிருந்தன. ஆம் மட்டரகக் குதிரைகள். இவை இங்கு என்ன செய்கின்றன என்று எனக்கு வியப்பு ஏற்பட்டது. அவற்றின் சூடான சிறுநீரின் நாற்றம் தெருவைப் புகை போல நிரப்பி மூச்சடைத்தது. அங்கே ஓர் ஆட்டோ மட்டும் தனியாக நின்றுகொண்டிருந்தது. அதன் பின்சீட்டிலிருந்து ஒரு நீளமான நாய் எங்கள் இருவரையும் எட்டிப் பார்த்தது. ஆட்டோவின் பின் கண்ணாடியில் 'நாளை சமரம்!' என்று இறுக மூடிய முஷ்டி ஒன்று தெரிவித்தது. அதன் முன் சீட்டில் ஸ்டியரிங்கின்மீது கவிழ்ந்து உறங்கிக்கொண்டிருந்த ஒருவன் சத்தம் கேட்டுத் தலை உயர்த்திப் பார்த்தான். அவளைக் கண்டதும் இளிப்புடன், 'எடி, நாளை உன் பிசினசுக்கும் சமரம் உண்டோடி?' என்று கத்தினான். அவள் அதைக் கேட்காதது போலக் கடந்துபோனாள்.

எனக்குக் கால் வேறு வலிக்க ஆரம்பித்தது. நான் அவளை விளித்து, 'எனக்கு வேண்டாம், நான் போகிறேன்' என்று சொல்ல நினைத்தேன். ஆனால் உடனே அதிகாரியின் கடுத்த முகம் நினைவுக்கு வந்தது. என்னால் இந்த இரவில் மீண்டும்

அதற்குள் திரும்பிச் செல்ல முடியாது. அதை மறக்க எனக்கு இன்று வேறு ஏதாவது வேண்டும்.

நல்ல வேளையாக எங்களது பிரயாணம் முடிந்துவிட்டது. அவள், இரண்டு ராட்சதக் கைகளால் சப்பப்பட்டதுபோன்ற ஒரு கட்டடத்தின் முன்னால் நின்றாள். கடையின் மீது, 'அனில் ஆக்கர் கடை' என்று மலையாளத்திலும் தமிழிலும் எழுதியிருந்தது.

அவள் கடையின் மரப்பலகைக் கதவில் தொங்கிய இரும்பு வளையத்தைப் பிடித்திழுத்துத் தட்டினாள். குதிரை ஒன்று திடுக்கிட்டதுபோல 'புர்ர்ர்' என்ற சத்தத்தோடு நிமிர்ந்து எங்களைப் பார்த்தது. உள்ளிருந்து எரிச்சலான ஒரு குரல் 'ஆரான்?' என்று கேட்டது.

அவள், 'பொன்னேட்டா, ஞான்' என்றாள்.

கதவு பட்டென்று திறந்து ஒரு தடித்த கை ஒரு சாவியைக் கொடுத்தது. 'சூக்ஷிக்கணும். இன்னு ராவில உன் மச்சான்மாரு வந்து ஒருபாடு சமயம் உன்னைக் குறிச்சுக் கேட்டு.' அவள் முகம் ஒரு கணம் இறுகிக் கடினமாகியது. 'செத்தைகள்' என்றாள். 'பிணத்திடம் பிடுங்கித் தின்னும் செத்தைகள்.'

அவள் சாவியை வாங்கிக்கொண்டு என்னிடம், 'வா' என்று கடையின் பின்னால் அழைத்துப்போனாள். கடையின் பின்புறம் பழைய சாமான்கள் நிறையக் குவிந்துகிடந்தன அதன் நடுவே ஓர் ஆள் குடித்துவிட்டு ஜட்டி தெரிய விழுந்து உறங்கிக்கொண்டிருந்தான். அவன் முகத்தை நெருங்கி ஒரு பெருச்சாளி முகர்ந்து பார்த்துக்கொண்டிருந்தது. நிறைய நீல நிற பாரல்கள். அவற்றினூடே ஒரு மாடிப்படி இருந்தது. அவள் படிகளில் ஏறும்போது இன்னும் ஒருமுறை ஹை ஹீல்கள் சறுக்கி விழப்போனாள். 'ச்சீ சனியன்' என்று எரிச்சலுடன் அவற்றைக் கழற்றிக் கையில் எடுத்துக் கொண்டாள். மாடியில் மிகச் சிறிய ஓர் அறை. அதில் ஒரு கட்டிலும் மேசையும் மட்டுமே இருந்தன. மேசையில் ஒரு மதுப் புட்டி இருந்தது. அவள் கட்டிலைக் காட்டி 'இரிக்கணும்' என்றாள். பிறகு, 'நான் போயி ஒரு குளியிட்டுக்கொண்டு வரேன். ஒரே கசகசன்னு இருக்கு' என்றாள். நான் அவள்

தன்னுடைய புடைவையைக் கழற்றிக் கவனமாக மடித்து வைப்பதைப் பார்த்தேன். 'என்கிட்டே இருக்கிற ஒரே ஒரு நல்ல புடைவை இது.' அவள் அதை ஏகப்பட்ட பின்களால் தன் உடலில் பொருத்தியிருந்தாள். 'ச்சே என்னவொரு சிறை!' அவை அவள் உடலிலிருந்து முட்கள்போல உதிர்ந்து கொண்டே இருந்தன. பின்னர் அவள் குளிக்கப்போனாள்.

நான் சற்று நேரம் படுக்கையில் படுத்துக்கொண்டு மேலே, சீழ்கொண்டு சொட்டும் ஒரு பழுத்த முலைபோலத் தொங்கிக்கிடந்த மஞ்சள் பல்பை வெறித்தேன். எழுந்து மேசையில் இருந்த மதுப்புட்டியை எடுத்து திறந்து முகர்ந்து பார்த்தேன். பின்னர் மூடி வைத்துவிட்டேன். பிறகு மேசையைத் திறந்து பார்த்தேன். நிறைய மாத்திரைகள் இருந்தன. அவற்றைக் கண்ணருகில் கொண்டுவந்து படித்தேன். எனக்கு அவை எதற்கானவை என்று தெரியவில்லை. ஆனால் காச நோய்க்கோ எயிட்சுக்கோ தரப்படும் மாத்திரைகள் அல்ல. பிறகு சில களிம்புகள். மலையாளத்தில் எழுதப்பட்ட நிறைய கடிதங்கள். பிறகு ஓர் ஆணுறை பாக்கட். மற்ற இழுப்பறையில் அதிகம் இல்லை. சிறுவர்களுக்கு போதிக்க உதவும் ஒரு மலையாள அரிச்சுவடி இருந்தது. பிறகு லேமினேட் செய்யப்பட்ட சிறிய அளவிலான ஒரு சிறுவனின் படம். அதன் பின்னால் 'பிரிய குட்டன்' என்று எழுதியிருந்தது.

அவள் பாத்ரூமிலிருந்து ஒரு கசவுப்புடைவையில் வெளியே வந்தாள். ஒருகணம் நான் அதிர்ந்துபோய்விட்டேன். முகப்பூச்சையெல்லாம் கழுவியபிறகு அவள் மிக அழகாக இருந்தாள். உடல் மட்டும் சற்று தளர்ந்திருந்தது. அவள் தனது நீர்சொட்டும் கூந்தலில் கோடாலி முடிச்சிட்டுக்கொண்டிருந்தாள். அதில் ஒரே ஒரு முல்லைப் பூ செருகியிருந்தாள். நெற்றியில் சந்தனக் குறி. எனக்கு, 'குடமுல்லைப் பூவினும் மலையாளப் பெண்ணினும் உடுக்கான் வெள்ளப் புடவ' என்ற பாடல் நினைவு வந்தது. 'குளிக்கான் பனி நீர் சோலா கூந்தல் மினுக்கன் நாட்டு வேலா.' அவள் சுவரிலேயே இருந்த ஒரு சிறிய அலமாரியைத் திறந்து அங்கிருந்த ஒரு குத்துவிளக்கில் தீபம் தூண்டி ஏற்றி கண் மூடிச் செபித்தாள். 'இன்றைக்குக் குட்டனின் ஜன்ம தினம்' என்றாள். 'இப்போதான் ஓர்மை

வந்தது. சாப்பிடலைன்னா எல்லாமே மறந்துபோயிடுது' என்றாள். பிறகு படுக்கையில் படுத்துக்கொண்டு, 'வா வரு' என்றாள்.

நான் அவளருகே சற்றுத் தயக்கத்துக்குப்பிறகு படுத்துக் கொண்டேன். அவள் என்னை இறுக்க அணைத்துக்கொண்டாள். அவளிடம் எவ்விதமோ ஒரு வைக்கோல் பிரிமணம் இருந்தது. அவள் என் காதுகளில், 'நீங்க அந்த கிப்டைக் கொடுக்காமலே வந்துட்டீங்களே.'

நான், 'ஆமாம், அங்கே அதை வாங்க ஆளில்லை' என்றேன். 'நீயே அதை வச்சுக்கோ.'

'அதில என்ன உண்டு?'

'ஒரு சைனா டின்னர் செட்' என்றேன்.

அவள் புன்னகைத்து, 'டின்னர் இல்லாத டின்னர் செட்டை வச்சு நான் என்ன செய்யும்?' நான் நினைவு வந்ததுபோல அவளது பிரசவ வரிகளைத் தடவினேன். 'குட்டனோட பேரெந்தா?'

அவள் சொன்னாள். பிறகு நான் திடுக்கிடுவது கண்டு, 'எந்தா? உங்க குட்டனோட பேரா அது?'

நான், 'இல்லை, என்னோட பேர். எனக்குக் கல்யாணம் ஆகலை.'

அவள், 'ம்ம்' என்றாள்.

நான், 'அவன் எங்கே?'

அவள், 'காணாமப் போய்ட்டான்' என்றாள்.

நான் திடுக்கிட்டு விலகி, 'காணாமன்னா?'

'காணாமன்னா காணாம. திடீர்னு தொலைஞ்சு போயிட்டான்.' சொல்லிவிட்டுக் கொஞ்ச நேரம் மௌனமாய் இருந்தாள்.

பிறகு, 'ஏய், அது ஒண்ணும் சாரமில்லை. அவன் இங்கே என்னோடு இருந்திருந்தா இந்நேரம் அந்த ஆட்டோ ட்ரைவரைப்போல ஒரு செத்தையாத்தான் ஆயிருப்பான்' என்றவள் என் கண்களை உற்றுப் பார்த்து, 'அல்லங்கில்

உன்னப்போல ஒரு கல்யாண விருந்தில் யாரும் வேண்டாத பரிசுப் பொதியை வச்சுகிட்டு நின்னுட்டிருப்பான்.'

நான் சற்று நிலைகுலைந்தேன் என்றே சொல்லவேண்டும்.

அவள் அதை உடனே உணர்ந்துகொண்டவள்போல, 'சும்மா ஒரு விட்டுக்கு சொன்னது' என்றாள். பிறகு சற்றே தாழ்ந்த குரலில், 'நீ ஐநூறு கொடுத்தியானா ராத்திரி முழுக்க இருக்கலாம்' என்றாள்.

நான், 'முடியாது. உண்மையில என்கிட்டே அவ்வளவு பணமில்லை. தவிர நாளைக்கு நான் ஆபீஸ் போகணும். இங்கே ஹர்த்தால்வேற போலிருக்கு' என்றவன் தயங்கி, 'அவனைத் தேடிப் பார்த்தியா?'

அவள் படுக்கையில் சாய்ந்துகொண்டு, 'சர்க்கார் ஆசுபத்திரி பிரேத வார்டுவரை தேடிப் பார்த்தேன். ரயில்வே ட்ராக்ல... பிள்ளைங்களைப் பிடிச்சிட்டுப் போய் பிச்சை எடுக்க வைக்கிற சோபியா அக்காகிட்டே...' என்றாள். 'ஒரு நாள் மான ஈனம் எல்லாம் விட்டுட்டு பாண்டில இருக்கற குட்டனோட அச்சனையும் போய்ப் பார்த்தேன்.'

நான், 'குட்டனோட அச்சன் தமிழா?'

அவள் முகம் லேசாக இகழ்ச்சியாக நீண்டது. பிறகு எதையோ சொல்ல நினைத்து அடக்கிக்கொண்டதுபோல, 'பாண்டியு மில்லை, மலையாளியுமில்லை, அவன் மனுஷனே இல்லை. அவனொரு நாய். நாய்க்கு பாஷையும் நாடும் என்ன. தன் பிள்ளை காணாமப்போனதுக்காக ஒரு சிமிட்டுகூடக் கண் கொட்டலை அவன்.'

அவள் இப்போது என் கைகளைப் பிடித்து விரித்துப்பார்த்தாள். 'குச்சி குச்சியா இருக்கு. சரியாச் சாப்பிட மாட்டியா?'

நான் கைகளைச் சட்டென்று இழுத்துக்கொண்டேன்.

அம்மாதான் இப்படிச் சொல்வாள். 'ஏலே சங்கரா, கொஞ்சம் கிட்டே வாலே. உன் குச்சிக் கையைக் கொஞ்சம் தொட்டுப் பார்க்கட்டு. திங்கிறியா என்னலே?'

சித்தி பார்த்துவிட்டால் திட்டுவாள். பின்னால் பாத்திரம் கழுவிக்கொண்டே, 'ஏய் சனியனே, ரொம்பக் கொஞ்சாதே. அவ சீக்கு உனக்கும் வந்துட்டுதுன்னா என்னால இங்கே உனக்கும் இழவெடுத்துகிட்டு நிக்கமுடியாது.'

அம்மாவுக்கு காசம். மருந்து கொடுத்தும் திரும்பத் திரும்பத் தாக்கிக்கொண்டிருந்தது. 'ரொம்பத் தீவிரமான வகை' என்றார்கள் ஹைகிரவுண்டில். 'நல்ல காத்தோட்டமான அறைல இருக்கணும். வாயை மூடிக்கிட்டுதான் இருமணும். சளிக் கோப்பையை எங்கியாவது வீசி எறிஞ்சிடக் கூடாது. தினம் தினம் தீய்ல எரிச்சிடணும்.'

ஆனால் அப்படியெல்லாம் செய்ய முடிவதில்லை. ஒரு சிரட்டையில் அவள் காறிக் காறித் துப்பும் சளியை அவன்தான் போய் குப்பைக்கிடங்கில் வீசிவிட்டு வருவான். உடம்பில் ஒரு துளிகூடச் சதையே இல்லாத அம்மாவின் உடம்பிலிருந்து அவ்வளவு சளி எங்கிருந்து ஊறிவருகிறது என்று அவன் வியந்திருக்கிறான். அவளது எலும்புகளே இளகி உருகி தொண்டை வழியாகக் காறி வருவதுபோல.

ஒருநாள் அந்தச் சிரட்டையை எங்கிருந்தோ வந்த காகம் கவ்விக்கொண்டுபோனதைப் பார்த்தான். ஏனோ அந்தக் காட்சி அவனை ரொம்பப் பாதித்துக் கனவிலெல்லாம் வந்துகொண்டிருந்தது. ரொம்பத் துக்கமாய் அவன் உணரும் தினங்களிலெல்லாம் அவன் அந்தக் கனவைக் காண்பான்.

அம்மாவின் உயிர் முழுக்க அவள் கண்களில்தான் இருந்தது. அவளது படுக்கையில் இருந்துகொண்டே அது அந்தச் சிறிய முடுக்குவீட்டை சுற்றிச் சுற்றி வந்தது. சில நேரம் தூங்குவது போல அவள் தென்பட்டாலும் இமைகளுக்குள் அவள் கண்கள் உருண்டுகொண்டே இருப்பதை அவன் பார்த்திருக்கிறான்.

ஒரு மழைநாள் இரவு அப்பா மிகத் தாமதமாக வந்து பட்டளையில் படுத்திருந்த சித்தியை நடுவில் இருந்த உக்கிராண அறைக்குக் கூட்டிச்சென்ற அன்றும் அந்தக் கண்கள் விட்டத்தை வெறித்தவண்ணமே விழித்திருந்தன. அதைப் பார்த்தவண்ணமே நானும் விழித்திருந்தேன்.

மறுநாள் அப்பா சன்னல் திண்டில் சிறிய கண்ணாடியை வைத்துக்கொண்டு கஷ்டப்பட்டு சவரம் செய்துகொண்டிருந்த போது அம்மா, 'பிள்ளைங்க தூங்குறவரைக்குமாவது காத்திருந்திருக்கலாம்' என்றாள்.

உள்ளிருந்து சித்தி அவன் என்றும் பார்த்திராத ஆங்காரத்துடன் ஓடிவந்தாள். 'நீங்க இரண்டு பேரும் என்னிக்குத் தூங்கினீங்க? என்னிக்குத் தூங்கினீங்கன்னேன்? எனக்கு நல்லாத் தெரியும். நீ செத்தாலும் கண்ணை மூடாம உருட்டி உருட்டி எங்களை உளவு பார்த்துட்டேதான் இருப்பே.'

அம்மா தாடையை இறுக்கிக்கொண்டு, 'நான் சாக மாட்டேன்' என்றாள். 'நான் ஏன்டீ சாகறேன்?'

எனக்குச் சட்டென்று முதுகு சொடுக்கியது. அம்மா சொன்னதுபோலவே அவள் சாகவில்லை. அல்லது அவள் முதலில் சாகவில்லை.

பன்னிரண்டு இறுதி பரீட்சை முடிந்த அன்று நான் சீக்கிரமாகவே வீட்டுக்குப் போய் அப்பா முந்தின நாள் வாங்கி வந்த பர்பி/காராச்சேவு பொதியைத் தேடிக் கொண்டிருந்தேன். அப்பா எப்பவாவதுதான் அப்படி வாங்கி வருவார்.

வீட்டுக்குள் வந்தவர் சட்டையைக்கூடக் கழற்றாமல் அவனை அழைத்து, 'ஏய் இங்கே வா' என்று அவன் கையில் அந்தப் பொதியைக் கொடுத்தார். அவர் முகம் சிவந்திருந்தது. குடித்திருக்கிறாரா இல்லையா என்று அவன் யோசித்துக் கொண்டிருந்தான். அம்மா படுத்திருந்த கட்டிலின் எதிரே இருந்த கால் உடைந்த நாற்காலியில் குவிந்திருந்த துணிகளை அகற்றாமல் உட்கார்ந்தவர் ஒரு கணம் கண் அகற்றாமல் அம்மாவையே பார்த்தார். மிக அபூர்வமாக அன்று அதை உணராது அம்மா அயர்ந்து உறங்கிக்கொண்டிருந்தாள். அப்பா என்னிடம் திரும்பி, 'உன் சித்தி எண்ணெய் பேக்டரி லிருந்து இன்னும் வரலியா' என்றார். 'இன்னியோட உன் பரீட்சை முடிஞ்சது இல்லையா?'

நான் ஆமாம் என்று தலையசைத்தேன்.

'பாசாயிடுவியா?'

'ஆயிடுவேன்.'

'ம்ம்ம்.'

அவர் சற்று நேரம் தனது ஒரு கன்னத்தையே தடவிக் கொண்டிருந்தார். அப்போதுதான் கவனித்தேன். அந்தக் கன்னம் மட்டும் கன்னிப் போய்ச் சிவந்திருந்தது.

'எலே' என்றார். அவர் கண்ணிலிருந்து ஒரு சொட்டுக் கண்ணீர் கிளம்பி உதிர்ந்தது. 'இன்னிக்கு ஆபீஸ்ல மேலதிகாரி ஒருத்தன் உன் அப்பனை எல்லார் முன்னாலயும் அடிச்சிட்டாம்லே' என்றார். நான் என்ன பதில் சொல்வது என்று அறியாது அப்படியே குழம்பி நின்றேன்.

அவர் கண்களைத் துடைத்துக்கொண்டு, 'பண்டத்தைச் சாப்பிடு' என்றார். சட்டைப்பையிலிருந்து ஐந்து ரூபாயை எடுத்துக் கொடுத்து, 'வச்சுக்கோ, சினிமாவுக்குப் போ' என்றார். பிறகு வந்ததுபோலவே சைக்கிளை எடுத்துக் கொண்டு வெளியே போய்விட்டார்.

அன்றைய இரவு அவர் திரும்பவும் எப்போது வந்தார் என்று எனக்கு நினைவில்லை. நான் அப்பா கொடுத்த பணத்தை வைத்துக்கொண்டு கலைவாணி தியேட்டரில் ஒரு மென் நீலப் படத்துக்குப் போனேன். மறுநாள் அவர் எப்போது ஆபீசுக்குப் போனார் என்பதும் தெரியவில்லை. ஒன்பது மணிக்கு, 'ஏய் மூதி, அம்மையும் மவனும் இப்படி தூங்கினா வீட்டில மூதேவி குடியிருக்காம என்ன செய்வா' என்று சித்தி எழுப்பிய பிறகுதான் விழித்தேன்.

'நான் பேக்டரிக்குப் போறேன். உள்ளே சருவச் சட்டில உப்புமா கிண்டி வச்சிருக்கேன். ரெண்டு பேரும் சாப்பிடுங்க.'

நான் எழும்போது கைலி அவிழ்ந்து விழுந்து எனது விறைத்த ஆண்குறி ஒரு கணம் அவள்முன் நீட்டி நின்றது. அவள் சட்டென்று விலகி, 'ச்சீ! அசிங்கம் பிடிச்சவன்!' என்று அவசரமாக மாறிப் போனாள்.

நான் நிதானமாக எழுந்து பல் விளக்கிவிட்டு அம்மாவை எழுப்பி உப்புமாவைக் கொடுத்துக்கொண்டிருந்தபொழுது வளவில் யாரோ வரும் ஒலி கேட்டது.

'இங்கே பி டபில்யூ டில ப்யூனா வேலை பார்க்கிற சண்முகம் அண்ணாச்சி வீடு எது?'

பக்கத்து வீட்டுப் பாட்டா, 'ஏன்? இதுதான். என்ன விஷயம்?' என்றதும் அந்தக் குரல் தயங்கி தாழ்ந்து, 'பாட்டா ஒரு துக்க விஷயம். அவுக வீட்டுல எப்படியாவது நீங்கதான் சொல்லணும். எனக்குக் கையெல்லாம் உதறுது. சண்முகம் அண்ணாச்சி ஆபீசில அதிகாரி அறையில தூக்கு மாட்டிச் செத்துப் போயிட்டாரு.'

அவள் சட்டென்று எழுந்து என்னை மார்போடு அணைத்துக் கொண்டாள். 'அய்யோ' என்றாள். 'உன் மூஞ்சி பார்த்தவுடனே நினைச்சேன்.'

நான் நடுங்கிக்கொண்டிருந்தேன். 'என் அப்பன் வேலைதான் இப்போ நான் பார்க்கிற வேலை' என்றேன். 'இவங்கெல்லாம் என்னை என் அப்பன் மாதிரியே ஆக்க நினைக்கறாங்க.'

அவள், 'விடு விடு' என்றாள். என்னை இன்னும் இறுக்க அணைத்தாள்.

பிறகு நாங்கள் முயங்க ஆரம்பித்தோம். உண்மையில் அவள்தான் என்னை ஊக்கி இயக்கினாள். முடிந்ததும் நாங்கள் அவ்விதமே கொஞ்ச நேரம் படுத்திருந்தோம். நான் அவளது குட்டனைப் பற்றி மறுபடி கேட்டேன். என்னால் அவனை மறக்க முடியவில்லை. இம்முறை, எங்கே போனான் என்று கேட்கவில்லை. 'அவன் ஏன் போனான்?' அவள் பெருமூச்சுடன், 'அவனுக்கு இங்கே சுத்தம் பத்தலை' என்றாள்.

'அவன் சின்ன வயசிலிருந்தே என்னைப் போல ஒரு கூதிச்சியின் மோன்போல இல்லை. ஏதோ பெரிய தறவாட்டில் பொறந்த குட்டிபோல. ரொம்ப சுத்தம். இரண்டு பொழுதும் குளிச்சிடுவான். இந்தச் சின்ன ஸ்தலம் அவன் இருந்த சமயம் எவ்வளவு சுத்தமாக இருந்தது. ஸ்கூல் விட்டு வந்ததும் இங்கே உள்ள சாஸ்தா கோவிலுக்குப் போயிட்டு

வந்து படிக்க ஆரம்பிச்சிடுவான். எப்பவும் தலை சீவி நெத்தில குறி இட்டு...' என்றவள், 'இது எதுவும் நான் சொல்லிக் கொடுக்கவே இல்லை' எனும்போது அவள் கண்கள் ஒளிர்ந்தன. 'அவன் ரொம்ப சுத்தமான ஆத்மா. அவனுக்கு இங்கே பிடிச்சிருக்காது.'

இப்போது அவள் குரல் லேசாகச் செம்முவதுபோல இருந்தது. அவள் ஒருமுறை தனது அருகில் படுக்கையைத் தடவிக்கொடுத்தாள். 'சில சமயம் எனக்கு நம்பவே முடியறதில்லை. அவன் இந்த முலைலதான் பால் குடிச்சானா? இந்தப் படுக்கைல என்னோட கிடந்தானா? உண்மைல எனக்கு அப்படியொரு பையன் இருந்தானா?'

இதைச் சொல்லும்போது சட்டென்று மின்சாரம் போய் விட்டது. அறையில் இப்போது அவள் ஏற்றிய குத்து விளக்கின் வெளிச்சம்மட்டும் ஒரு கருத்த புடைவையின் சரிகை நுனிபோல இங்குமங்கும் அலைந்தது. அவள் அந்தச் சுடரையே கனவுபோலப் பார்த்துக்கொண்டு பேசினாள்.

'தவிர, இங்கே கிள்ளிப்பாலம் ஸ்கூல்ல அவனுக்குப் பிடிச்ச ஒரு வாத்தியார் இருந்தார். அவர் வீட்டுக்கு அடிக்கடி போவான். ஒரு நாள் அவர் இந்தப் பக்கம் கடந்து போகிறப்போ காண்பிச்சான். பார்த்து பிரமிச்சிட்டுப் போயிட்டேன். அப்படியொரு ஒளி அவர் முகத்தில. ஞானத்தோட ஒளி. ஆனா அந்த ஒளியை நான் பார்த்திருக்கேன் முன்னாடி. இங்கே இவன் முகத்தில்தான். அது என்னன்னே தெரியாம அந்த ஒளில பிரமிச்சுப் போய் எத்தனை ராத்திரி அந்த முகத்தைப் பார்த்துட்டே தூங்கப் போயிருக்கேன்!'

'இவன் பெருசானா எப்படி இருப்பானோ அவர் அப்படி இருந்தார். ஒரு நிமிஷம். இல்லை இவன் அவரை மாதிரிதான் ஆவான்னு தோணிச்சுது. கண்ணாடி போட்டுட்டு சாயங்காலம் நல்லாக் குளிச்சு தலைசீவி சரிகை வேஷ்டியோட ஒரு முனையைக் கையில பிடிச்சிகிட்டு, சம்ஸ்கிருத ஸ்லோகமோ இங்க்லீஷ் கவிதையோ மனசுக்குள்ள சொல்லிகிட்டே ஆழ்ந்த சிந்தனையோட தெருவோரம் நிக்கிற என்னைப் போல செத்தைங்க யாரையும் ஒரு கண் கொண்டுகூடப் பார்க்காமப் போவான்.'

இம்முறை அவள் வெடித்துக் கூக்குரலிட்டு அழுதாள். நான் நடுங்கிப்போய் எழுந்து முழங்கால்களைக் கட்டிக்கொண்டு படுக்கையிலேயே அமர்ந்திருந்தேன். கீழிருந்து, 'கிரிஜே, அங்கே என்ன பெகளம்?' என்று ஒரு குரல் கேட்டது.

அவள் சட்டென்று எழுந்து என் பின்னால் வந்து என்னை அணைத்துக்கொண்டு, 'நீ பைசா எதுவும் தரவேணாம். ஈ ராத்திரி மட்டும் என் கூட இரி' என்றாள்.

நான் அவளை அழுந்த உதடுகளில் முத்தமிட்டேன். பிறகு பெருமூச்சுடன் எழுந்து பாத்ரூம் போய் முகம் கழுவிக்கொண்டேன். அங்கிருந்த ரசம் போன கண்ணாடியில் அவள் ஒட்டியிருந்த ஸ்டிக்கர் பொட்டுகளில் ஒன்றை எடுத்து வைத்துக்கொண்டேன். பிறகு அறைக்குத் திரும்பி பாக்கட்டிலிருந்து முன்னூறு ரூபாயை எடுத்துப் படுக்கையில் வைத்தேன். மின்விசிறிக் காற்றில் அவை அலைந்து பறந்து தரையில் விழுந்தன. அவள் அதை எடுக்காமல் நான் சட்டையை மாட்டிக்கொள்வதையே பார்த்துக்கொண்டிருந்தாள். சட்டை மாட்டுகையில் மின்சாரம் திரும்பவும் வந்து கண் கூசியது.

நான் திரும்பி அவள் முகத்தைப் பார்க்காமல், 'வரேன்' என்றேன். 'காணாம்.'

தெருவில் இப்போது பனிப்புகை இறங்கி எதையோ தேடுவது போல அலைய ஆரம்பித்திருந்தது.

ஆட்டோவில் இருந்த நாய் இப்போது கீழிறங்கி நின்றிருந்தது. இவனை ஒரு முறை திரும்பப் பார்த்துவிட்டு ஆர்வமிழந்து மீண்டும் தெருமுனையில் ஏதோ ஒன்றை உற்றுப்பார்க்க ஆரம்பித்தது. அதன் எஜமானன் தூக்கத்தில் புரண்டு படுக்கையில் 'நாறமுண்டை' என்று யாரையோ திட்டினான்.

பேருந்து நிலையம் வரும்போதுதான் கவனித்தேன்.

என் கையில் எவ்விதமோ இறுகப் பற்றியவண்ணம் இன்னமும் அந்தப் பரிசுப் பொதியை வைத்திருந்தேன்.

நாகர்கோவில் பஸ் வந்து அதில் ஏறி அது கிளம்பியபிறகு எனக்கு அவளிடம் சொல்லவேண்டும் என்று பாத்ரூமில் நினைத்துக்கொண்ட ஒன்றும் கூடவே நினைவுக்கு வந்தது.

நான் அவளிடம், அவள் மகன் நிச்சயமாக எங்கோ நல்ல படியாக இருக்கிறான் என்று சொல்லவிரும்பினேன். அதே சமயம் ஓர் அம்மையின் ஹிருதயத்தைவிடச் சுத்தமான இடம் கிடையாது என்றும்.

பரிசுப்பொதியைப் போலவே அதையும் அவளிடம் கொடுக்க மறந்திருந்தேன்.

11

குதிரைவட்டம்

இதே போல ஒரு சிங்க மாசத்து மழைக்காற்றும் குளிரும். குழித்துறை வழக்கத்துக்கும் முன்னதாகவே கடையடைத்து கிடுக்கைகளுக்குள் கையொடுங்கி கண் மூடிவிட்டது. நான் வீட்டில் தனியாக இருந்தேன். மின்சாரம் போய்ப் போய் வந்துகொண்டிருந்தது. தெருவிளக்கின் பொன் மஞ்சள் துணி அறைக்குள் நீட்டப்பட்டு நீட்டப்பட்டு மடிக்கப்பட்டது. நான் தனியாக மட்டுமல்ல ஆன்மாவில் தனிமையாகவும் இருந்தேன். என் உடல்நிலை மோசமாகியிருந்தது. என்னால் எதையும் படிக்க முடியவில்லை. என்னால் எதையும் எழுத முடியவில்லை. என்னால் எதையும் தொட முடியவில்லை. மழைக்காலங்களுக்கெனவே எழுந்துவரும் சோகங்கள் என்னை இறுகச் சுற்றி ஒரு பட்டுப்பூச்சிக் கூடுபோலப் பின்னி மூடியிருந்தன. நான் சற்று அழுதால் கொள்ளாம் என்று விரும்பினேன். ஒரு கடும் தேயிலை குடித்தால் உள்ளமும் சூடுறும் என்று நினைத்தேன். அடுக்களையில் தேயிலைத்தூள் உண்டு. ஆனால் அதல்ல. தன்கைத் தேநீர் கைவிஷம். நான் கண்ணாடி தம்ளர் சூடு கை பொக்க வீதிக் கூடுகையில் நின்று மழையில் விரைந்து வீடு திரும்பும் வாகனங்களின் முகப்பு

வெளிச்சங்களைப் பார்க்க விரும்பினேன். அவை எனக்கு, எல்லாரும் எல்லாமும் என்னைவிட்டு வேகமாக விலகிப் போவது போன்ற ஒரு சித்திரத்தை அளிக்கும். அப்படியொரு சித்திரத்தை எனக்கு நானே அளித்துக்கொள்வது கொஞ்ச காலமாக ஒரு போதையாக, சொறிபுண் சுகமாக மாறியிருந்தது.

போஸ்ட் ஆபீஸ் கடை/ வீடு பூட்டி இருந்தது. ஏமாற்றத்துடன் விலகும்போது, மூடிய மரப்பலகைகளுக்குப் பின்னாலிருந்து ஒரு குரல் கேட்டது. 'சார் என்னா?' வளை கிணுக்கம்.

'ஒரு தேயிலை குடிக்கான் வந்தது.'

'தேயிலை... யோ?' என்றொரு தயக்கம். 'இங்கே எல்லாரும் தூங்கியாச்சு' என்றது. 'செரி. கொஞ்சம் இருக்கணும்.'

நல்ல - மார்பில் நரை முடியுள்ள - ஆசான்கள் காய்ச்சும் அரிஷ்டத்தின் பிங்கல நிறத்தில் ஒரு சூடு தேயிலை வந்தது. மெல்ல தயக்கத்துடன் படுக்கையை விட்டு எழுந்துபோகும் பெண்ணின் பாவாடைபோல அதன்மீதிருந்து கிளம்பிப் பரவும் புகை.

'சார் இனி வீட்டுக்குப் போணும் இன்னா?' என்னை அறிந்த மனத்தின் ஒரு அறிவுரை. 'பார்யா இல்லியோ வீட்டில?'

இப்போது ஒரு பீடி இருமல் அதற்கு பதில் சொன்னது. பீடிக்கு என்னுடைய 'கிருத்திரமங்கள்' தெரியுமாதலால், 'இப்ப மீசை வச்சவன் வக்காதவன் எல்லாருக்கும் பஷீர் ஆவணும். குதிரைவட்டம் போனவனெல்லாம் பஷீர்!'

நான் எனக்கு எப்படி பஷீர் ஆவதில் ஆசை ஒன்றும் இல்லை என்றும் எப்படி ஓர் தமிழ் எழுத்தாளர் மீசை வைத்து, எடுத்து என்று இரண்டு தவணைகளில் பஷீர் ஆக முயன்றார் என்பதையும் விளக்கினேன்.

எல்லாம் மூடிய கதவுக்குத்தான்.

வயிற்றில் கடும் தேயிலையின் கசப்பு தந்த வெம்மையோடு விலகினேன். இப்போது மழை உரக்க ஆரம்பித்தது. ம்ம்ம் என்று தன்னை உலுப்பிக்கொண்டு ஓங்கியது. நான் கடைசி திருப்பு வரை - அறிவுரையின்படி - சரியாகத்தான் போனேன். ஆனால் இப்லீஸ் எப்போதும் கடைசி வாசலில்தான் நிற்பான்

என்று எங்கள் ஊரில் சொல்வார்கள். எப்படியோ கால் தெட்டி தாமிரபரணியின் மடிக்கரைக்கு வந்திருந்தேன். படித்துறையில் ஆருமில்லை. பெரிய கல் படிகளின் நிசப்தம். பக்கத்தில் ஓங்கியிருக்கும் மகாதேவர் அம்பலத்தின் தெய்வ மௌனம். கோவிலுக்குப் போகும் இடைகழிக் கதவு பூட்டியிருந்தது. ஆனால் மழை அதை அவிழ்த்துவிடுவேன் என்பதுபோல உலுக்கி பயமுறுத்தியது. ஒற்றை சோடியம் வேப்பர் விளக்கு நள்ளிரவில் விழித்து விழித்து அழும் குழந்தைபோல நதியின்மேலே விழுந்தது.

மழை மிகுந்த ஆக்ரோஷமாக நதியைப் புணர்ந்துகொண்டிருந்தது. நதி விம்மி விம்மி படித்துறையின் முதல் படிவரை ஏறி வந்துவிட்டிருப்பதைப் பார்த்தேன். நான் அப்படியே சற்று நேரம் அமர்ந்திருந்தேன். பிறகு என் ஆடைகளை உரிந்து விட்டு நதியில் இறங்கினேன்.

காத்திருந்ததுபோல் இன்னும் பலத்த மழை 'ஓம்' என்ற பெரும் சப்தத்துடன் நதி ஓடிவரும் கணவாயிலிருந்து கிளம்பிவந்தது.

விளக்கு அணைந்தது.

இருள்.

ஓம் ஓம் ஓம்.

மின்னல் ஒரு பலத்த அறைபோல வானைக் கிழித்தபோது தான் அவளைப் பார்த்தேன். படித்துறையின் அந்தப் பக்க மறைவில் மாரோடு ஒட்டிய பாவாடையைப் பிடித்தவாறு நடுங்கிக்கொண்டு அவள், 'குளிக்கான் வந்தது. வந்த விடத்திலே மழை' என்றாள் பதறி.

நான் பேசவில்லை. அவள் அச்சம் கண்டு அசூயை அடைந்து, 'பின்னே குளிக்கான்' என்று திரும்பிக்கொண்டேன். சற்றுநேரம் கண்மூடி மழையின் தாக்குதலைத் தலையில் உணர்ந்தவாறே நின்றேன். விழித்தபோது அவளைக் காணவில்லை. சற்று ஏமாற்றமாக இருந்தது என்பதை மறைப்பானேன்?

வானம் பொட்டிக் குமுறியது. மின்னல்கள் தங்கள் நிறங்களை மாற்றிக்கொண்டன. நதிப்பரப்பு முழுவதும் ஒரு வயலட்

நிறம் பரவியது. தென்னை மட்டைகள் நடுங்கி நதிக்குள் வீழ்ந்தன. நதி அவற்றை என் முகத்தருகே நீட்டி, 'பார்' என்றது.

இன்னும் ஒரு மின்னலில் அவளை மீண்டும் பார்த்தேன். அவள் குளித்துக்கொண்டிருந்தாள். மூழ்கி கூந்தல் ஒழுக எழுந்து என்னைப் பார்த்துச் சிரித்தாள். அவள் உடலிலிருந்து நாற்றமெனவோ சுகந்தமெனவோ சொல்லிவிட முடியாத, ஆனால் விருப்புக்குரிய ஒரு மணம் புகைந்துவந்தது.

ஒரு மின்னல் ஏறக்குறைய படுக்கை வசத்தில் ஒரு நீண்ட வெள்ளி அரவம்போல நதியைத் தொட்டு எங்களைச் சுற்றிக்கொண்டு பாலத்தைத் தாண்டிப் போனதை நாங்கள் பார்த்தோம்.

'அய்யோ! என்ன சௌந்தர்யம்!' என்று அவள் அலறினாள்.

சற்றுநேரம் மின்னல்கள் நதிப்பரப்பில் சிறுபிள்ளைகள்போல ஒன்றையொன்று துரத்திப் பிடிப்பதைப் பார்த்தவாறு நாங்கள் நின்றிருந்தோம். கடைசியில் ஒரு பெரிய சட்டாம்பி மின்னல் வந்து எல்லாரையும் விரட்டியடித்தது. அதன்பிறகு விளக்குகள் அணைக்கப்பட்டுவிட்ட ஒரு விளையாட்டரங்கம்போல வானம் அமைதியுற்றது. மழை சொட்டித் தீர்ந்தது. சிறிய ஓடைகளின் கொலுசுச் சப்தம் கேட்க ஆரம்பித்தது. சோடியம் வேபர் விளக்கு திடுமென்று, 'இனி நான் பணி நோக்கட்டே' என்பதுபோல எரிந்தது.

நாங்கள் கூசி விலகினோம்.

நான் வெகு நாட்கள் அந்த இரவை நினைத்திருந்தேன். சில தருணங்களைக் கவிதையாய் மாற்ற முயன்றேன். அந்தப் பெண் யாரென்று பகல்களில் குழித்துறையைத் துழாவினேன். பின் ஒரு பெரிய அடுக்கு மாடி வீடுபோல நம்மீது சரிந்து வீழும் நாட்களின் பளுவில் மறந்துபோனேன்.

போயிற்று சில ஆண்டுகள். சில சிங்க மாதத்து மழை இரவுகள். மழை இரவுகளில் படித்துறைகளில் நனைய அமர்ந்திருக்கும் மன நிலையும். சாதனம் இப்போது மேலும் சில திருகுகள் முடுக்கப்பட்டு உத்தேசிக்கப்பட்ட நாட்களில் உபதேசிக்கப்பட்ட இடங்களில் இருக்கிறது.

‘இப்போ எவ்வளவோ பரவாயில்லை.’ ஒருநாள் பார்யாள் என்னைப் பற்றி தோழியிடம் போனில் முன்னேற்ற அறிக்கை பகிர்ந்தாள்.

ஆனாலும் பழைய குதிரைக்கு புதிய மூக்கு மாட்டுவது அத்தனை எளிதில்லைதானே?

நான் மீண்டுமொருமுறை மழை அதட்டி ஊர் ஒடுங்கிவிட்ட மழை நாளில் கடுத்த தேயிலை வேண்டி மரப்பலகையைத் தட்டினேன். இம்முறை அது திறக்கவில்லை . ‘சார் போணும். காலை வா.’

படித்துறையில் இப்போதும் யாருமில்லை.

நானும் நதியும் முணுமுணுக்கும் மழையும்மட்டும். மழை ஒரு சங்கீத வித்துவான்போல தனது சுருதிப்பெட்டியைத் திறந்து திறந்து மூடிக்கொண்டிருந்தது. மின்னல்கள் தங்கள் மடிவலையை வீசி வீசிச் சுருக்கின.

இம்முறை எதனாலோ எனக்கு மழையோடு லயம் கூடவில்லை.

கொஞ்ச நேரத்துக்குப் பிறகு எரிச்சலோடு எழுந்து நடந்தேன். கோவிலுக்குப் போகும் இடைகழிக் கதவை உதைத்தேன். நெஞ்சில் குற்றால முண்டு சில்லிட சிறிதுநேரம் அப்படியே நின்றிருந்தேன். ஆலமரத்தின் விழுதுகள் வழியே மழை சொட்டி என் மரத் தலையைத் துளையிட முயன்றது. அட்டைகள் வெளியே வரத் தொடங்கியிருப்பதைக் கவனித்தேன். அவை என் தலைக்குள்ளிருந்துதான் வருகின்றன என்றொரு சந்தேகம் எனக்கு வரத் தொடங்கியிருந்தது. படியேறினேன். ஒருமுறை பாசி வழுக்கி விழுந்தேன். சிள்மூக்கு உடைந்து ரத்தம் கோடுபோல ஒழுகியது. அதில் பாசியின் பச்சை நாற்றம் அடித்தது.

நான் பிறகு, ‘இப்ப எவ்வளவோ பரவாயில்லை’களை நினைத்துக்கொண்டு விடுவிடுவென்று நடந்தேன். ‘அட... இதுவென்ன சம்பவம். எவ்வளவு திருத்தியும் நேராகாத நாய்வால்’ என்று என்மேலேயே ஒரு கசப்பு ஏற்பட்டது.

இந்தக் கயிற்றிழுப்புகள் எவற்றையும் காணாததுபோல மகாதேவர் தனது இருட்டறைக்குள் மகா மௌனமாய்

இருந்தார். நான் அவரை 'மழை தீண்டாப் பாலை' என்று சபித்தேன். 'நிர்விகல்பத்தின் ஒக்கலிலிருந்து கொஞ்சம் இறங்கி நீ படைத்த பிரபஞ்சத்தின் அழகையும் அசிங்கத்தையும் பார் மகாதேவா' என்று சொன்னேன். 'அதன் பாசிப் படிகளில் விழுந்து மூக்குடைத்து சொந்த ரத்தத்தை ஒருதடவை ருசித்துப் பார்.'

ஆனால் மூப்பருக்கு காது செவிடு, கண்ணும் இரவில் மங்கல். அதனாலன்றோ தீபாராதனையும் கொட்டும்?

ஒரு வேசியின் வீட்டிலிருந்து திரும்புகிறவன்போன்ற குற்ற உணர்வுடன் நான் நதியிலிருந்து திரும்பினேன். எதிரே ஒரு நாய்க்குஞ்சுகூட இல்லை.

அம்மன் கோவிலைக் கடக்கையில்தான் ஒரு நிழல் எதிராக என்னைத் தாண்டியது.

'கொஞ்சம் சமயமாயிட்டது' என்றது அது.

12

நிறமற்ற வானவில்

'எனக்கு ஒரு காப்பி வாங்கித் தர முடியுமா?' என்று கேட்ட நபர் எனக்குத் தெரிந்தவரா?

நான் படித்துக்கொண்டிருந்த புத்தகத்திலிருந்து விலகி அவரைப் பார்த்தேன். ஒரு மலிந்த பருத்தி குர்த்தாவும் ஜீன்சும் அணிந்திருந்தார். கறுப்புக் கண்ணாடி.

காப்பி வாங்கித் தரச்சொல்லிக் கேட்கப்பட்ட நபர் முகத்தில் வியப்பும் அதிர்ச்சியும் தெரிந்தது. அவருக்கு இந்தியாவில் பிச்சைக்காரர்களை ஊக்குவிப்பதுபற்றி ஏதாவது தீவிரமான கருத்து இருக்கலாம். அவர் தனது ஊசலாட்டத்துக்கு பதில் தேடுவதுபோல தான் படித்துக்கொண்டிருந்த ஆங்கிலத் தினசரியைக் கடினமாகப் பற்றிக்கொண்டார். பிறகு ஒரு முறை எங்கள் எல்லோரையும் சுற்றிப் பார்த்தார். 'இவர்களை எல்லாம் விட்டுவிட்டு என்னை ஏன்?' என்பது போல எதையோ முணுமுணுத்தார். 'இந்தியாவில் எந்த இடத்தில் எப்படிப் பிச்சை கேட்பார்கள் என்று எதிர்பார்க்கவே முடியாது.'

அவர் சமீபத்தில் ஏதாவது வெளிநாட்டுக்குப் போய் வந்திருக்கலாம் என்று எனக்குத் தோன்றியது. அவர்

போட்டிருந்த ஷூ. அந்தப் புழுக்கத்திலும் அவர் அணிந்திருந்த ஜெர்கின்.

அவர் இன்னமும் முடிவெடுக்கவில்லை.

ரயில் கிளம்பிவிடுவேன் என்பதுபோல ஒருமுறை கனைத்தது.

கறுப்புக் கண்ணாடி நபர் ஒருகணத் தயக்கத்துக்குப் பிறகு, 'நன்றி' என்றார்.

இப்போது நிலைமை மோசமாகிவிட்டது.

வாங்கிக் கொடுக்காத காப்பிக்கு ஒரு நன்றி. அந்த நன்றியை என்ன செய்வது?

அவர் தொண்டையைச் செருமிக்கொண்டு, 'இது ரிசர்வ் கோச்.'

கறுப்புக் கண்ணாடி நபரின் முகம் சிவந்தது. அவர் சட்டைப் பையிலிருந்து டிக்கெட்டை எடுத்து உயர்த்திக் காண்பித்தார். 'என்னிடம் டிக்கட் இருக்கிறது' என்றவர், 'என்னிடம் பணமும் இருக்கிறது. நான் உங்களை காப்பி இலவசமாக வாங்கித் தரச் சொல்லவில்லை. நான் பார்வையற்றவன். நீங்கள் ஜன்னலருகே அமர்ந்திருந்தீர்கள்...'

சட்டென்று அந்தப் பெட்டியில் ஓர் அமைதி விழுந்தது. எல்லோர் முகத்திலும் ஓர் அசௌகர்யம். ஜன்னலின் இந்தப் பக்கம் அமர்ந்திருந்த பெண் பாய்ந்து, 'நான் வாங்கித் தருகிறேன்' என்று எழுந்தோடிப் போனாள். எல்லோரும் அந்த வெளிநாடு திரும்பிய மனிதரையே வெறுப்பாகப் பார்த்தார்கள். அவர், 'இப்போது எல்லோரும் கூலர்ஸ் அணிகிறார்கள். இவருக்குப் பார்வை கிடையாது என்று எனக்கு எப்படித் தெரியும்?' என்று முணுமுணுத்தார்.

அந்த நபர் காப்பியை வாங்கிக்கொண்டு நன்றி சொன்னார். பையிலிருந்து காசு எடுத்துக் கொடுத்தார்.

அந்த பெண் பரவாயில்லை என்று சொன்னதும் அவர் புன்னகை மீண்டும் மறைந்தது. அந்தப் பெண் சட்டென்று தவறை உணர்ந்து காசை வாங்கிக்கொண்டாள். அந்த அளவுக்கு புத்திசாலிதான்.

நான் எழுந்து பாத்ரூமுக்குப் போனேன். பின்னாலேயே வந்த 'வெளிநாட்டு' பயணி 'இவர்களுக்கென்று தனி கோச்

கிடையாதா?' என்று கேட்டார். அவர் குரலில் கோபம் இருந்தது. நான், 'அவருக்குத் தொற்று வியாதி எதுவும் இல்லையே?' என்றேன். அவர் சற்று தாழ்ந்து, 'பிச்சைக்காரகள் அல்லது எதையாவது விற்கிறவர்கள் - இவர்களைத் தவிர நான் வேறு வகையான குருடர்களைப் பார்த்ததே கிடையாது' என்றார்.

எனக்கு வியப்பாக இருந்தது. எனினும் சற்று யோசனைக்குப் பிறகு அவர் சொன்னதில் உண்மை இருக்கிறது என்றே பட்டது. இந்தியா என்பது ஏறக்குறைய இருளில் விரைந்து செல்லும் இந்த ரயில் போலவேதான். ஒரு பெட்டியில் இருப்பவர்களுக்கு அடுத்த பெட்டியில் இருப்பவர்களைப் பற்றி எதுவுமே தெரியாது. முழுப் பயணத்தைக் கழித்துவிட முடியும்.

நான் திரும்ப வந்து எனது இருக்கையில் அமர்ந்து கொண்டேன்.

மீண்டும் அந்த நபரின் முகத்தை ஆழ்ந்து பார்த்தேன். அந்த முகத்தை நான் அறிவேனா? அந்த முகம் எனக்குப் பரிச்சயமாக இருந்தது. அந்த முகம்கூட இல்லை. அந்தக் கோபம். கோபத்தில் அவர் முகம் சிவந்தது...

ஆனால் அதை எப்படி கேட்பது என்று தெரியவில்லை. அதுவும் அந்தச் சம்பவத்துக்குப் பிறகு?

இவ்வாறு யோசித்துக்கொண்டே நான் எப்படியோ தூங்கிவிட்டேன். விழித்தபோது வண்டி எதோ ஒரு ஸ்டேசனில் நின்றது. இருள். 'இது எந்த ஸ்டேசன்?' என்று கேட்டேன். யாருக்கும் தெரியவில்லை.

'கடப்பாவுக்கு முன்பு ஒரு பழைய ஸ்டேசன். சில நேரங்களில் வண்டி மாற்றி விடுவதற்காக இங்கே நிற்கும்' என்றார் கறுப்புக் கண்ணாடி நபர்.

நான் 'ஓ' என்றேன். பிறகு துணிச்சலை வரவழைத்துக் கொண்டு, 'உங்களை எங்கோ பார்த்ததுபோலத் தோன்றுகிறது'.

அவர் முகம் புன்னகையில் விரிந்தது.

'நீங்கள் சிறுவயதில் நெல்லையில் இருந்தீர்களா?'

அவர் பேசவில்லை.

சற்று நேரத்துக்குப் பிறகு, 'இல்லை' என்றார். 'டால்ஸ்டாயின் புகழ்பெற்ற ஒரு மேற்கோள் இருக்கிறது. சந்தோசமான குடும்பங்கள் அனைத்தும் ஒரே போலத்தான் இருக்கின்றன. துயர் அடையும் குடும்பங்கள் ஒவ்வொன்றும் ஒவ்வொரு விதம்.'

நான் அவர் அதை எதற்குச் சொல்கிறார் என்று புரியாமல், 'தெரியும். 'அன்னா கரீனினா'வின் முதல் வரி அது.'

அவர், 'நான் நினைக்கிறேன்... மாறாக, துயரம்தான் ஒரே முகம் கொண்டிருக்கிறது. குருடர்கள் எல்லோரும் ஒரே மாதிரியாகவும் ஒரே முகம் உடையவர்களாகவும் உங்களுக்குத் தோற்றமளிக்கிறார்கள். இதோ இந்தக் கனவானுக்கு நான் ஒரு பிச்சைக்காரனாகத் தெரிந்ததுபோல.'

நான், 'சாரி' என்றேன்.

அவர், 'பரவாயில்லை' என்றார். 'உங்களுக்கு ஆட்சேபம் இல்லை என்றால் என்னைப்போலவே தோற்றமளித்த உங்களது நண்பரைப் பற்றிச் சொல்லுங்கள். இந்தப் பயணம் தொடக்கத்திலேயே மிகுந்த நீளமானதாக மாறிவிட்டது. அதைக் குறைக்க உங்களது கதை எனக்கு உதவக்கூடும்.'

நான் சிறிது தயக்கத்துக்குப் பிறகு சொல்ல ஆரம்பித்தேன்.

•

அவனுக்கு எப்போது பார்வை மங்க ஆரம்பித்தது என்று தெரியவில்லை. ஒரு நாள் புனிதா டீச்சர் என்னைக் கூப்பிட்டு, 'சங்கர், ராஜாவை உன் பக்கத்தில உட்காரவைக்கிறேன். அவனுக்குக் கண்ணு கொஞ்சம் சரியாத் தெரியலை. கொஞ்சம் ஹெல்ப் பண்ணுப்பா' என்றபோது எனக்கு ஒன்றும் புரியவில்லை. நல்லாத்தானே இருந்தான்? தவிர எனக்கு அவன்மீது ஓர் எரிச்சல் எப்போதுமே உண்டு. Bully என்று சொல்லக்கூடிய வகைப் பையன் அவன். நானோ நோஞ்சான். தவிர அவன்தான் அந்த வகுப்பில் முதல் ராங்கும்கூட. அந்தத் திமிர் வேறு உண்டு. ஆனால் டீச்சர் சொன்னது உண்மைதான் என்று தெரிந்தது. டீச்சர் எழுதிப் போடும் எதுவுமே அவனுக்குத் தெரியவில்லை. இவ்வளவுக்கும்

நாங்கள் இடம் மாற்றப்பட்டு முதல் பெஞ்சில் இருந்தோம். அவன் நோட்டில் எதையும் எழுதவில்லை. வெறுமனே சுவரைப் பார்த்துக்கொண்டு அமர்வதுபோல உட்கார்ந்து கொண்டிருந்தான்.

நான் 'எழுதலியா?' என்றேன்.

அவன் 'என்ன?' என்றான்.

'போர்டில டீச்சர் எழுதறதை காபி பண்ணலியா?'

அவன் திடுக்கிட்டு, 'எழுதறாங்களா?' என்றான்.

இடைவேளையில் புனிதா டீச்சர் அவள் வகுப்பை விட்டு விட்டு வந்து ராஜாவின் நோட்டை வாங்கிப் பார்த்தாள். அவள் முகம் கலங்கியது. 'ராஜா, போர்டு தெரியலைன்னா சங்கர் நோட்டைப் பார்த்து எழுதலாமே?' அவன் தாடையை இறுக்கிக்கொண்டு பேசாதிருந்தான். டீச்சர் மறுபடியும் என்னிடம், 'பார்த்துக்கப்பா கொஞ்சம்' என்றாள்.

எனக்கு ஒன்றும் புரியவில்லை. கண் தெரியவில்லை என்றால் கண்ணாடி போடலாமே? எங்கள் வகுப்பிலேயே கண்ணாடி போட்ட ஒரு பையன் இருக்கிறான். அவனை ராஜா கடுமையாகக் கேலி செய்திருக்கிறான். ஒரு தடவை அவனது கண்ணாடியை எடுத்துவைத்துக்கொண்டு அழ வைத்தான்.

அன்று மாலை கிரிக்கட் விளையாடினோம். ஆட்டத்தின் முக்கியமான நேரத்தில் ஒரு பீல்டிங்கை ராஜா தவறவிட்டான். வலுவான ஷாட் எல்லாம் இல்லை. பந்து மிக நிதானமாக பவுண்டரி அருகே நின்றிருந்த ராஜாவின் கால்களினூடே கடந்துசென்றது. பெரிய கூச்சல். காப்டன் வந்து, 'குருட்டுப் பய. கண்ணு தெரியலைன்னா ஏண்டே விளையாட வரே?' என்றான். கண்ணாடிப் பையன் வந்து அவன் கண் முன்னால் ஒன்று இரண்டு மூன்று என்று விரல் காண்பித்து, 'இப்போ தெரியுதாடே?' என்றான்.

ராஜா அவசரமாக வெளியேற முயன்று ஒரு சிறிய ஓடையில் தடுக்கி விழுந்தான். பிறகு தடுமாறி எழுந்து முகமெல்லாம் மண்ணும் கண்ணீருமாக என் பெயர் சொல்லிக் கூவி அழைத்தான். 'என்னை என் அம்மாகிட்டே கூட்டிட்டுப் போடா.'

நான் அவனை புனிதா டீச்சரிடம் அழைத்துப்போனேன். அவள் அவனை அணைத்துக்கொள்ள முயன்றாள். அவன் அவளது முகத்தில் படீரென்று அடித்தான். அவள் அவன் அடித்த கையையும் இழுத்து அணைத்துக்கொண்டு அழுதாள்.

அதன்பிறகு போகப்போக ராஜாவின் பார்வை ரொம்ப மங்கத் தொடங்கியது. அந்தப் பள்ளி அவனுக்குத் தகுந்ததே அல்ல. ஆனால் புனிதா டீச்சர் அங்கே வேலை பார்த்தாள். புருஷன் வேறு கிடையாது. அதனால் பள்ளியில் அனுமதித்தார்கள். மற்ற டீச்சர்களில் சிலர் ராஜாவைக் கருணையுடன் நடத்தினார்கள். புனிதா டீச்சரைப் பிடிக்காத டீச்சர்கள் குரூரமாக. புனிதா டீச்சர் மிக அழகாக இருப்பாள். அது அவர்களுக்குப் பெரிய பிரச்சினையாக இருந்தது என்று தெரிந்தது. 'பையன் கண்ணு பொட்டையாப் போனா என்ன? அவ இன்னமும் கொண்டையும் குடிகுரா பவுடருமாத்தான வரா?' என்றார்கள். ஒரு சார், 'அவங்க ஹஸ்பண்டை போன வாரம் தின்னவேலில பார்த்தேன். அவரு சொல்றதைக் கேட்டா இந்த அம்மாவோட பாவம்தான் இந்தப் பையன் மேலே விடிஞ்சிருக்கு. அவரு இவன் தன்னோட பையனே இல்லைன்னு சத்தியம் பண்றார்' என்று சிரித்தார்.

ராஜா அடுத்த வாரம் ஒரு சிறிய உருப்பெருக்கிக் கண்ணாடியோடு பள்ளிக்கு வந்தான். அதை வைத்துக்கொண்டு எனது நோட்டைப் பார்த்து எழுதுவான். ஆனால் அதை ரொம்ப நேரம் பயன்படுத்த முடியாது. கண்களிலிருந்து நீர் வழிய ஆரம்பித்துவிடும். நான், 'ராஜா ஏன் அழறே?' என்றேன். அவன், 'போடா' என்றான். கண்களிலிருந்து மேலும் நீர் வழிந்தது. அதன்பிறகு அவனுக்குப் படிப்பில் ஆர்வம் படிப்படியாகக் குறைந்துவிட்டது.

அவனது உண்மையான பெரிய வருத்தம், அவனால் வரைய முடியாததாகத்தான் இருந்தது. பார்வை மங்கும்முன்பு அவன் அபாரமாக வரைவான். அந்தக் கிறித்துவ நிறுவனத்தின் பள்ளிகளுக்கு இடையே நடந்த ஓவியப் போட்டியில் கலந்துகொண்டு பரிசுகூட வாங்கியிருக்கிறான். ஓர் அழகான, பெரிய வாட்டர் கலர்ப் பெட்டி. நாங்கள் அதுவரை கேள்விப் பட்டிராத வண்ணங்கலெல்லாம் அந்தப் பெட்டியில்

இருந்தன. அதைத் தொடக்கூட அவன் எங்களை அனுமதிப்ப தில்லை. இந்தப் பிரச்சினைக்குப் பிறகு மற்ற நேரம் சோர்வாக இருக்கும் அவன், டிராயிங் கிளாஸ்களில் மட்டும் மிகுந்த பரபரப்பும் பதட்டமும் அடைந்துவிடுவான். 'சார் இப்போ என்ன வரையறார்? என்ன கலர் கொடுக்கறார்?' என்று என்னைத் துளைத்துவிடுவான்.

ஒருநாள் அவன் எனது சட்டையைப் பிடித்துக்கொண்டு, 'நீ என்ன கலர் சட்டை போட்டிருக்கே. பச்சையா? நல்லாருக்கு' என்றான். நான், 'இல்லை ப்ளூ' என்றேன். அவன் என்னைத் தள்ளிவிட்டு, 'போடா, பொய் சொல்லாதே' என்று கத்தினான்.

அரையாண்டு விடுமுறையில் ஒருநாள் காலை சுகமாக உறங்கிக்கொண்டிருந்தபோது அம்மா வந்து, 'ஏலே, எந்திரிலே. உங்க டீச்சர் உன்னைத் தேடி வந்திருக்கா' என்றாள். பட்டாளையில் புனிதா டீச்சர் அப்பாவோட பேசிக்கொண்டிருந்தாள். 'மதுரைல ஒரு ஆஸ்பத்திரி இருக்கு, அங்க காமிச்சீங்களா?' என்ற அப்பாவிடம் பதில் சொல்லிக்கொண்டிருந்தாள். என்னைப் பார்த்ததும் எழுந்துவந்து, 'சங்கர், நீ குளிச்சு, சாப்பிட்டிட்டு எங்க வீட்டுக்கு வருவியா? கொஞ்ச நேரம் ராஜாவோட விளையாடிட்டுப் போவியா?' என்றாள். நான் அப்பாவைத் தயக்கமாய்ப் பார்த்தேன். அவர் 'போ' என்றார்.

அன்றிரவு அப்பாவுக்கும் அம்மாவுக்கும் ஒரு வாக்குவாதம் வந்தது.

'இப்போ எதுக்கு அந்த டீச்சர் சும்மா சும்மா இங்க வந்து போறா?'

'எடி பாவம்டி. ஆம்பிள்ளை இல்லாத வீடு. பையன் வேற இப்படி இருக்கான்.'

'அதுக்கு?' என்றாள் அம்மா. 'நீங்க அங்கே ஆம்பிள்ளை ஆகப் பார்க்கீகளோ? ஆள் வேற மினுமினுன்னுதான் இருக்கா.'

அப்பா ஈசி சேரிலிருந்து பாய்ந்து எழுந்து அவளை அடிப்பது போலப் போனார். 'ச்சீ, மனுசியா நீ? வாய் புளுத்துப் போயிடும். நல்ல குணம் அது.'

‘அவ நல்ல குணம்தான். நீங்க நல்ல குணம் இல்லையே. ஆலங்குளத்துல அந்த கிராமசேவிகாகூட கொட்டமடிச்சது எதையும் நான் மறக்கலே’ என்றாள். ‘உங்களுக்கு அவ்வளவு இரக்கம்னா காசு பணம் எதா கொடுங்க. வேற வர்த்தமானம் எதுவும் வேணாம்.’

அதற்கு அப்பா என்ன சொன்னார் என்பது எனக்குக் கேட்கவில்லை. அதற்குப்பிறகு டீச்சர் ஒருபோதும் எங்கள் வீட்டுக்கு வரவில்லை.

ஆனால் அம்மா அப்பாவைத் தடுத்தாளே ஒழிய, நான் அங்கு போவதைத் தடுக்கவில்லை. என்னிடம், ‘உன்னை யாரு தடுத்தா? பாவம் அதுங்க. போயிட்டு வா.’ நான் அந்த விடுமுறையில் சில தினங்கள் டீச்சரின் வீட்டுக்குப் போனேன். ராஜாவுக்குக் கதைப் புத்தகங்கள், காமிக்சுகள் வாசித்துக் காண்பித்தேன். ஆனால் அவனோடு பழகுவது மிகச் சிரமமாக இருந்தது. அவன் திரும்பத் திரும்ப கதாபாத்திரங்களின் உடைகள் பற்றி, அவற்றின் நிறங்கள் பற்றிக் கேட்டுக் கொண்டே இருந்தான். கதைப் போக்கில் அவனுக்கு ஆர்வமே இல்லை.

அந்த அழி போட்ட வீட்டுக்கு உள்ளேயே நாங்கள் கிரிக்கட் விளையாடினோம். டீச்சர் எங்களுக்குத் தின்பண்டங்கள் கொண்டுவந்து தந்துகொண்டே இருந்தாள். ஆனால் விளையாட்டுகளில் நான் எவ்வளவு முயன்றும் அவனிடம் தோற்க முடியவில்லை. நான் விட்டுக் கொடுப்பதும் அவனுக்குப் பிடிக்கவில்லை. ‘என்னை என்ன பொட்டைன்னு நினைச்சியா?’ என்று கேட்டான். அந்த மாதிரி நேரங்களில் அவன் காட்டுக் கத்தல் கத்தினான். கட்டுப்படுத்த வந்த டீச்சரை அடித்தான். முகத்தில் துப்பினான். நான் அதன்பிறகு சில நாட்கள் போகவில்லை. நான் அவனை வெறுத்தேன். டீச்சர் திரும்பவும் வந்து கெஞ்சிக் கேட்டும் நான் போகவில்லை.

தவிரவும் அந்த விடுமுறை முடிவதற்குள் அப்பாவுக்கு நெல்லைக்கு மாற்றல் வந்துவிட்டது. டிசி வாங்கப் போகும்போது புனிதா டீச்சர் என்னைக் கட்டிப்பிடித்துக்

கொண்டு அழுதாள். என் கன்னத்தில் முத்தமிட்டு, 'நல்லாப் படிக்கணும், என்னா?' என்றாள். ஒரு பேனா கொடுத்தாள். 'அப்பாகிட்டே நாங்க நன்றியும் வணக்கமும் சொன்னதாச் சொல்லு.'

ஹெட்மாஸ்டர் ரூமில் இருக்கும்போது ராஜா அவள் கையைப் பிடித்தபடி வந்தான். அப்பா அவர்களைப் பார்க்காததுபோல நேராக அமர்ந்திருந்தார். அவன் கொஞ்ச நேரம் மௌனமாக இருந்தான். பிறகு என்னருகே வந்து கையைப் பற்றிக் கொண்டு, என் காதில், 'இதை வச்சுக்கோ. எனது பரிசு' என்று ஒரு பொதியைக் கொடுத்தான். 'இனி எதுக்கு எனக்கு?'

நான் அதைப் பிரித்துப் பார்த்தேன். அது அவனுக்குப் பரிசாகக் கிடைத்த வாட்டர் கலர் பெட்டி.

●

ரயில் இப்போது ஒரு சிறிய கூச்சலுடன் கிளம்பியது. பெட்டியில் எங்கள் இருவரையும் தவிர எல்லோரும் உறங்கி யிருந்தார்கள். கறுப்புக் கண்ணாடிக்காரரின் கண்களிலிருந்து நீர் வழிந்துகொண்டிருந்தது.

'அந்தப் பெட்டி. அதை நீங்கள் பத்திரமாக வைத்திருக்கிறீர்களா?'

நான் குற்ற உணர்வுடன், 'தொலைந்துவிட்டது' என்றேன். 'அதன் மதிப்பு அப்போது எனக்குத் தெரியவில்லை.'

அவர், 'ஹா' என்றார். பிறகு கரகரப்பான குரலில், 'அப்பா எப்படி இருக்கிறார்?'

'இறந்துவிட்டார்.'

'ஓ' என்றார்.

நான் மீண்டும் சந்தேகமடைந்து, 'நீங்கள்... நீ ராஜா இல்லையா?' என்றேன்.

அவர் பெருமூச்சுடன் சாய்ந்துகொண்டு, 'இல்லை' என்றார். 'அல்லது, ஆமாம் என்றாலும் என்ன ஆகிவிடப்போகிறது?'

சற்று நேரம் மௌனம்.

வண்டி கடப்பாவில் நின்றது. இப்போது அவர் மீண்டும் இம்முறை என்னிடம், 'ஒரு காப்பி வாங்கித் தர முடியுமா?' என்று கேட்டார்.

www.ingramcontent.com/pod-product-compliance
Lightning Source LLC
LaVergne TN
LVHW060448051026
849518LV00002B/664
* 9 7 8 8 1 8 4 9 3 8 1 9 7 *